கி.ராஜநாராயணன்
தேர்ந்தெடுத்த சிறுகதைகள்

தேர்வும் தொகுப்பும்

முனைவர் மா.ஞானபாரதி
(பாரதி மார்க்ஸ்)

டிஸ்கவரி பப்ளிகேஷன்ஸ்
எண்: 9, பிளாட் எண்: 1080A, ரோஹிணி பிளாட்ஸ்
முனுசாமி சாலை, கே.கே.நகர் மேற்கு,
சென்னை – 600 078. பேச : 99404 46650

வெளியீட்டு எண்: 0068

கி.ராஜநாராயணன்©
தேர்ந்தெடுத்த சிறுகதைகள்

தேர்வும் தொகுப்பும்: முனைவர் மா.ஞானபாரதி

Ki.RAJANARAYANAN©
Selected Short Stories

Compilor: Dr. M. GNANABHARATHI

அட்டை ஓவியம்: சுந்தரன்.எம்

Edition, 1st Sep - 2020, 2nd July 2023
Pages: 240
ISBN: 978-93-89857-28-3

Rs. 300

Publisher • Sales Rights

Discovery Publications
No. 9, Plot,1080A, Rohini Flats,
Munusamy Salai,
K.K.Nagar West, Chennai - 78.
Tamilnadu, India.
Mobile: +91 99404 46650

Discovery Book Palace (P) Ltd
No. 1055-B, Munusamy Salai,
K.K.Nagar West,
Chennai-600 078.
Ph: (044) 4855 7525
Mobile: +91 87545 07070

discoverybookpalace@gmail.com / www.discoverybookpalace.com

இந்த நூலில் பிரசுரமாகியுள்ள எந்த ஒரு பகுதியையும் எழுத்துபூர்வமான முன்அனுமதி பெறாமல் எடுத்தாள்வதோ, மறுபிரசுரம் செய்வதோ, மொழியாக்கம் செய்வதோ, ஊடகங்களில் மறுபதிப்புச் செய்வதோ, காப்புரிமைச் சட்டப்படி தடை செய்யப்பட்டுள்ளது. இந்த நூலிலிருந்து சில பகுதிகளை மேற்கோள்காட்டி நூல்அறிமுகம் செய்யலாம்.

உங்கள் மொபைல் போனிலிருந்து ஸ்கேன் செய்து 'டிஸ்கவரி புக் பேலஸ்' மொபைல் ஆப்பை டவுன்லோடு செய்து, புத்தகங்களை வாங்குங்கள்.

Scan and download

வாய்மொழிக் கதை மரபின் பிதாமகர்

தமிழில் நவீனப் புனைவு இலக்கியத்தில் இருநூற்றாண்டுகளுக்கு இடையில் இலக்கியப் பாலமாகத் தனித்து விளங்குகிறார், கரிசல்காட்டு இலக்கியத்தின் முன்னத்தி ஏர் கி.ராஜநாராயணன்.

கி.ரா., கரிசல் நிலவெளியையும் மனிதர்களையும் நேசித்து, மண்சார்ந்த தொழில், உணவு, பண்பாடு, பழக்கவழக்கங்கள் என பல்வேறு விஷயங்களைப் படைப்புகளாக்கியுள்ளார். சாமான்ய மக்களின் உணர்வுகளும், அவர்களது பேச்சுவழக்குகளும் இவருடைய கதைகளின் தளம் எனில், இன்னொருபுறம் இவர் கையாளும் சொல்லாடல்கள், மொழியின் வழியாகக் காலத்தை உறைய வைத்திருக்கின்றன.

வாய்மொழிக் கதை மரபை விசாலமாக்கிய கி.ரா., நவீன இலக்கிய உலகின் பிதாமகராக தனித்து விளங்குகிறார். தனது புனைகதைகளில் ஆண்களையும் பெண்களையும் ஏற்றத்தாழ்வு இல்லாமல் பதிவாக்கியுள்ளார். அவருடைய எழுத்துகள், வாழ்வியல் போராட்டத்தில் காலங்காலமாக மனிதர்கள் எதிர்கொள்கிற இன்னல்களை, குறிப்பாக பெண்கள் அனுபவிக்கும் பாடுகளை நுணுக்கமாகச் சித்திரிக்கின்றன.

பெண்ணியம் சார்ந்த கதைகள் உள்பட, தனது வாசிப்பு அனுபவத்திலிருந்து நுட்பமான கதைகளைத் தேர்ந்தெடுத்துத் தொகுத்துள்ள முனைவர் மா.ஞானபாரதிக்கு நன்றி.

‘டிஸ்கவரி புக் பேலஸ்’ பதிப்பகம் மூலம் ‘கி.ரா.வின் தேர்ந்தெடுத்த சிறுகதைகள்’ தொகுப்பை வெளியிடுவதற்கான வாய்ப்பை வழங்கியமைக்காக கி.ரா. அவர்களுக்கு என்றும் கடமைப்பட்டிருக்கிறோம். பல்வேறு நிலைகளில் தோழமையோடு ஒத்துழைப்பு நல்கிய புதுவை இளவேனிலுக்கு எமது இதயங்கனிந்த நன்றி.

கி.ரா. அவர்களின் 98ஆவது பிறந்தநாளுக்கான பரிசுப் பதிப்பாக இந்தப் புத்தகத்தை வெளியிடுவதில் ‘டிஸ்கவரி புக் பேலஸ்’ பெருமிதம் அடைகிறது.

பதிப்பாளர்

கி.ரா.வின் கால்தடங்களில் சிதறும் எதிர் அழகியல்!

கி.ரா.வின் கதைகளைப் படித்து, அவற்றில் குறிப்பிட்ட சிலவற்றை மட்டும் தேர்வுசெய்து, தொகுத்து, அந்தக் கதைகளின் நல்லது கெட்டதுகள் பற்றியெல்லாம் எழுதும் 'இலக்கியத் தகுதி' எனக்கு இல்லை. ஆனால், அப்படி ஒன்றைச் செய்யும் 'தகுதி' எனக்கு வாய்த்துவிட்டது! 'இதை எப்படிச் செய்வது?' என்று, நான் சற்றுக் குழம்பியபோது தோழர் புதுவை இளவேனில் எளிமையாக இன்னொரு சன்னலைத் திறந்துவைத்தார்: 'உங்களுடைய பத்திரிகை அனுபவம், கல்லூரி ஆசிரியர் அனுபவம் இவற்றையெல்லாம் ஒதுக்கிவைத்து ஒரு வாசக நிலையிலிருந்தே இதைச் செய்யலாமே!'

உண்மையில், வாசக நிலை என்பது சாதாரணமானதில்லை. கடந்த கால் நூற்றாண்டாக நம் அறிவுச்சூழலில், இலக்கிய விமர்சகத்தளத்தில் பேசுபொருளாய் மாறியிருக்கும் ரோலண் பார்த்ஸின் – 'The birth of the reader must be at the cost of the death of the Author' என்னும் கருத்தமைவே, இதன் அடிப்படையிலானதுதான். 'எப்போது ஒரு பிரதி, ஆசிரியரின் கையிலிருந்து வாசகனின் கைக்கு மாறிவிடுகிறதோ அப்போதே ஆசிரியன் இறந்துவிடுகிறான். பிறகு, அது வாசகனின் பிரதிதான். அவன் அந்தப் பிரதியிலிருந்து அவனுக்கான அர்த்தப்படுத்தலை உருவாக்கிக்கொள்கிறான். வாசகன் மாறும்போது அர்த்தமும் மாறுகிறது.' ஆசிரியனும் மரணித்து பிறகு வாசகனும் மரணித்து பிரதி மட்டும் உயிர்ப்புடன் இருந்துகொண்டே இருக்கிறது. வெவ்வேறு வாசகர்களுடன் உரையாடிக்கொண்டே இருக்கிறது.

கி.ரா.வின் எழுத்துகளை, தொடர்ச்சியாக இல்லாவிட்டாலும் சென்னைப் பல்கலைக்கழகத்தில் தகவல் தொடர்பியல் முதுநிலைப் படிப்புப் படித்துக்கொண்டிருந்த காலம் முதலே (1997–99) அவ்வப்போது வாசித்திருக்கிறேன்.

'புறப்பாடு' கதையைப் படித்தபிறகு, அண்ணாரப்பக் கவுண்டர் உயிரைப் போக்குவதற்காக உறவினர்கள் பட்ட பாட்டை நினைத்து நினைத்து, அடுத்த சில நாட்களுக்கு அடக்கமுடியாமல் சிரித்துக்கொண்டிருந்தது; நண்பர் ஒருவர் 'தோற்றது' என்கிற குறுநாவலை படமாக்கும் முயற்சியில் ஈடுபட்டபோது (2002) வரிக்கு வரி அந்தக் கதையின் நுட்பங்களையும், கி.ரா.வின் பகடிச் சித்திரிப்புக்குள் பொதிந்திருந்த காட்சிப் படிமங்களையும் வியந்து பேசிக்கொண்டிருந்தது... எல்லாம் இன்னும் மனதுக்குள் ஆழமாய் அழுந்தியிருக்கின்றன. *'ஒரு செய்தி'* என்னும் கதையில் கி.ரா., 'அவர்கள் எல்லாரையும் தீப்பெட்டிக் கம்பெனிக்காரன் பைசாவால் தரையோடு தரையாக அறைந்துவைத்துவிட்டான்' என்று சொல்வாரே – அப்படி.

ஆனால், இது வேறு. காவிரி புதுவெள்ளத்தில் நாள்முழுக்க அமிழ்ந்து கிடப்பதுபோல் கி.ரா.வின் கதைகளுக்குள் கடந்த சில வாரங்களாகப் புதைந்து கிடக்கிறேன். மனம் முழுவதும் கி.ரா.வின் கரிசல் கதை மனிதர்களின், கால்நடைகளின், கண்மாய்களின், கானல்நீர்த் திவலைகளின் மணத்தால்(!) நிறைந்திருக்கிறது. நானிருக்கும் இந்த மாபெரும் நகரத்தின், அடுக்குமாடித் தொகுப்பின் ஒரு சிறிய குடியிருப்புக்குள் இந்தக் கதைகளின் அத்தனை நூறு மனிதர்களும், பேச்சும் சிரிப்பும் ஏகடியமும் இறுமாப்பும் வைராக்கியமுமாக நிற்கிறார்கள், நடக்கிறார்கள், உருள்கிறார்கள், புரள்கிறார்கள். இவர்களில் ஒரு சிலரைத் தவிர, பெரும்பாலானோர் – குறிப்பாக பெண்கள் – நான் இதற்கு முன் அறிந்திராதவர்கள்! அவர்கள்தான் இந்தக் கதைகள்.

ஒருமுறை பேசிக்கொண்டிருந்தபோது கி.ரா. சொன்னார்: 'ஊருங்கறது என்ன..? மனுசங்கதானே..? மனுசங்க இல்லன்னா அது ஊரு இல்ல இல்லா?'

கதைகளையும் அப்படிச் சொல்லலாம்தான். மனிதர்களால் மனிதர்களைப் பற்றி மனிதர்களுக்குச் சொல்லப்படுவது. மனிதர்கள் இல்லாமல் என்ன கதை சொல்வது? ரிச்சர்ட் பாகின் ஸீகல் கூட பறவை இல்லையே? மனிதனின் மனம்தானே?

கி.ரா. இப்போது தன் தொண்ணூற்று எட்டு வயதை நெருங்குகிறார். இதுநாள் வரை தன் வாழ்வில் எதிர்கொண்ட, உடன் நடந்த, வேடிக்கைப் பார்த்த மனிதர்களைப் பற்றி அவர் சொல்கிறார். அப்படி, அவர் சொல்வதெல்லாம் அந்த மனிதர்களைப் பற்றிய கதைகளாகப் பரிணமிக்கின்றன. நாம் சிறுகதை என்னும் இலக்கணத்தின் கீழ் அவற்றை அடைக்க முயல்கிறோம். உண்மையில் அப்படியா?

சிறுகதைகளின் தோற்றமும் வாய்மொழிக் கதைகளிலிருந்துதான் தொடங்குகின்றன. இது தொடர்பான ஆய்வுகள், தோராயமாக, தொடக்ககால ரோமப் பேரரசில் மக்களிடையே புழக்கத்திலிருந்த anectode-களிடம் கொண்டுபோய் நம்மை நிறுத்துகின்றன. ரோமப்பேரரசின் கீழ் வாழ்ந்த எளிய மனிதர்கள், தாங்கள் கேள்விப்பட்ட அல்லது பார்த்த சம்பவங்கள், மனிதர்கள் பற்றிய தகவல்களை, சக மனிதர்களிடம் சின்னச் சின்ன குறிப்புகளாக எதார்த்த விவரணை வடிவில் பகிர்ந்துகொண்டிருந்திருக்கிறார்கள். ஒரு விதமான உவமை வடிவம் (Parable) இது. இவற்றிலிருந்து சிறிய வாய்மொழிக் கதைகள் பிறக்கின்றன. இப்படியாகத்தான் கிறிஸ்து பிறப்பதற்கு ஆறு நூற்றாண்டுகளுக்கு முன்பு, முதன்முதலாக ஈசாப்பின் கதைகள் பிறந்ததாக வரலாற்றியலின் தந்தை ஹெரொடோடஸ் (கிமு.484–425) கண்டுபிடித்துச் சொல்கிறார். பண்டைய கிரேக்கத்தில் வாழ்ந்ததாக நம்பப்படுகிற ஈசாப் என்கிற அடிமை, ஏதோ ஒரு வரிசைக்கிரமத்தில் சொன்ன வாய்மொழிக்கதைகள் இவை.

உலக அளவில் எழுத்தாளர்களும் வாசகர்களும், இன்னும் மற்ற அறிஞர் பெருமக்களும் ஏற்றுக்கொண்ட வரையறை – சிறுகதைக்கு – அது ஒரே மூச்சில் படித்து முடித்துவிடக்கூடியதாக இருக்கவேண்டும் என்பது. அமெரிக்காவின் மிக மூத்த சிறுகதை எழுத்தாளர்களில் ஒருவரான 'எட்கர் ஆலன் போ' தான் இப்படி முதலில் சொல்லியவர். ஆனால், இந்த மூச்சு எல்லாருக்கும் ஒரே மாதிரி எப்படி இருக்கும்?

இன்னும் சில வரையறைகள், 1000 வார்த்தைகளுக்குக் குறையாமலும், 9000 வார்த்தைகளைத் தாண்டிவிடாமலும் இருந்தால் அது 'சிறுகதை' என்று சொல்கின்றன. (நான் இளங்கலை ஆங்கில இலக்கியம் படிக்கும்போது படித்த ஆண்டன் செகாவின் 'ஓல்ட் ஏஜ்' சிறுகதையின் வார்த்தைகள்

எத்தனை என்று இப்போது பார்க்கும்போது 2,200 என்று வருகிறது). பக்க அளவில் 5–லிருந்து 7 பக்கங்களுக்குள் இருந்தால் அது சிறுகதை என்பதுதான் இப்போதைய அளவுகோல். அதற்கும் குறைவான பக்கங்களோ வார்த்தைகளோ கொண்ட கதைகளாக இருந்தால் அவற்றை 'மின்னல் கதைகள்' (Flash Stories) என்கிறார்கள்.

கி.ரா. 'மின்னல்' என்றே ஒரு கதை எழுதியிருக்கிறார். மூன்றரைப் பக்கம்தான் வருகிறது. கதை என்ன என்று பார்த்தால் – கரிசல் காட்டில் ஒரு பஸ் பயணம். விதவிதமான மனிதர்கள், மண்டையைப் பிளக்கும் மத்தியான வெயிலில் ஒரு பேருந்தில் பயணிக்கிறார்கள். முகங்களும் உருவங்களும்தான் வேறே ஒழிய உணர்வு ஒன்றுதான்: எரிச்சல், புழுக்கம், வெறுப்பு! சற்றுநேரம் கழித்து யௌவனம் மிகுந்த பெண் ஒருத்தி, மருக்கொழுந்தின் வாடையோடும், கையில் குழந்தையோடும் வழியில் ஏறுகிறாள். குழந்தையின் சிரிப்பையும் அழகையும் கண்டதும் பஸ்ஸுக்குள் குளிர்ச்சி பரவுகிறது. முகங்கள் சிரிப்பால் விரிகின்றன. குழந்தையைத் தூக்கிக் கொஞ்சவும் அதனுடன் பேசவும் அனைவரின் கைகளும் வாய்களும் நீள்கின்றன. பஸ் முழுவதும் கலகலப்பான பேச்சுக்களால் நிறைகிறது. ஏறினதுபோலவே, அந்தப் பெண், வழியில் திடுமென்று ஓரிடத்தில் இறங்கிவிட – மீண்டும் பேருந்துக்குள் வெம்மை பரவுகிறது. முகங்கள் இறுகுகின்றன. பஸ் மெதுவாக, சகிக்கமுடியாத பெருத்த இரைச்சலுடன் நகர்கிறது.

மின்னல், கதையோ சிறுகதையோ – ஆனால், இதில் எது கதை? என்னளவில், ஒரு கோடையில் புழுங்கும் பஸ்ஸுக்குள் பயணிக்கும் அத்தனை மனிதர்களின் கூட்டுணர்வு ஒன்றுபோல் கொதித்து, தணிந்து, அடங்கி, மீண்டும் ஆவியாகத் தொடங்குவதும் – இப்படி கூட்டு உணர்வுக்குக் காரணமான இயற்கை மற்றும் செயற்கையான சூழலுமே கதையாகத் தெரிகிறது.

'சிறுகதைகள் தமக்கான கால அளவுக்குள் மிக ஆழமாகவும், சிறப்பாகவும் ஒரு அனுபவத்தை விவரித்து, கல்லறைப் பயணம் போன்றதொரு அதிர்வை ஏற்படுத்தி தன்னிலையை மறக்கடிக்கச் செய்யவேண்டும்' என்கிறார், முக்கிய ஆங்கில சிறுகதை எழுத்தாளர் *வில்லியம் பாய்ட்*. கி.ரா. இப்படியான திட்டங்கள் எதையும் வைத்துக்கொள்வதில்லை. என்றாலும், அவருடைய கதைகள் அதைச் செய்கின்றன.

உதாரணமாக *'வேலை, வேலையே வாழ்க்கை'*யைப் பாருங்கள். நாகையாவுக்கு, தலைக்கோழி கூப்பிட்டு முழிப்பு தட்டுவதற்கு முன்பாகவே எழுந்துவிடும் கெங்கம்மா – மாடுகளுக்கு கூளம் போட்டு, சாணிப்பால் கரைத்து முற்றம் தெளித்து, பாத்திரங்கள் தேய்க்க ஆரம்பிக்கிறாள். இரண்டாம்கோழி கூப்பிடும்போது எழும் நாகையா, தூங்கிக்கொண்டிருக்கும் குழந்தைகளை ஒழுங்கு செய்துவிட்டு, பருத்திமார் எடுத்து தொழுவத்தைக் கூட்டிப் பெருக்கி, மாடுகளுக்குப் பருத்திக்கொட்டை அரைத்து... இப்படி மனைவியோடு இணைந்து வேலையைத் தொடங்குகிறார். இப்படியாக இவர்கள் அந்த ஒருநாள் வாழ்வில் செய்துமுடிக்கும் நூற்றுக்கணக்கான வேலைகளைப் பட்டியலிட்டு இறுதியாக யாவரும் உண்டு படுத்தபிறகு, கெங்கம்மா குளித்து, சாப்பிட்டு, அடுப்பங்கூடத்தை ஒதுங்கவைத்து, காய்ச்சி ஆறிய பாலை இதம் பார்த்து உரை குத்தி, மாடுகளுக்கெல்லாம் ஒருதரம் கூளம் போட்டுவிட்டு வந்து, புருஷன் பக்கத்தில் படுக்கையை விரிக்கும்போது ஊர் அரவம் ஒடுங்கிவிட்டிருக்கிறது.

'ஒரு சம்சாரிக்கு வாழ்க்கைப்படும் பெண்ணுக்கு ஒரு நாளில் இத்தனை வேலைகளா?' என்று நமக்கு ஒரு பேரயர்ச்சி ஏற்படும் கணத்தில் – 'பூசுப் பொடியோ சோப்பு வாடையோ முதலிய எதுவும் இன்றி சுயம்பான, தனீ மனுஷி வாடை'யை தன் மனைவியிடம் நாகையா உணரும் கணத்தில், இது ஒரு சிறுகதைக்கான கனத்தைப் பெற்றுவிடுகிறது. மற்றபடி கல்லறையை நோக்கிய அதிர்வுப் பயணமெல்லாம் இங்கே தேவைப்படவில்லை!

ஆய்வுப்புலத்தில் என் பெரும்பாலான கட்டுரைகள் பெண்ணிய நோக்கிலேயே அமைந்தவை. இதைக் கையிலெடுக்கும்போது இயல்பாகவே என்னுடைய கவனம் கி.ரா.வின் சிறுகதைகள் சித்திரிக்கும் ஆண்களின் வகைமாதிரிகளின்மீதுதான் குவிந்தது. அந்தச் சிந்தனை, தொகுப்பின் பதிமூன்றாவது கதையான *'கோமதி'*யைப் படிக்கும்போதே சிதையத் தொடங்கியது. *'தொண்டு'* படிக்கும்போது முற்றிலுமாய் அழிந்தது.

'கோமதி'-யை *1964*–ஆம் ஆண்டு எழுதியிருக்கிறார் கி.ரா. நானெல்லாம் அப்போது பிறந்தே இருக்கவில்லை என்பது ஒருபுறமிருக்க, இப்போது நாம் புரட்சிகரமாகப் பேசிக் கொண்டிருக்கும், இன்னுமேகூட பெருநகர அறிவுஜீவிகளைக்

கடந்து நகர்ப்புற, கிராமப்புறங்களில் அவ்வளவாக இறங்கியிராத LGBT சிந்தனைகள் எல்லாம் நமது ஊரில் முளைத்திராத காலம் அது. தமிழகத்தின் சராசரி கல்வி விகிதம் 25–ஐக்கூட எட்டியிருக்கவில்லை. அப்போதைய இந்தியக் கல்விக் குழுமம் பாடப்புத்தகங்கள் அனைத்தையும் மறுசீரமைக்கும் பணியில் ஈடுபட்டிருந்தது. 'பாலினத்தை அடிப்படையாகக் கொண்டு ஆண்மை, பெண்மை என்று பிரிப்பதும், இதனைச் சார்ந்து அவற்றின் செயல்பாடுகளையும் தன்மைகளையும் பிரிப்பதும் அறிவியல் பூர்வமானதல்ல' என்பதும், 'ஒவ்வொரு பாலினமும் தன் மாற்றுப் பாலினத்தின்மீதான மரியாதையை வளர்க்கவேண்டும்' என்பதும் அந்தக் குழுமத்தின் வேலைத்திட்டங்களில் ஒன்று. அதில்கூட மூன்றாம்பாலினம் மீதான மரியாதைபற்றிய குறிப்புகள் இல்லை. ஆனால், கி.ரா. அப்போதே 'கோமதி'க்கு அந்த மரியாதையை வழங்கியிருக்கிறார்.

'கோமதிக்கு முன் பிறந்த ஏழுபேரும் அசல் பெண்கள்...' என்று சொல்லும்போதே 'கோமதி யார்' என்பதை உணர்த்திவிடுகிறார் கி.ரா.! குழந்தைப்பருவம் முதலே பெண்தன்மைகள் மிளிர வளரும் கோமதி, காலப்போக்கில் தன்னை ரகுபதி நாயக்கரின் அழகான பெண்கள் குழாமில் இணைத்துக்கொள்கிறான். குறிப்பாக நாயக்கரின் இளைய பேத்தி சுலோ அவனுக்கு மிகவும் நெருக்கமாகிறாள். அந்தக் குடும்பத்தின் வாரிசு, மிடுக்கும் அழகும் மிகுந்த ரகுவை மனதுக்குள் தன் கணவனாக வரிக்கிறான். கோமதிமீது ரகு எத்தனை வன்முறையாக தன் வெறுப்பைப் பிரயோகித்தாலும், அது கோமதிக்குள் ரகுமீதான பிடிப்பை அதிகரிக்கச் செய்கிறதே ஒழிய குறைப்பதில்லை. ஒருநாள் இரவில், தன் தனியறைக்குள் முற்றிலும் பெண்ணாகத் தன்னை அலங்கரித்துக்கொண்டு, ரகுவின் படம் முன்பாக குத்தவைத்து அமர்ந்து அழுதுகொண்டிருக்கும் கோமதியைப் பார்த்து திகைக்கும் சுலோ, பீதியுடன் அப்படியே அமர்ந்துவிடுகிறாள். இப்படியான மூன்றாம் பாலினத்தவரின் காதலுக்கு இன்றுவரை நம் சமூகத்தின் பதில் என்ன? குறிப்பாக 'ஆண்'களின் பதில் என்ன?

இப்படித்தான் 'தொண்டு'ம். உலகின் ஆதித்தொழில்களில் ஒன்றாகக் கருதப்படும் பரத்தைமைக்கு இப்போது உலக அளவில் அது ஒரு 'வேலை' என்பதற்கான அங்கீகாரம் கிடைக்கத் தொடங்கியிருக்கிறது. இந்த அங்கீகாரம் பாலியல்

தொடர்பான குற்றங்கள் குறைய உதவுவதாக எல்லாருமே ஒப்புக்கொண்டிருக்கிறார்கள். எனினும் மதம், பண்பாடுகள் சார்ந்த நம் அடிப்படைவாத அரசாங்கங்கள் அதை அனுமதிப்ப தில்லை; முறைப்படுத்துவதில்லை. நாட்டில் குற்றங்கள் குறையத்தொடங்கிவிட்டால் மக்கள் அரசாங்கத்தை மறக்கத் தொடங்கிவிடுவார்களே! இந்தக் கதையின் 'காமு' என்கிற 'காமம்மா' என்கிற 'புள்ளிக்காரி' இதைப் புரிந்து வைத்திருக்கிறாள்.

அந்தக் கிராமத்தில் காமு 'செயல்'பட்டுக்கொண்டிருந்தபோது ஆங்கில அரசு அதிகாரத்தில் இருந்திருக்கிறது. 'ஊரிலுள்ள இளவட்டுகள் முதல் வயசாளிகள்வரை காமுவுக்குக் கடமைப்பட்டவர்கள்தான். வயித்துப் பசியை எந்த இரக்கமுள்ள பெண்ணும் போக்கிவிடமுடியும்! 'மற்ற' அந்தப் பசியை யாரால் தீர்க்க இயலும்? அதையும் தீர்த்துவைக்க எப்பேர்க்கொத்த இரக்க சித்தம் வேணும். அது எவ்வளவு பெரிய தொண்டு?' கி.ரா. சொல்வதுபோல் 'காமு' பணம் வாங்கிக்கொண்டு இந்தச் சேவையைச் செய்திருந்தால் யாரும் இப்படி நினைத்திருக்கமாட்டார்கள்தான்.

பொண்ணு வண்டியிலிருந்து முதன்முதலில் அந்த ஊரில் கால் எடுத்துவைத்தபோதே அவளது உள்ளங்கையில் 'ஈரம்' இருந்ததை கைப்பிடித்து இறக்கிய 'மதனியார்' உணர்ந்திருக்கிறார். வீரமும்தான். புருஷன் செத்துப்போன பதினாறாம் நாள் விசேஷத்தின்போது 'வெள்ளைச்சேலை உடுத்தமாட்டேன்' என்று கிராமத்துக்கு எதிராகப் போர்க்கொடி தூக்கியிருக்கிறாள் காமு. 'காமம்மா ஓரடி முன் எடுத்து வைத்தாள், சரிதான். இன்னொர் அடியும் முன்னெடுத்து வைத்து, அவள் மறுமணம் செய்துகொண்டிருக்கவேண்டும்! ஆனால், யார் முன்னே வந்து 'நான் கட்டிக்கிடுறேன் அவள', என்று சொல்லி அவள் மறுத்தாள்? எல்லாரும், ஈ கடிக்காமல் தேன் எடுக்கவே விரும்பினார்கள்' என்கிறார் கி.ரா.

பிறகு, தொடர்ந்த காமுவின் தொண்டு – ஒரு நிலையில் ஊருக்குள் நுழையும் ஆங்கில அரசின் சிப்பாய்களையே தன் 'தொண்டால்' தாமதிக்கவைத்து ஊர்மக்களைக் காப்பாற்றுவதுவரை தொடர்கிறது. 'அந்த விநாடியில் காமம்மாவுக்கு, தான் ஒரு தேவதையின் சிலையாக உயர்ந்து நிற்பதாகப்பட்டது!' என்று கி.ரா. குறிப்பிடுவது காமம்மாவின் உணர்வு மட்டுமல்ல!

எழுதத் தொடங்கி, முதல் இருபது ஆண்டுகளில் அதிகம் சிறுபத்திரிகைகளிலேயே கி.ரா.வின் கதைகள் பிரசுரமாகி யிருக்கின்றன. மக்களின் கல்வியறிவுக்குத் தக்கவாறுதான் வாசகப் பரப்பும் இருந்திருக்கிறது. பெரும்பாலும், பார்ப்பனர்கள் அதிகம் நடத்திய பத்திரிகைகள். பார்ப்பனர்கள் அல்லது பார்ப்பன மனம் கொண்ட ஆதிக்கசாதி வாசகர்கள். எழுபதுகளில் இந்நிலை கொஞ்சம் தளர்கிறது. '50களிலும் 60களிலும் தமிழகம் முழுவதும் புதிதாகத் திறக்கப்பட்ட பள்ளிக்கூடங்கள், 70களில் ஒரு புதிய வாசகத்திரளை உருவாக்கியதாக சூரியதீபன் தன்னுடைய ஆய்வு ஒன்றில் (தமிழ் வார இதழ்களின் தோற்றமும் வளர்ச்சியும்) குறிப்பிடுவது இங்கே நினைவுகூரத்தக்கது. மரங்களிலும் மரத்தடிகளிலும் உட்காருகிறபோதுகூட அவர்களின் கையில் ஒரு வாரப் பத்திரிகை அமர்ந்தது. சைக்கிள் ஒரு சிறந்த வாகனமாக மாறுகிறது. படித்த பெண்கள் பாரதம், புராணங்களுக்குப் பதிலாக குமுதம், ஆனந்த விகடனை கையில் ஏந்துகிறார்கள். அதையொட்டி கி.ரா.வின் கதைகள் புதிய வாசக தளத்தைக் கண்டடைகின்றன.

ஆனால், அந்த மாற்றத்தைக்கூட – 'படிச்சு என்ன செய்ய; மண்டகப்படி கணக்கு எழுதப்போறாங்களா?' என்று முன்பும், 'படிச்சு என்ன செய்ய; கலெக்டர் வேலைக்காப் போகப்போறாங்க?' என்று அடுத்தும், 'படிச்சு என்ன செய்ய; எவன் வேலை கொடுக்கான்?' என்று இறுதியாகவும், அந்த மக்களின் மொழியில் பகடியாகவே 'பைசல்' செய்யும் கி.ரா., அந்தக் கரிசல் சமூகத்தின் 'கொள்வினை கொடுப்பினை'யில் இந்தப் புதிய கல்வித்திட்டம் உருவாக்கிய மாறுதலை *'கொத்தைப் பருத்தி'* என 'கல்கி'யில் எழுதுகிறார்.

சொத்துப் பத்துக்களையெல்லாம் விற்று, சீமையில் படிக்கவைத்து டிப்டி கலெக்டராக்கியிருக்கும் வந்தட்டி நாயக்கரின் ஒரே மகனுக்கு – விரைவில் ஜில்லா கலெக்டராகவே ஆகவிருக்கும் மாப்பிள்ளைக்கு – பெண் தரமறுக்கிறார் கோனேரி நாயக்கர்! 'கலெக்டராக இருந்தால் அது அவன் மட்டுக்கும். நாளைக்குப் பையனுக்கு ஏதாவது ஒன்னு ஆகிவிட்டால் எம்பொண்ணு இல்ல தெருவில நிப்பா? பையனுக்கு நாலு ஏக்கர் நிலமிருந்தா அவ அதிலே கிண்டிக் கிளறி தன் பாட்டையாவது கழிச்சிக்கிடுவா' என்பது கோனேரியின் நிலை.

பிறகு இதே கோனேரி, தாத்தாவாகும்போது, அவருடைய பேரன் செங்கன்னாவுக்கு, அரசு உத்தியோகம் இல்லை என்பதால் யாரும் பெண்கொடுக்க மறுக்கிறார்கள்: 'சம்சாரிகளுக்கு இனிமேல் நம்ம பெட்டைப்பிள்ளைகள் வாக்கப்படாது. வந்துக் கேக்காதீக. காத்துட்டு சம்பளமானாலும் கவர்மெண்டு சம்பளமா இருக்கணும்!'

'ஒரு தகவல் வெறும் செய்தியாக மட்டும் முன்வைக்கப்படும் போது, அது அந்த கணத்தில்மட்டும்தான் உயிர்ப்புடன் இருக்கிறது. வாசகனிடம் அது சரணாகதியடைந்து தன்னை முழுவதுமாக வெளிப்படுத்திக்கொண்டு உயிரை விட்டுவிடுகிறது. பிறகு அதற்கு மதிப்பில்லை. ஆனால், கதையின் தன்மை வேறு. அது எப்போதுமே தன்னை வெளிப்படுத்திக்கொள்ள முனைவதில்லை. மாறாக அது தன் சக்தியைப் பாதுகாத்து சேமித்துவைக்கிறது. காலம் கடந்து அதே சக்தியுடன் நீடிக்கிறது' என்கிறார், முக்கியமான கோட்பாட்டாளர் வால்டர் பெஞ்சமின். வெறும் தகவல்போல தோற்றமளிக்கும் 'கொத்தைப் பருத்தி' அதைத்தான் செய்கிறது. 'நம் பிள்ளைகளை எதற்குப் படிக்கவைத்து, என்னவாக உருவாக்கினால், என்னமாதிரியான எதிர்காலம் அமையும் என்பது குறித்த தெளிவில்லாத பெற்றோர்களைத்தானே இப்போதைக்கு நம் ஆட்சியாளர்கள் உருவாக்கி வைத்திருக்கிறார்கள்?'

'திரிபு'வும் அப்படித்தான். பிள்ளைக்கு மொட்டை யடிக்காதவர்கள் யார்? இந்தக் காரணத்துக்காகவே நம் குலதெய்வக்கோயில் எது என்று தேடியலையும் நவீன நகரத்துக்காரர்களையும் நாம் பார்க்கத்தான் செய்கிறோம். கலப்புத்திருமணம் செய்துகொண்டவர்களுக்கிடையேகூட முதல் பிரச்னை இந்த இடத்தில்தான் தொடங்குகிறது. ஆனால், இந்த விவகாரத்தை என்றைக்காவது பிள்ளையின் கோணத்திலிருந்து பார்த்திருக்கிறோமா? 'கோயிலுக்குப் புறப்படும்போதே குழந்தை தனக்கு ஏதோ நிகழப்போகிறது என்பதுபோல் நடந்துகொண்டது' என்பதில் தொடங்கி, பிறகு நடக்கும் அமளிதுமளிகள் அனைத்தையும் அந்தக் குழந்தையின் பார்வையிலேயே சித்திரிக்கும் கி.ரா., பெற்றோர்களாகிய நாம் சம்பிரதாயம் என்னும் பெயரில் குழந்தைகளினிடத்தில் எத்தனை கொடூரமாக நடந்துகொள்கிறோம் என்பதை உணர்த்தி, நம்மைத் தலைகுனியவைக்கிறார். குழந்தையின் மனத்தில் நாம்

முதன் முதலாகக் களங்கத்தை விதைக்கும் இடம் அதுதான். 'ஒன்னுமில்ல... ஒன்னுமில்ல' என்று சொல்லி அம்மா உட்பட அந்தக் குழந்தையை ஏமாற்றியிருக்கிறாள். அதன் பிறகு, அந்தக் குழந்தை, கைநீட்டி அழைப்பவர்களிடம் பாய்வதில்லை. அந்த மாயப்புன்னகை மறைந்து வேறு முகம் விழுந்துவிடுகிறது.

'என்னுடைய எழுத்துகளை சத்தமிட்டு வாசிக்கக்கூடாது. மனசுக்குள்ளேயே – உதடுகள் அசையாமல் கண்களால் வாசிக்கவேண்டும்!' என்கிறார் கி.ரா. பொதுவாகவே நாமெல்லாம் மௌனவாசிப்புக்குப் பழகியவர்கள்தான் என்றாலும் *'பேதை', 'சுப்பன்னா'* போன்ற கதைகளை வாசித்தீர்களேயானால் கி.ரா. இப்படி சொல்வதற்கான அர்த்தம் முழுமையாகப் பிடிபடும். நாம் அறிந்த, மிகவும் நேசித்து வாசித்த எழுத்தாளர்கள் பலரும் விவரணைக்குப் பெயர் பெற்றவர்கள். இன்னொரு எழுத்தாளரால் பதிலீடு செய்ய இயலாத அளவுக்கு வளம் பெற்றவர்கள். கல்கியின் காவிரிக்கரை வர்ணனைகளை விஞ்சிய மற்றொரு எழுத்து அரிது.

அப்படித்தான் தி.ஜா.வின் தஞ்சாவூர், கும்பகோணத்துத் தெருக்களும். 'அப்பல்லாம் யாராவது கும்பகோணத்துக்குப் போயி பஸ்ஸிலேருந்து இறங்கி தெருவழியில நடந்துபோனா ஒவ்வொரு வீட்டுக் கதவா பாத்துக்கிட்டேப் போவாங்களாம். ஏன் தெரியுமா... எங்காவது யமுனா தட்டுப்படறாளான்னு பாப்போம்னு!' என்று, தி.ஜா.வின் எழுத்துகளைப் பரவசமாய் நினைவுகூரும் கி.ரா.வின் விவரணைகள், நம்மை மாற்று அல்லது எதிர் அழகியலை நோக்கி அழைத்துச் செல்பவை.

'அவள் ஒரு மாதிரி சுபாவம். உடைமரத்தைப் போன்ற பரட்டை மயிர்த்தலை. வாயின் உதட்டோரங்களில் நீண்டு வெளிவந்திருக்கும் சிங்கப்பல்கள். தூங்கும்போது வழிந்தோடிக் காய்ந்த கொடுவாய்க்கறை, இடுங்கிய, பூளை தள்ளிய இல்லிக் கண்கள், அடர்ந்த புருவங்கள், மழை பெய்து நனைந்த பனைமரத்தைப் போன்ற கருப்பு நிறம். கருங்கோரைப் புற்களைப் போன்ற மயிர் நீண்டிருக்கும் வியர்வை ஓடும் கக்கங்கள். திட்டுத் திட்டாய்ப் பூராவும் அழுக்குப் படிந்து உறைந்துபோன மேல். வங்கு படிந்து வெளிர் நிறங்கொண்ட கால்கள். அதில், குனிந்து நின்று மூத்திரம் பெய்வதால் விழுந்த தெறிப்புகள். நைந்துபோன அழுங்கல் சிகப்பு நிற கண்டாங்கிச்

சேலை! இவ்வளவு பிறவிக்கோலங்களுக்கும் மத்தியில், இயற்கை அவளுடைய மேலில் விளையாட்டைக் காட்டியிருந்தது. கோயில் சிலைகளையெல்லாம் விஞ்சக்கூடிய ஒரு அப்சரஸின் ஸ்தனங்களைப் பெற்றிருந்தாள் அவள்.' – இது 'பேதை'.

'அம்மா சாகும்போது அவனுக்கு ஜாதகப்படி வயசு பதினாறு. உடம்பின் வயசுப்படி பார்த்தால் அதைவிடக் குறைவு. மனசின் வயசுப்படிப் பார்த்தால் அதைவிடக் குறைவு. இந்தக் குழந்தையெ இனி யாரு காப்பாத்துவா?' – 'டேய் சுப்பையா எத்தனை நாளைக்கிடா இப்பிடி இருப்பே... ஏதாவது வேலைக்குப் போகக்கூடாதா?' என்றால் 'என்னெய இந்தக் காக்காவலிப்பு வந்து திடீர் திடீர்னு கெடுக்கு மாமா... இல்லைன்னா நா இப்பிடி இருப்பனா?' என்பான். நாளுக்கு நாள் சுப்பன்னா மெலிந்து கந்தல் உடுக்கையுடன், ஊத்தைப் பற்களுடன், குளிக்காத அட்டுடன், காக்காய் வலிப்பு வந்து திடீரென விழுந்த காயங்களில் மொய்க்கும் ஈக்களுடன் திரிந்துகொண்டிருந்தான்' – இது 'சுப்பன்னா'.

ஒரு நிலப்பரப்பில் இருவேறு கதாபாத்திரங்கள். இருவேறு குணாம்சங்கள். இருவேறு கதைகள். ஆனால், இருவருமே அந்த நிலத்தில் ஆழக் கால்பதிந்தவர்கள். மனநிலை சிதைந்த நிலையிலும் அந்த மண்ணைவிட்டு அகலமறுப்பவர்கள். காலமும் சூழலும் வேறு வேறு திசைகளுக்கு அவர்களைத் துரத்தினாலும் திரும்பத் திரும்ப வந்து சேர்ந்துவிடுபவர்கள். 'அந்த ஊரில் அவர்களுக்கு அப்படி என்ன இருக்கிறது?' என்ற கேள்விக்கு விடையில்லை எனினும் அவர்களும் சேர்ந்ததுதான் அந்த ஊர் என்பதே இந்தக் கதைகள் உணர்த்தும் உண்மை. காவிரிக்கரைகளிலோ கும்பகோணத்தெருக்களிலோ நாம் இவர்களையெல்லாம் காணமுடியாது என்பதும் உண்மையே.

இப்படியான காரணங்களுடன் இந்தத் தொகுப்பில் இன்னும் *ஜடாயு, சிநேகம், நாற்காலி, கறிவேப்பிலைகள், கொத்தைப் பருத்தி, கனிவு, ஜீவன், விளைவு, ஒரு வெண்மைப் புரட்சி, அங்கணம், கோடாங்கிப் பேய், இல்லாள், ஒரு செய்தி* ஆகிய கதைகளைச் சேர்த்திருக்கிறேன். இவற்றோடு கி.ரா. எழுதிய முதல் கதையான *'சொந்தச் சீப்பு'* (1948ல் 'சக்தி' என்னும் பத்திரிகையில் வெளியானது). இந்தக் கதையையும் தொகுப்பில் சேர்த்திருக்கிறேன். இதற்குமுன் வேறு எந்தத் தொகுப்பிலும்

இடம்பெறாதது. எத்தனை பெரிய எழுத்தாளருக்கும் ஒரு 'முதல்' கதை இருக்குமே. அப்படியான ஒன்று! தொகுப்பின் இறுதியாக *'சாவஞ்செத்த சாதிகள்'*; இப்போதைக்கு இதுதான் கி.ரா. எழுதியிருக்கும் சமீபத்திய சிறப்புச் சிறுகதை. 'ஒரே ஒரு கதை புதிதாகச் சேர்ப்போமே' என்று கேட்டதற்காக அவர் கொடுத்தது.

'சாவஞ்செத்த சாதிகள்' ஓர் அரசியல் கதை. ஆம்! கடந்த நூற்றாண்டில் திட்டமிட்டு இந்த நூற்றாண்டில் 'வெற்றி' பெற்றிருக்கும் ராமரைப் போன்ற ஒரு ராமரின் கதை!

வழக்கமான கி.ரா.வின் பகடியில் அவரை 'ராமக்' என்கிறார். 'என்ன வயசு என்று ராமக்குக்குத் தெரியாது. கேட்டாலும் அப்படித்தான் சொல்லுவார்!' (உண்மைதானே!) பிறக்கும்போதே கையில் குச்சியுடன் பிறந்த இந்த ராமக், மாடு மேய்க்கிறார். அவருக்கு ஒரே கதைதான். திரும்பத் திரும்ப அதையேதான் சொல்லுவார்: 'தயரத ராஜாவுக்கு நாலு பிள்ளைகளாம். மூத்தவன் பெயர் லாமர், அடுத்தவன் பெயர் லங்கர், அதுக்கு அடுத்தவன் பெயர் சரதர், கடைக்குட்டிப் பிள்ளையின் பெயர் பத்துருக்கன்...' என்று நாலாவது விரலையும் மடக்குவார். எத்தனை வருசங்கள் கழித்துக் கேட்டாலும் இப்படி 'சரியாகவே' சொல்லுவார். ராமக் செத்துப்போனபோது அவருக்குக் கொள்ளிபோட யாருமில்லாமல், நாவிதப் பண்டிதரைக் கூப்பிட்டு காரியங்கள் செய்து கொள்ளிபோடச் சொல்கிறார்கள். பொதுச் சுடுகாட்டின் ஓர் ஓரமாக எரிக்கிறார்கள். துக்கம் விசாரிக்க வந்தவர்களில் ஒரு பெண் மட்டும் பாட்டியிடம் – 'ராமக் என்ன சாதி?' என்று கேட்கிறாள். 'தெரியலே அம்மா' என்கிறாள் பாட்டி. அந்தப் பெண், 'ராமக் கீழ சாதிதானே!' என்கிறாள். 'எப்படிச் சொல்றே?' – 'நீங்கள் அவனை வீட்டுக்குள் விடாமல் வெளியேதானே வைத்திருந்தீர்கள்?' என்கிறாள் அந்தப் பெண். கதை இன்னும் இருக்கிறது.

'கி.ரா. அரசியல் கதை எழுதியிருக்கிறாரா?' என்று கேட்பவர்களுக்குத்தான் இந்தப் பதில். 'சரியான நேரத்தில் எழுதியிருக்கிறார்!' என்பது இன்னுமொரு பதில்.

***'எ**ந்தக் கதைகள் எந்தத் தலைமுறைவரை நீடிக்கும், யாருக்கெல்லாம் பயன் தரும்' என்பதெல்லாம் பெரிய*

கேள்வி. 'இதைப் படிப்பதால் யாருக்கு என்ன பயன்..?' என்று கேட்டால் என்னிடம் பதில் இல்லை. ஈசாப் கதைகளில்கூட முதலில் 'நீதி' இல்லை. பிறகு வந்து ஒட்டிக்கொண்டு 'நீதி'க் கதைகளாகிவிடவில்லையா? அதில் என்ன நீதி இருக்கிறது என்றா கேட்கிறோம்? இன்றைய தேதிக்கு அதன் ஆயுள் இரண்டாயிரத்து ஐநூறு வருடங்களைத் தாண்டிவிட்டது. இப்படிக் காலங்காலமாய் ஒன்று இருக்கிறது என்பதனால் மட்டும் அது பயனுள்ளது என்று ஆகிவிடுமா? நம் மதங்களும் சாதிகளும்கூடத்தான் ஆயிரக்கணக்கான வருடங்களாக நம்முடன் புழங்குகின்றன. அதனால் என்ன பயன்?

இந்தக் கதைகளைப் படித்துமுடிக்கும்போது நான் ஆச்சரியமான இடமே அதுதான். கி.ரா.வின் மனிதர்கள் இந்தத் தேவையற்ற சுமைகளைத் தூக்கிச் சுமப்பதில்லை. பெயருக்குப் பின்னால் புழங்கும் நாயக்கர், கவுண்டர், செட்டியார் போன்ற வார்த்தைகளினால் அவர்களுக்குப் பெருமை ஒன்றுமில்லை. பின்னொட்டு எதுவாக இருந்தாலும் பிழைப்பு என்னவோ நாய்ப் பிழைப்புதான். இந்த இலக்கிய விசாரத்துக்குள் நிலவும் எந்த தத்துவக் கேள்விகள் மற்றும் பதில்கள் குறித்த கவலைகளும் அவர்களுக்கு இல்லை. கி.ரா.வுக்கும்தான். அதனால்தான் அந்த மனிதர்களின், அவர்களின் வாழ்க்கையின் மீதான சித்திரிப்பில் அத்தனை பகடி கொப்பளிக்கிறது, அவரிடம். 'நம்மால் என்ன செய்யமுடியும்?' என்னும் கேள்வியை ஒவ்வொரு கதை முடியும்போதும் அவர் நம்மிடம் கேட்டு, நாம் பதில் சொல்லத் தெரியாமல் திகைப்பதைப் பார்த்து சிரித்தபடி அடுத்த கதைக்குப் போகிறார் கி.ரா.

ரோலண்ட் பார்த்ஸின் – ஆசிரியன் – பிரதி – வாசகன் – என்னும் கருத்தியலைத் துளைத்து அவருடைய சிரிப்பு நம்மைக் கேலி செய்ய, நாம் செய்வதறியாமல் அந்தக் கரிசல் மனிதர்களின் கால்தடங்களையே உற்றுப்பார்த்தபடி நின்றுகொண்டிருக்கிறோம்.

முனைவர். மா.ஞானபாரதி
(பாரதி மார்க்ஸ்)

சென்னை–26
23-08-2020

உள்ளே...

1.	சொந்தச் சீப்பு	–	21
2.	ஜடாயு	–	26
3.	மின்னல்	–	38
4.	நாற்காலி	–	43
5.	பேதை	–	54
6.	புறப்பாடு	–	68
7.	சிநேகம்	–	81
8.	சுப்பன்னா	–	92
9.	தொண்டு	–	102
10.	கோடாங்கிப் பேய்	–	112
11.	திரிபு	–	123
12.	விளைவு	–	130

13. ஜீவன்	–	142
14. கோமதி	–	154
15. கறிவேப்பிலைகள்	–	166
16. கொத்தைப் பருத்தி	–	177
17. வேலை... வேலையே வாழ்க்கை	–	185
18. ஒரு வெண்மைப் புரட்சி	–	192
19. கனிவு	–	201
20. இல்லாள்	–	212
21. அங்கணம்	–	221
22. ஒரு செய்தி	–	227
23. சாவஞ்செத்த சாதிகள்	–	234

சொந்தச் சீப்பு

கோபாலனோடு அந்த அறையில் நான்குபேர் வசித்துவந்தார்கள். நால்வரும் அவ்வூரில் ஒரே பள்ளிக்கூடத்தில் வேலை பார்க்கும் உபாத்தியாயர்கள். அந்த ஊரில் வீடு கிடைக்காத கஷ்டத்தினாலேயே அவர்கள் அப்படிக் கூடிவாழ நேர்ந்தது.

நண்பர்கள் எல்லோரும் சந்தோஷத்துடனேயே வசித்துவந்தார்கள். கோபாலனுடைய மனசு மாத்திரம் சில நாட்களாகக் கவலைகொள்ள ஆரம்பித்துவிட்டது. அதை நினைக்க நினைக்க அவனுக்கு ஒரே சங்கடமாக இருந்தது.

கோபாலன், தன் பக்கத்து ஜன்னலில் இருக்கும் கண்ணாடியையும் சீப்பையும் ஒருதடவைப் பார்த்தான். பட்டென்று முகத்தை இந்தப் பக்கம் திருப்பிக்கொண்டான்.

அவனுடைய துக்கமெல்லாம் அந்தச் சீப்பு கண்ணாடியைப் பற்றியதே.

அந்தக் கண்ணாடி மிகவும் நேர்த்தியானது; நல்ல உறுதியானது; அழகானதும்கூட. அதில் முகத்தைப் பார்ப்பவர்கள், அதையும் பார்ப்பார்கள்!

அதன் பக்கத்தில், உறுதியான, அழகான வெள்ளைச் சீப்பு ஒன்று இருக்கிறது. தந்தத்தினால்

செய்தது. அதைப் பார்த்த உடனேயே எடுத்துச் சீவிக்கொள்ளத் தோன்றும்.

அன்று திங்கட்கிழமை, காலைநேரம். இன்னும் நண்பர்கள் படுக்கையைவிட்டு எழுந்திருக்கவில்லை. கோபாலனும் படுத்துக்கொண்டுதான் இருந்தான்.

இப்படியாகச் சிறிதுநேரம் சென்றது. கடிகாரம், மணி எட்டு அடித்தது. நண்பர்களில் ஒருவர் எழுந்திருந்தார். நேராக சீப்பு, கண்ணாடி இருக்கும் ஜன்னல் பக்கம் சென்றார். தம் முகத்தை ஒரு தடவை அந்தக் கண்ணாடியில் பார்த்துக்கொண்டார். அவர் முகத்தில் திருப்திக்குறி காணப்பட்டது. உடனே சீப்பை எடுத்தார், சீவ ஆரம்பித்துவிட்டார். கோபாலன் இவற்றையெல்லாம் பார்த்துக்கொண்டே இருந்தான். நண்பர் சீவினார்; சீவினார்; வெகு நேரம் சீவினார்!

இரண்டாவது நண்பர் எழுந்திருந்தார். அவரும் கண்ணாடியின் பக்கம் வந்தார். முகத்தைப் பார்த்தார். சீவ ஆரம்பித்தார்!

மூன்றாவது நண்பர் எழுந்திருந்தார்... அவரும் அப்படியே..!

கோபாலன் இவற்றையெல்லாம் பார்த்துக்கொண்டேதான் இருந்தான்.

மூன்று நண்பர்களும் குளிக்கப் புறப்பட்டார்கள். கோபாலன் காலையில் குளிக்கும் பழக்கமுடையவனில்லை. ஆதலால், பேசாமல் படுத்துக்கொண்டே இருந்தான்.

நண்பர்கள் வெளியே சென்றதும், சிறிதுநேரம் கழித்து கோபாலன் மெதுவாக எழுந்திருந்தான். நண்பர்களின் படுக்கைகள் சுருட்டிவைக்கப்படாமல் அப்படியே கிடந்தன. அவன் தன் படுக்கையைச் சுருட்டிவைத்தான். தண்ணீரால் முகத்தைக் கழுவினான். முகத்தைத் துடைத்துக்கொண்டே கண்ணாடி இருக்கும் ஜன்னல் பக்கத்தில் போனான். சீப்பைப் பார்த்ததும் அவன் மனம் மிகவும் வேதனைப்பட்டது. அதில் ஒரே அழுக்கு நிறைந்திருந்தது; ரோமங்களும் இருந்தன; ஒரு சின்னப் பேன்கூட இருந்தது! அதைச் சீவிய நண்பர்கள் துடைக்காமல் அப்படியே வைத்துவிட்டுச் சென்றிருந்தார்கள்.

கோபாலன் அழாக்குறையாக அதை எடுத்து நன்றாகத் துடைத்தான். ஊதினான். ஒரு பொடிக்குச்சியை எடுத்து,

அழுக்கையெல்லாம் போக்கி, தண்ணீரில் அலசி, அந்தச் சீப்பைப் பழைய வெண்மைக்குக் கொண்டுவந்தான். இப்போது அவனுக்குச் சிறிது திருப்தி உண்டாயிற்று. கண்ணாடியை எடுத்துத் துடைத்து, முகத்துக்கு நேராகச் சரிப்படுத்தி வைத்துக்கொண்டு சீவினான். முடிந்ததும் சீப்பை நன்றாகத் துடைத்துவைத்தான்.

காப்பி சாப்பிட சில்லறையை எடுத்துப் பைக்குள் போட்டுக்கொண்டு, அறையைப் பூட்டி, சாவியை நிலைமேல் வைத்துவிட்டுப் புறப்பட்டான்.

அந்தச் சீப்பும் கண்ணாடியும் கோபாலனின் கல்யாண சமயத்தில் வாங்கியவை. வெகுநாட்களாகியும் அவை நன்றாக உழைத்துவருகின்றன. கோபாலன் பணக்காரன்தான் என்றாலும் மிகவும் செட்டுடையவன். தன் சாமான்களை வெகு பந்தோபஸ்தாக உபயோகிப்பான். அவனுக்குத் தெரிய, வாங்கிய அவனுடைய நண்பர்களின் சீப்புகளும் கண்ணாடிகளும், முறிந்தும் உடைந்தும் போயின. ஆகவேதான் நண்பர்கள் அவனுடைய சீப்பையும் கண்ணாடியையும் உபயோகித்து வந்தார்கள். மேலும் கோபாலன் சிறிது சங்கோஜி. கேட்கவா வேண்டும்!

நண்பர்கள் குளித்துவிட்டு வந்தார்கள். தலைக்கு எண்ணெய் தேய்த்தார்கள். மீண்டும் மீண்டும் சீவினார்கள்.

கோபாலன் வந்தான். இந்த அமளியைப் பார்த்துச் சகிக்கவில்லை. அவன் பேசாமல் பேப்பரை எடுத்துவைத்துக்கொண்டு வாசிக்க ஆரம்பித்தான். முடியவில்லை... படங்கள் பார்க்க ஆரம்பித்தான்.

நண்பர்கள் வெகுநேரம் பேசிய வண்ணம் சீவிக்கொண்டே இருந்தார்கள்.

ஒருவாறு முடிந்தது. எல்லோரும் கோபாலன் பக்கம் வந்தார்கள்.

"என்ன ஐயா கோபாலன், ஏன் ஒரு மாதிரியாக இருக்கிறீர்கள்? வீட்டுக் கவலை வந்துவிட்டதோ..?," என்று ஒரு நண்பர் கேட்டார்.

"வீடு எனில் என்ன பொருள் ஐயா?," என்று, மற்றொரு பண்டித நண்பர் கேள்வி போட்டார். இப்படியாக 'தமாஷ்கள்' கிளம்பின.

தேர்ந்தெடுத்த சிறுகதைகள் ௨ 23

கோபாலன் இதில் அதிகமாகப் பங்குகொள்ளவில்லை. ஆயினும், மத்தியில் இரண்டொரு வார்த்தைகள் பேசிவைத்தான்.

நேரமாகிவிட்டபடியால், நண்பர்கள் அனைவரும் சாப்பிட்டுவிட்டுப் பள்ளிக்கூடம் போகப் புறப்பட்டார்கள். கோபாலன் எழுந்து மீண்டும் ஒரு தடவை சீப்பை எடுத்துச் சுத்தம் செய்துவைத்தான்.

அவனால் அந்த அழுக்கைச் சகிக்கமுடியவில்லை. 'எத்தனை நாள்தான் இதைப் பொறுத்துக்கொண்டிருப்பது..? ஒருவனுடைய சீப்பை எடுத்து இத்தனை பேர் சீவலாமா? இது ஏன் இவர்களுக்குத் தெரியமாட்டேன் என்கிறது?' இவ்வாறெல்லாம் பலவாறாகச் சிந்தித்துக்கொண்டே பள்ளிக்கூடம் புறப்பட்டுச் சென்றான்.

ஒருநாள், கோபாலன் கண்ணாடியின் முன் நின்று சீவிக்கொண்டிருந்தான். திடீரென்று "சுந்தரம்... இங்கே வாருங்கள்" என்று தன் நண்பர்களில் ஒருவரை அழைத்தான்.

நண்பர் சுந்தரம் வந்தார்.

"இந்தச் சீப்பையும் கண்ணாடியையும் நீங்களே வைத்துக்கொள்ளுங்கள். நான் இன்று வேறு சீப்பும் கண்ணாடியும் வாங்கிக்கொள்ளப்போகிறேன்!" என்று எடுத்துக் கொடுத்தான்.

"நான் வாங்கிக்கொள்கிறதென்னையா... அதுகள் அங்கேயே இருக்கட்டும்; நாங்கள் உபயோகித்துக்கொள்கிறோம். நீங்கள் வேண்டுமானால் வேறு வாங்கிக்கொள்ளுங்கள்!" என்றார் நண்பர்.

கோபாலன் "சரி" என்றான். அவன் நெஞ்சிலிருந்து ஒரு பெரிய பாறாங்கல் இறங்கியமாதிரி இருந்தது. நிம்மதியாக சீப்பையும் கண்ணாடியையும் ஜன்னலில் வைத்தான். பஜாருக்குப் புறப்பட்டான்.

அன்று கடைசி ஞாயிற்றுக்கிழமையாதலால் கடைகள் மூடியிருந்தன. ஆகவே, சீப்பு, கண்ணாடி வாங்கமுடியவில்லை.

'பரவாயில்லை, நாளை வாங்கிக்கொள்ளலாம்...' என்று திரும்பினான். அன்று, கோபாலன் மிகவும் சந்தோஷத்தோடு இருந்தான். சினிமா பார்க்கக்கூடச் சென்றான்.

மறுநாள், சீப்பு, கண்ணாடி வாங்க அவனுக்கு நேரம் கிடைக்கவில்லை. அதற்கு மறுநாள், அதைப் பற்றி அவனுக்கு ஞாபகம் இல்லை. இப்படிச் சில நாள் அவகாசமின்மையும் ஞாபகமறதியுமாக அவன், சீப்பும் கண்ணாடியும் வாங்காமலே இருந்துவிட்டான்!

கோபாலன் இப்போதெல்லாம், அதே பழைய சீப்பை வைத்தே சீவிக்கொள்ளுகிறான். நண்பர்களும் அதையே உபயோகிக்கிறார்கள். அந்த அறைக்கு வருகிறவர்கள் போகிறவர்கள்கூட உபயோகிக்கிறார்கள். கோபாலன் இவற்றையெல்லாம் பார்த்துக்கொண்டுதான் இருக்கிறான். அவன் மனசு இப்போது கொஞ்சங்கூடக் கஷ்டப்படுவது கிடையாது. அந்தச் சீப்பும் கண்ணாடியும் இப்போது அவனுக்குச் சொந்தமில்லை என்பதினாலோ என்னவோ!

சக்தி
அக்டோபர் - 1948
(காலச்சுவடு மறுபிரசுரம், செப்டம்பர் - 2020)

ஜடாயு

தாத்தைய நாயக்கரை, கிராமத்து ஜனங்கள் 'அப்புராணி நாயக்கர்' என்று சொல்லுவார்கள்.

அவர் ஒரு விவசாயி. 'தான் உண்டு, தன்பாடு உண்டு' என்றுதான் இருப்பார். விவசாயத்தில் அவ்வளவு 'கருக்கடை'. எதிலேயும் ஒரு ஒழுங்கு. முகத்தில் கோபம் வந்து ஒருவரும் பார்த்ததில்லை. சதா சிரித்த முகமும் சீதேவியுமாக இருப்பார். அறுபதுவயதுக் கிழவர் என்று யாராலும் சொல்லமுடியாது. யானையின் துதிக்கையைப் போன்ற பருத்த நீண்ட கைகள், ஆஜானுபாகுவான உடல், நரைத்தத் தலை, அடிக்கடி வெற்றிலை போட்டுத் துப்புவதால் காவி ஏறிய நரைத்த கிருதா மீசை. எவ்வளவு தொலைப் பிரயாணமானாலும் நடந்தேதான் செல்லுவார். வருஷத்தில் இரண்டு அல்லது மூன்று முறைதான் வெளியூர் செல்லுவார். பத்துமைல் தொலைவிலுள்ள கோவில்பட்டிக்குப் போய், தன் குடும்பத்துக்கு வேண்டிய சாமான்களைத் தலைச்சுமையிலேயே கொண்டுவந்து விடுவார்.

அன்றும் அவர், அப்படித்தான் கோவில்பட்டிக்குப் போயிருந்தார். ஊருக்குக் கடைசியில், ஒரு ஒதுக்குப்புறமுள்ள தனக்குத் தெரிந்த வீட்டில் சாமான்களையெல்லாம் வைத்துவிட்டு சினிமாவுக்குப் போய் வந்தார்.

நல்ல கோடைகாலம், நிலவு பால்போல் காய்ந்தது. வெளித் திண்ணையிலேயே துண்டை விரித்துப் படுத்துக்கொண்டார். தூக்கம் வரவில்லை. 'மூட்டைப்பூச்சியும் கொசுவும்' பிடுங்கித் தின்றன!

'இந்த வேக்காட்டிலும் இந்த ஜனங்கள் எப்படித்தான் வீட்டை அடைத்து உள்ளே முடங்கிக்கொள்ளுகிறார்களோ!' ஒரே ஆச்சரியம் நாயக்கருக்கு. தனக்குள் சிரித்துக்கொண்டார்.

வெகுநேரம் புரண்டுகொண்டிருந்த நாயக்கர் அப்போதுதான் கொஞ்சம் கண் அயர்ந்திருப்பார். எங்கிருந்தோ ஒரு பெண்ணின் அபயக்குரல் கேட்டுத் திடுக்கிட்டு விழித்தார்.

"ஐயோ, அம்மா... இதைக் கேட்க நாதி இல்லையா? ஐயோ... ஐயோ..." என்ற ஓலம் தொடர்ந்து கேட்டது! தாத்தைய நாயக்கர் சட்டென்று எழுந்து உட்கார்ந்தார். காது கொடுத்துக் கவனமாகக் கேட்டார்.

"அடப் பாவிகளா..! நீங்கள் அக்கா தங்கையோடு பிறக்க வில்லையா..? உங்களுக்கு இது அடுக்குமா..? ஐயோ... இதைக் கேட்பார் இங்கு யாருமில்லையா?"

திண்ணையில் உட்கார்ந்திருந்த நாயக்கர், குபீரென்று பாய்ந்து தெருவில் குதித்து நின்றார். கீழே குனிந்து தேங்காய்ப் பருமனுள்ள இரண்டு பெரிய கற்களை எடுத்து கைக்கு ஒன்றாக வைத்துக்கொண்டு, நிமிர்ந்து நின்று குரல் கொடுத்தார்.

"டேய்... யாரங்கே?"

அவருடைய கனமான, ஆண்மை நிறைந்த குரல் எங்கோ மோதி எதிரொலித்தது.

"அங்கேயே நில். நகர்ந்தாயானால் ஒரே எறிதான்; பனங்காயைப் போல் தலை கீழே விழும்!"

இவருடைய ஆவேசமான குரல் கேட்டு அந்த வீட்டுக்காரர் எழுந்து ஜன்னல் பக்கம் வந்தார்; ஆனால், கதவைத் திறக்க வில்லை.

"யோவ்...... யோவ்.... நாய்க்கரே, உமக்கென்ன பைத்தியமா? பேசாமல் வந்து படும். ஊருக்குள்ளே நூறு நடக்கும். எவன்

தேர்ந்தெடுத்த சிறுகதைகள் ஐ 27

எப்படிப் போனால் நமக்கென்ன? நாம உண்டு, நம்மபாடு உண்டு என்று இருக்கணும். எதுக்கு விருதா வாய்ப்போட்டு தூக்கத்தைக் கெடுத்துக் கொள்கிறீர்? பேசாமல் வந்து படும்!"

நாயக்கருக்கு இது சரியென்றுத் தோன்றவில்லை. அச்சமயம், அவரைப் பார்த்து ஓர் இளம்பெண் தலைவிரி கோலமாக ஓடிவந்தாள். அவருடைய கால்களைக் கட்டிக்கொண்டாள். நாயக்கர் கொஞ்சம் பின்வாங்கினார். ஆனால், அந்தப் பெண்ணோ பலமாக அவரது கால்களைக் கட்டிப் பிடித்துக் கொண்டாள்.

அவளைத் தொடர்ந்து நான்குபேர்கள் வேகமாக வந்தார்கள். நாயக்கரைக் கண்டதும் சிறிது தயங்கினார்கள். அவர்களில் இரண்டு பேர் ஒதுங்கி நின்றுகொண்டார்கள்.

"ஐயா, நீங்க சும்மா இருங்க. இது புருஷன் மனைவி சண்டை; நீங்க ஒன்றும் இதில் தலையிடவேண்டாம்..." என்றான் ஒருவன்.

"இல்லை, இது அநியாயம். நீங்கள்தான் என்னைக் காப்பாற்ற வேண்டும்!" என்று பலமாக தலையை அசைத்து, அவரது கால்களைக் கெட்டியாகப் பிடித்துக்கொண்டாள்.

நாயக்கர் அவளைச் சமாதானப்படுத்தி குழந்தையைத் தூக்குவது போல் அவளுடைய இரண்டு கஷ்கங்களிலும் கைகளை நீட்டித் தூக்கி நிறுத்தினார்.

"தாயே, பயப்படாதே. நான் இருக்கும்வரை உனக்கு ஒரு கெடுதலும் வராது. என்ன நடந்தது சொல்லு?" என்று ஆதரவோடு கேட்டார். அந்தப் பெண் நடந்ததையெல்லாம் அப்படியே சொன்னாள்.

கோவில்பட்டிக்கு வடக்கே நாலுகல் தொலைவுள்ள ஓர் ஊரில் போலம்மாளைக் கட்டிக்கொடுத்திருந்தது.

ஒருநாள் மாலை, அவளுக்கும் புருஷனுக்கும் சண்டை. ஒருநாளும் அடிக்காதவன் அன்று அவளைப் பிடித்து நன்றாக மொத்திவிட்டான்.

புருஷனோடு கோபித்துக்கொண்டு போலம்மாள், கோவில்பட்டிக்குத் தெற்கே உள்ள தாய் வீட்டுக்குப் புறப்பட்டு வந்துவிட்டாள்.

இங்கு வந்ததும் இருட்டிவிட்டது. தனக்குத் தெரிந்த தூரபந்து ஒருவரின் வீட்டில் இரவு தங்கலாம் என்று நினைத்து நடந்தாள். ஆனால், அவர்கள் வீடு மாறிவிட்டதால், முன்பு இருந்த இடத்தில் இல்லை. அவர்களைப்பற்றி விசாரித்துக்கொண்டு அலையும்போதுதான், எதிரே இந்த மனிதர்களை அவள் சந்திக்க நேர்ந்தது.

"அந்த வீடு எங்களுக்குத் தெரியும்... நாங்களும் அந்த வீட்டுக்குப் பக்கத்தில்தான் குடியிருக்கிறோம், இப்பொழுது அங்கேதான் போய்க்கொண்டிருக்கிறோம்..." என்று இவர்கள் சொன்னார்கள். போலம்மாள் அதை நம்பிவிட்டாள். அவள் வீட்டில் கோபித்துக்கொண்டு வந்த விவரங்களையும், அவளுடைய பெயரையும்கூட அவர்கள் மெதுவாகக் கேட்டுத் தெரிந்துகொண்டார்கள்.

அந்திக் கடையில் பலகாரம் வாங்கிக்கொடுத்து அவளிடம் தின்னும்படி வற்புறுத்தினார்கள்.

"அந்த வீடு ரொம்பத் தொலைவில் இருக்கிறது; போய்ச் சேர நேரமாகும். நீ பசியோடு இருக்கிறாய்போல் தெரிகிறது. வெட்கப்படாதே; சும்மா சாப்பிடு" என்று பரிவோடு உபசரித்தார்கள்.

அவள் பலகாரத்தைத் தின்றுகொண்டிருக்கும்போது அவளுடைய புருஷனை வாய்வலிக்கும்வரை திட்டித் தீர்த்தார்கள் அவர்கள்.

"நீ செத்தாலும் இனி அவன் முகத்தில் விழிக்காதே, சே! அவன் மனுஷன்தானா? மாட்டை அடிக்கிறமாதிரி அடித்திருக்கிறான்... பாவம்!"

இதைக் கேட்டதும் போலம்மாளுக்கு வீட்டின் நினைவு வந்தது. கண்ணீர் பொங்கியது. காப்பி கசந்தது; ஓங்கரிக்கவும் வந்தது. அப்படியே வைத்துவிட்டு எழுந்துவிட்டாள்.

"சீக்கிரம் போகணும் நேரமாகிறதே..." என்று துடித்துக்கொண்டு நடக்க ஆரம்பித்தாள்.

அவர்கள், ஊருக்கு ஒதுக்குப்புறமாகவே அவளை அழைத்துக் கொண்டு வந்தார்கள். வரும்போதே அவளிடம் கேலி

பேசிக்கொண்டும், நையாண்டி வார்த்தைகளாடிக்கொண்டும் வந்தார்கள்.

ஒருவன், அவள் முதுகைத் தடவி, “பாவிப்பயல், இப்படி வீங்கும்படி அடித்திருக்கிறானே..!” என்றான்.

போலம்மாள் விழித்துக்கொண்டாள். அவள் திரும்பிப் பார்த்த பார்வையில், சரசமாடத் தொடங்கிய கை கீழே துவண்டு விழுந்தது. அடுத்த நிமிஷம், தன் ஏழ்மை நிலையை நினைத்து அவளுக்கு கண்ணீர் வந்தது.

“அண்ணன்மார்களே, தனியாகப் போகிற பெண்களிடம் இப்படியெல்லாம் நடந்து கொள்ளலாமா? பாபமில்லையா?” என்று பரிதாபமாகக் கேட்டு விசித்தாள்.

“ஐயோ... பாவி நான் எதற்காகத்தான் இப்படிப் புறப்பட்டு வந்தேனோ; இன்னும் என்னவெல்லாம் நடக்கப்போகிறதோ?” என்று பொருமினாள்.

ஏதோ ஒரு தீர்மானத்திற்கு வந்தவளாய், அவள் அதே இடத்தில் ஆணி அறைந்தாற்போல் நின்றுவிட்டாள். நகரமுடியாது என்று சாதித்துவிட்டாள்.

கிருதாவும் கேராவும், சுருட்டைத் தலையுமான ஒரு தடியன் அவளருகில் நெருங்கினான்.

“என்னைத் தொட்டையானால், சத்தம்போட்டு ஊரைக் கூட்டிவிடுவேன். உனக்குச் சரியான மரியாதை கிடைக்கும்!” என்று சீறினாள்.

அப்பொழுது சிலர் தெருவோடு போனார்கள். இந்தச் சலசலப்பை உற்று நோக்கிய அவர்கள், போலம்மாளின் பக்கத்தில் நின்றவர்களிடம், “என்ன விஷயம்?” என்று கேட்டார்கள்.

“சும்மா... வேறொன்றுமில்லை! புருஷன் – பெண்சாதி தகராறு. அவ்வளவுதான்!”

“பூ இவ்வளவுதானா..?” என்று, வேடிக்கைப் பார்த்தவர்கள் நகர்ந்துவிட்டார்கள்.

இதை வேடிக்கைப் பார்த்தவர்களே மற்றவர்களிடம், "புருஷன் – பெண்சாதி தகராறு", "புருஷன் – பெண்சாதி தகராறு" என்று ஒலிபரப்பிக்கொண்டே சென்றார்கள். நேரம் ஆக ஆக, அந்தப்பகுதியில் ஆள் நடமாட்டம் குறைந்துகொண்டே வந்தது.

அவர்கள் இப்போது, தைரியமாக போலம்மாளின் கையைப் பிடித்து இழுத்துக்கொண்டே சென்றார்கள்.

அவள் கதறாதச் சொற்கள் இல்லை; வையாத வசவும் இல்லை; வேண்டாத தெய்வமும் இல்லை. அவளுக்கு அபயமளிக்கவோ, அவள் கண்ணீரைத் துடைக்கவோ யாரும் இல்லை அங்கே!

தாத்தைய நாயக்கர் இந்த விவரம் கேட்டு உள்ளம் கொதித்தார். கோபம் கண்களைத் துருத்த அவர்களைப் பார்த்தார். ஆனால், அந்தச் சுருட்டைத் தலையன், நாயக்கரின் முன்பு பவ்யமாக வந்து வணங்கி நின்றான்.

"ஐயா! நான் சொல்கிறதையும் தயவுசெய்து கேட்கவேணும். நீங்கள் என்னுடைய தகப்பன்மாதிரி. இவள் என்னுடைய சொந்த மாமன் மகள். இவள் எனக்கு வாழ்க்கைப்பட்டு அஞ்சி வருஷமாகிறது. இந்த அஞ்சி வருஷமும் இவளோடு இந்தப் போராட்டம்தான். பகலெல்லாம் எலும்பு முறிய வேலை செய்துவிட்டு ராத்திரி வீட்டுக்கு வந்தால், வீட்டில் இருக்கமாட்டாள். விடியத்தான் வீட்டுக்கு வருவாள். இவளை நான் ராத்திரியெல்லாம் தேடிக்கொண்டு அலையவேண்டும். கட்டிய புருஷன் எத்தனை நாளைக்குத்தான் இதைச் சகித்துக்கொண்டு இருப்பான்?"

இந்தச் சமயத்தில், கதவைத் திறந்துகொண்டு நாயக்கர் தங்கியிருந்த வீட்டுக்காரர் சுந்தரம் செட்டியார் வெளியே வந்தார். பக்கத்து வீட்டுக்காரர்களும் வந்தார்கள்.

தூரத்தில் நின்றிருந்த சுருட்டைத் தலையனின் ஆட்களில் ஒருவன் இவர்களை நோக்கி வந்தான்.

அவன், சுருட்டைத் தலையனைப் பார்த்துச் சொன்னான்... "என்ன லச்சை... பழையபடியும் தொடங்கியாச்சா? நானா இருந்தால் இவளை கட்டிகிட்டு அழுகிறதைவிட, பேசாமல் ஒரு தலைமுழுக்குப் போட்டுருவேன். 'கல்யாணம் பண்ணியும் பிரம்மச்சாரி' என்கிறது உனக்குத்தான் அண்ணே பொருத்தம்!"

இவ்வாறு சொல்லிவிட்டு அவன் தாத்தைய நாயக்கரைப் பார்த்துச் சிரித்தான்.

சிரித்தவனின் மூஞ்சியில் காறி 'தூ' என்று துப்பினாள், போலம்மாள். "என்னைப் பார்த்துத் துப்பு; இந்த மானங்கெட்டவனைப் பார்த்துத் துப்பு. துப்பமாட்டையா பின்னே? தாயில்லாப் பிள்ளையின்னு உன்னை வளர்த்து நான் கட்டிகிட்டேன் பாரு. காலாகாலத்தில் உன் கையைக் காலை ஒடித்து முடமாக்கிப் போட்டிருந்தால், இந்தத் திரிசல் திரியமாட்டாய். என் குத்தத்துக்கு அவன் என்ன பண்ணுவான். சிறுக்கி மகளே!" என்று அவள் மீது பாய்ந்தான் சுருட்டைத் தலையன்.

'வீல்' என்று அலறினாள் போலம்மாள்; வெட்டுண்ட பனைமரம் போல் 'தடார்' என்று தரையில் சாய்ந்தாள்.

தாத்தைய நாயக்கரின் கையில் இருந்த கற்கள் தாமாகவே நழுவித் தரையை வந்து அடைந்தன; சோர்ந்துபோய் திண்ணையில் உட்கார்ந்துவிட்டார்.

கோழிக்குஞ்சைப் பருந்து தூக்கிக்கொண்டுபோவதுபோல் அவளைத் தூக்கிக்கொண்டு போனார்கள்.

அந்தத் தெருவில் மழைபெய்து ஓய்ந்தது போலிருந்தது. எல்லோரும் வீட்டினுள் சென்று பத்திரமாய்ப் பூட்டிக்கொண்டு படுத்துவிட்டார்கள்.

தாத்தைய நாயக்கருக்கு மட்டும் தூக்கம் வருவதாய் இல்லை. சிறிது நேரம் கழித்து மீண்டும் அந்தப் பெண்ணின் அவலக் குரல் கேட்டது.

அவர் ஒரு முடிவுக்கு வந்தவராக எழுந்தார். 'அந்தப் பெண்ணை அவர்கள் என்ன செய்கிறார்கள் என்று பார்க்க வேண்டும்' என்று எண்ணி நடந்தார்.

குரல் வந்த திக்கை வைத்துப் பார்த்தால் அவர்கள் ஊருக்குள் போவதாகத் தெரியவில்லை.

நாயக்கரின் வேகமும், படபடப்பும் அதிகரித்தன. சிறிது தூரத்திலுள்ள சாலையில், ஒற்றைக்கண் பாலத்தின் அடியில் ஒரு

தீனமான சோகக்குரல் கேட்டுக்கொண்டிருந்தது. சட்டென்று பாதியிலேயே அது நின்றுவிட்டது. தாத்தைய நாயக்கர் அங்கு ஒரே ஓட்டமாக ஓடினார். 'உஷ்ஷ்' என்று பலமான விசில் சப்தம் அந்த இடத்திலிருந்து கேட்டது. அதைத் தொடர்ந்து மூன்றுபேர் தாத்தைய நாயக்கரை நோக்கிப் பாய்ந்து ஓடிவந்தார்கள்.

"ஏய்... கிட்டே வராதே; ஓடிப்போ! ஓடிப்போ!" என கத்திக் கொண்டே வந்தார்கள்.

தாத்தைய நாயக்கர் குனிந்து இரண்டு பெரிய கற்களை எடுத்தார். அவருடைய தோள்கள் பூரித்து நின்றன. மார்பு புடைத்து விம்மியது. அவருடைய உயரம் வளர்ந்தது; எட்டடி உயரமுள்ள கம்பீரமான தோற்றமாகப் பரிணமித்தது. இடது காலைப் பிரித்து ஒரு எட்டு முன்வைத்து, வலது கையைப் பின்வாங்கி கல்லை விட்டார் நாயக்கர். 'உங்' என்று காற்றைக் கிழித்துக்கொண்டு சென்றது கல்.

"ஐயோ அம்மா... செத்தேன்!" என்று, ஒருவன் கீழே விழுந்தான்.

இமை தட்டுவதற்குள். இடது கையிலிருந்து மற்றொரு கல்லும் வலதுக்கு வந்து, 'உங்' என்று இரைந்துகொண்டே சென்றது.

'சடார்' என்ற சப்தத்துடன் மரத்திலிருந்து ஒரு பெரிய கிளை முறிந்து விழுந்தது; குறி தவறிவிட்டது.

ஒருவன் சுருண்டு விழுந்ததும், முன்னேறி வருகிறவர்களைக் கண்டு ஒருகணம் திகைத்து நின்றார் நாயக்கர். மீண்டும் குனிந்து கற்களை எடுக்க நேரமில்லை; அவர்கள் அவ்வளவு நெருங்கிவிட்டார்கள்.

வலதுபுறம் பின்வாங்கி ஓடுபவரைப்போல் பாய்ச்சல்காட்டி, முன்புறமாக ஓடினார். கல் எறி வாங்கியவன் புரண்டு கொடுத்ததைக் கவனித்தார். இடது புறம் பின்வாங்கி ஓடுகிறவரைப்போல் பாய்ச்சல் காட்டி முன்புறமாக மேலும் ஓடினார். கீழே விழுந்து கிடந்தவனை அதிலாகவமாகத் தூக்கி இரண்டு கைகளாலும் ஆகாயத்தை நோக்கி உயர்த்தினார். தன் பலத்தை எல்லாம் கைகளுக்குக் கொண்டுவந்து தரையில் ஓங்கி அறைந்தார் அவனை.

"உஷ் உஷ்" என்று இரண்டு விசில் கிளம்பியது.

பாலத்திலிருந்து எமதர்மனைப்போல் சுருட்டைத் தலையன் வெளியே வந்தான். அவன் போலம்மாளைப் பலமாகப் பற்றி இருந்தான்.

போலம்மாள் ஆடையின்றி பிறந்தமேனியாய்க் காட்சி அளித்தாள். வாயினுள் திணித்திருந்த துணியின் ஒரு பகுதி வெளியே தொங்கிக்கொண்டிருந்தது.

நாயக்கர், சுருட்டைத் தலையன்மீது ஆவேசத்துடன் பாய்ந்தார். ஓங்கி அவன் கன்னத்தில் ஓர் அறை கொடுத்து எட்டி உதைத்தார். அவற்றை அவனால் ஜீரணிக்க முடியவில்லை. மல்லாந்து விழுந்து கண்களை மூடித்திறந்தான். போலம்மாளின் வாய்த்துணி அகன்றது.

சுருட்டைத் தலையனின் ஆட்கள் பாய்ந்து வந்து நாயக்கரை வளைத்துக்கொண்டார்கள். அதில் ஒருவனிடம் நீண்ட வீச்சரிவாள் இருந்தது. அது நிலவின் ஒளி பட்டு மின்னியது.

தாத்தைய நாயக்கர், உடனே தமது முடிவைப்பற்றித் தெரிந்து கொண்டார். இவர் ஓடித் தப்பித்து இருக்கலாம்; ஆனால் அவ்வாறு செய்யவில்லை.

"அம்மா... போய்விடு இங்கிருந்து..." என்று சப்தம் கொடுத்தார்.

"போ, உடனே ஓடு!" – கத்தினார்.

போலம்மாள் பின்வாங்கி ஓடினாள். இரட்டையரில் ஒருவன் அவள் பின்னால் ஓடி அவள் கையைப் பிடித்துக்கொண்டான்; அவளால் திமிறி ஓட முடியவில்லை. இப்பொழுது இரண்டு எதிரிகள் இருந்தார்கள்.

நாயக்கர், அரிவாள் வைத்திருந்தவனுக்கு நேரே கையை நீட்டி யாரையோ உதவிக்குக் கூப்பிடுவதுபோல் "ஓடி வாருங்கள் ஓடி வாருங்கள்!" என்று கூவினார்.

அரிவாள்காரன் பின்னால் திரும்பிப் பார்த்தான். நாயக்கர் 'சடக்'கென்று அவனைக் குப்புறத் தள்ளி அவனுடைய கையை ஒரு கையாலும், தலையை ஒரு கையாலும், பிடித்துக்கொண்டு இடுப்பில் ஒரு காலை மிதித்து முறித்தார்.

அரிவாள் கீழே விழுந்தது. நாயக்கர் அதை எடுப்பதற்குள் சுருட்டைத் தலையன் முந்திக்கொண்டான்.

பிடி கொஞ்சம் தளர்ந்தவுடன் கீழே கிடந்தவன் நாயக்கருடைய கால்களைப் பாம்புபோல் சுற்றிக்கொண்டான். தாத்தைய நாயக்கர் ‘தடால்’ என்று கீழே விழுந்தார். ஒரு கையை ஊன்றிக்கொண்டு எழுந்திருக்க முயன்றார்; கை உயர்ந்தது.

‘சதக்’

உயர்ந்து நின்ற தாத்தைய நாயக்கரின் வலதுகை துண்டாக தரையில்போய் ‘சொத்’ என்று விழுந்தது.

“ஐயோ... ஐயோ!” என்று கதறினாள் போலம்மாள்.

கழுத்தில் வெட்டு விழாமல், கீழே விழுந்து கிடந்த நாயக்கர் இடது கையால் தடுத்தார். அந்தக் கையையும் வெட்டினான் சுருட்டைத் தலையன்.

தன் சக்தி எல்லாவற்றையும் திரட்டி, தன் காலைச் சுற்றிக் கொண்டிருப்பவனை உதைத்துத் தள்ளி, விழுந்து, புரண்டு, எழுந்து, ஆவேசமாகக் கத்தி, குனிந்து, பாய்ந்து, சுருட்டைத் தலையனின் வயிற்றில் முட்டித் தள்ளினார் நாயக்கர். சுருட்டைத் தலையன் இரண்டு கஜத்திற்கு அப்பால் போய் விழுந்தான்!

தாத்தைய நாயக்கர் ஒரு குறிக்கோளும் இல்லாமல் அங்கும் இங்கும் ஓடிக்கொண்டிருந்தார். இரண்டு புஜங்கள் வெட்டுண்ட இடங்களிலிருந்தும் பீச்சாங்குழல் வைத்து அடிக்கிறமாதிரி ‘சர்ர் சர்ர்’ என்று இரத்தம் பீறிட்டுப் பாய்ந்தது.

கீழே விழுவதும், எழுந்து பாய்ந்து முட்டவருவதுமாக இருந்தார் நாயக்கர்.

“ஏ, நீச ஜாதிப் பயல்களே! பேடிப் பயல்களே? நியாயம் என்று ஒன்று இருக்கிறது. கடவுள் என்று ஒருவர் இருக்கிறார்!” என்று கர்ஜித்தார் நாயக்கர்.

“ஐயோ, தாயே; உனக்கு நான் உதவமுடியாமல் போய்விட்டதே, இவர்களைக் கொன்று, உன்னை மீட்க வல்லமை இல்லாமல் போய்விட்டதே... கடவுளே, நீ இருக்கிறாயா..?” என்று விம்மி, அந்த சரள் தரையில் முகத்தைப் பல தடவை பலமாக மோதிக்கொண்டார், தாத்தைய நாயக்கர்.

இன்னும் அந்த இடத்தில் தாமதிப்பது தங்களுக்கு நல்லதில்லை என்று தெரிந்துகொண்ட அவர்கள் அங்கிருந்து புறப்பட்டார்கள்.

போலம்மாளின் தலைமயிரைப் பிடித்து இழுத்துக்கொண்டே முன்னால் சென்றான் ஒருவன். போலம்மாளின் அரற்றல் சிறிது நேரம் வரை கேட்டுக்கொண்டே இருந்தது; அப்புறம் அதுவும் இல்லை. அமைதி; ஒரே அமைதி.

தாத்தைய நாயக்கர் அதிவேகமாகச் செத்துக்கொண்டே வந்தார்.

அவருடைய நிலைத்த விழிகளின் பார்வையிலிருந்து பொருள்கள் மங்குவதும், தெளிவுபெறுவதுமாய் இருந்தன.

அவருக்குப் பிரக்ஞை இருந்தபோது, முதலில் ஞாபகம் வந்தது அவருடைய வீட்டின் அரங்கு அறைக்குள் தெற்கு மூலையில் சாத்தி வைக்கப்பட்டிருந்த கனமான வேல்கம்புதான். அதையடுத்து தன்னுடைய ஒரே மகளான வெங்கடம்மாளின் சிரித்த முகம். தன்னுடைய பேரன் சீனிவாசனின் பால்வடியும் முகமும் ஞாபகத்துக்கு வந்தது.

நாயக்கர் புரண்டு கொடுத்தார். தன் சக்தியை எல்லாம் ஒருமித்துக் கூட்டி "சுந்தர... செட்டியார், சுந்தர... செட்டியார்" என்று சப்தமிட்டு அழைத்தார். அவருடைய குரலுக்கு பதிலுரைப்பார் அங்கு யாருமில்லை.

அவருடைய குரல் கதிரேசன் கோவில் மலையில் போய் மோதி திரும்பி வந்து, "சுந்தரஞ்... செட்டியார்... சுந்தரஞ்... செட்டியார்!" என்றது.

அவருடைய வாயிலிருந்து வந்த கடைசி வார்த்தைகள் இதுதான். "தண்ணீர்... தண்ணீர்."

கீழ்வானம் வெள்ளென்று வெளுத்தது. காற்று அமைதியாகவும் சுகமாகவும் வீசிக்கொண்டிருந்தது.

எங்கிருந்தோ ஒரு காகம் பறந்துவந்து, அருகிலுள்ள மொட்டை மரத்தில் உட்கார்ந்து தன் தலையைச் சாய்த்து தாத்தைய நாயக்கரின் பிரேதத்தைப் பார்த்தது. நாயக்கரின் தலைமீது வட்டமிட்டு, 'கார்ர் கார்ர் கார்ர்...' என்று மூன்று தடவை கத்தியது.

அந்த வழியே, தயிர்க்குடத்துடன் இரண்டு இடையர் குலப் பெண்கள் வந்தார்கள்.

கைகள் துண்டாடப்பட்டு இரத்த வெள்ளத்தில் மூழ்கிக்கிடந்த உருவத்தைக் கண்டு திடுக்கிட்டுக் கூக்குரலிட்டார்கள்.

தாத்தைய நாயக்கரின் சடலத்தைச் சுற்றி இருந்த கூட்டத்தில் தலையில் தயிர்க்குடத்துடன் இருந்த ஒரு வயோதிக அன்னை தன் முந்தானையால் கண்களைத் துடைத்துக்கொண்டு புறப்பட்டாள்.

"பாவம், யார் பெற்ற பிள்ளையோ... எந்தப் பாவி செய்த வேலையோ..?" என்று சொல்லிக்கொண்டே நடந்தாள்.

தாமரை
ஏப்ரல் - 1959

மின்னல்

"தள்ளி உட்காரும், ஐயா!"

"தள்ளி உட்காராமல், இப்பொ என்ன உமது தலையிலா உட்கார்ந்திருக்கிறேன்?"

"தள்ளி உட்காரச்சொன்னால் எதுக்கு ஐயா கத்துகிறீர்? இவ்வளவு ரோசம் உள்ளவர் சொந்த பிளஷரில் போகணும்!"

"ஏன், நீர் சொந்தப் பிளஷரில் போகிறதுதானே?"

"உஸ், அப்பபப்பப்பா...!"

"என்ன புழுக்கம்; என்ன வேக்காடு..!"

"இந்த பஸ் இப்போதைக்கு நகராது!"

"இந்தப் பிரயாணம் ஜன்மத்துக்கும் போதும்!"

"உஷ்! ராமா, ராகவா, என் அப்பனே" – பஸ்ஸின் உள்ளே இருந்தவர்கள் வெந்து மடிந்துகொண்டிருந்தனர்.

அந்த பஸ்ஸில் நாற்பத்தைந்து பிரயாணிகள் இருந்தனர். நாற்பத்திரண்டு ஆண்கள்; மூன்று கிழவிகள்.

பஸ்–ஸ்டாண்டில் மர நிழல் இருந்தது. பஸ்ஸை நிறுத்துவதற்கென்றே போட்டிருந்த கொட்டகையும் இருந்தது;

அங்கெல்லாம் பஸ்ஸை நிறுத்தியிருக்கலாம். ஆனால், எதற்காக அப்படி நிறுத்தவேண்டும்? நிறுத்தவேண்டுமென்று என்ன ஆத்திரம்?

உட்கார்ந்த பிரயாணிகளில் ஒரு தடியான ஆசாமி, பாவம்! 'கேஸ் பூஸ்' என்று மூச்சு வாங்கி இளைத்துக் கொண்டிருந்தார்; ஆஸ்துமா காரணமாகவோ அல்லது திட்டம் இல்லாமல் தின்று கொழுத்துவிட்டதனாலோ, யாருக்குத் தெரியும்?

ஒரு போலீஸ்காரர், துப்பாக்கியைத் தோளில் சாத்திக்கொண்டு, பெரிய சட்டிவடிவமுள்ள தம் முகத்தை அஷ்டகோணலாக வைத்துக்கொண்டு தூங்கி வழிந்துகொண்டிருந்தார். கேலிச் சித்திரக்காரன், எவனாவது அப்போது அவரைக் கண்டிருந்தால் விடவேமாட்டான்.

இன்னொருவர் பல் டாக்டர், வாரம் ஒரு தடவை அந்த ஊருக்கு வந்து போவார். ஒரு காலத்தில் அவர் முகம் பார்ப்பதற்கு எவ்வளவு அழகாக இருக்கும்! இப்பொழுது அவருக்கு நல்ல வரும்படி நோயாளிகளின் ஊத்தை நிறைந்த பற்களைப் பார்த்துப் பார்த்து, துர்வாடையையும் அனுபவித்து அவருடைய முகத்தில் அருவருப்புத் தங்கி, அதுவே நிரந்தரமாகிவிட்டது. அவருக்கு எதிரில் நீண்ட பற்களையுடைய ஒருவன் உட்கார்ந்திருந்தான். அவனுக்கு நீண்ட பற்கள் மாத்திரம் அல்ல; ஒரு பல் இருக்க வேண்டிய இடத்தில் இரண்டு பற்களும், சில இடங்களில் மும்மூன்று பற்களும் முளைத்திருந்தன. டாக்டர் அவனையே வைத்த கண்கள் வாங்காமல் பார்த்துக்கொண்டிருந்தார்.

கிழவிகள் மூன்று பேரும் ஒரே இருக்கையில் உட்கார்ந்து கொண்டிருந்தார்கள். அதில் ஒரு கிழவி மட்டும் தூங்கிக் கொண்டிருந்தாள். தன் பொக்கைவாய் நிறைய கருப்பட்டிப் புகையிலையைக் குதப்பிக்கொண்டு ஒரு கண்ணை மூடியும் இன்னொரு கண்ணைப் பாதி மூடியும் தூங்கிக்கொண்டிருந்தாள். அவளது வாய்க்கோடியில் புகையிலை எச்சில் ததும்பி நின்று கீழே உதிர முகூர்த்தம் பார்த்துக்கொண்டிருந்தது. பக்கத்தில் இருந்த கிழவி அவளை முறைத்துப் பார்த்துக்கொண்டிருந்தாள். அது விழுந்தால் தன்மீதுதான் விழும் என்ற பயம் அவளுக்கு. பஸ் புறப்பட இன்னும் சில நிமிஷங்களே இருந்தன. மரங்களில் இலைகூட அசையவில்லை.

தேர்ந்தெடுத்த சிறுகதைகள் ௵ 39

பிரயாணிகள் முணுமுணுத்தார்கள். கொட்டாவி விட்டார்கள். தங்களையே நொந்துகொண்டார்கள். சில பிரயாணிகள் தைரியமாகக் கண்டக்டரையும் டிரைவரையும் பஸ் கம்பெனியையும் வாய்விட்டுச் சபித்தார்கள்.

மரத்தின் நிழலடியில் கண்டக்டர்களும் டிரைவர்களும் ஏதோ ஒரு விவகாரத்தில் உற்சாகமாக ஈடுபட்டிருந்தனர். ரோடுவழியாக, ஒரு வாத்தியார் இந்த வேணாவெயிலில் சின்னஞ்சிறு குழந்தைகள் பலரை வரிசைப்படுத்தி அழைத்துக்கொண்டு போனார். ஒருவேளை அவர்கள் உல்லாசப் பிரயாணம் போகிறார்களோ என்னவோ?

மூட்டை தூக்கிப் பிழைக்கும் கூலிச் சிறுவர்கள் ஒருவரோடு ஒருவர் ஆபாசமாகப் பேசிக்கொண்டும் வைதுகொண்டும் விளையாடிக்கொண்டிருந்தார்கள்.

பஸ் புறப்படும் நேரம் நெருங்கிக்கொண்டிருந்தது. இரண்டு பிரயாணிகள் பஸ்ஸினுள் நின்றுகொண்டிருந்தனர். தாங்கள் எங்கே உட்காருவது என்று அவர்களுக்குத் தெரியவில்லை.

ஒரு வழியாக வந்துசேர்ந்தார் கண்டக்டர். கடவுளைக் கண்டது போலிருந்தது; சிலர் கொலைப் பார்வை பார்த்தனர், கண்டக்டரை.

நின்றுகொண்டிருந்த அந்த இரண்டுபேரையும், “இறங்குவேய்!” என்றார் கண்டக்டர். மன்னன் பேச்சுக்கு மறுபேச்சு உண்டா? அவர்கள் இறங்குவதைப் பார்க்கப் பரிதாபகரமாக இருந்தது. இறங்கியவர்களைப் பார்த்து கண்டக்டர், “ஏறுவேய்” என்றார்! அவர்கள் மறுபடியும் ஏறிக்கொண்டார்கள். கண்டக்டர் முகத்தில் இன்னும் திருப்தி ஏற்படவில்லை. கடுகடுப்பு மறைந்தபாடில்லை. அப்புறம் அவர் பிரயாணிகளை ஒழுங்குபடுத்தி ‘அடுக்கினார்’. அடுக்கியதை எல்லாம் எண்ணினார்; திரும்பவும் எண்ணிவிட்டு டிரைவரை நோக்கிக் குரல் கொடுத்தார். “சீட் நாப்பத்தி அஞ்சி; நம்பர் எளநூத்தி நாப்பத்தி ரெண்டு. ஆலம்பட்டி ஒரு இறக்கம். ரைட்...”

ஆலம்பட்டி இறக்கத்தில் பஸ் வந்து ஓர் அசைப்பு அசைந்து நின்றது. தூங்கிக்கொண்டிருந்த பிரயாணிகள் எல்லாரும் தங்கள் தலைகளை உடம்போடு ஓர் அசைப்பு அசைத்து மெதுவாக கண்களைத் திறந்தும் திறக்க இஷ்டப்படாமலும் இருந்தார்கள்.

மூன்றாவது கிழவி மெதுவாக எழுந்து பனைநார்ப் பெட்டியில் இருந்த தன் சாமான்களோடு இறங்கினாள்.

இந்தச் சமயம் மென்மையான குளிர்ந்த காற்று பஸ்ஸினுள் ஊடுருவிப் புகுந்து பிரயாணிகளைத் தடவிச் சென்றது; ஏறக்குறைய அதேசமயம் யௌவனம் மிகுந்த பெண்ணின் கலகலவென்ற சிரிப்பொலி எல்லார் காதுகளிலும் புகுந்தது; அதை ஒட்டி மருக்கொழுந்தின் வாடையும் கம்மென்று பரவியது.

கிராமப் பெண்ணொருத்தி, இடுப்பில் குழந்தையுடன் உள்ளே வந்தாள். போலீஸ்காரரைக் கண்டதும் அந்தக் குழந்தை சிரித்தான். போலீஸ்காரர் விழித்துப் பார்த்தார். அவர் முகத்தில் இருந்த கோணல் மறைந்து குதூகலம் படர ஆரம்பித்தது.

சுருட்டை முடியும் மழுமழுவென்ற பால் கன்னங்களும் கருவண்டு போன்ற கண்களும், சிரித்த செந்தாமரை முகமும்கொண்டு தன் அழகான கழுத்தைத் திருப்பி எல்லோரையும் சுற்றிப் பார்த்தான் குழந்தை. மென்மையான குளிர்ந்த காற்று பஸ்ஸினுள் ஊடுருவிப் புகுந்து சென்றது. குழந்தை ஆனந்தமாகக் கைதட்டிச் சிரித்தான். பஸ்ஸினுள் மூதேவிக் களை விலகி லட்சுமிகரம் வழிய ஆரம்பித்துவிட்டது. பிரயாணிகள் எல்லாருக்கும் குழந்தையையும் தாயையும் பார்த்ததில் ஒரே உற்சாகம், சொர்க்கத்தையே தன் கையில் ஏந்தி நின்ற இந்தப் பெண்மணியை எல்லாருக்கும் சிரம் தாழ்த்தி வணங்க வேண்டும்போல் இருந்தது.

ஒரு கிழவி குழந்தையை, 'வா ராசா' என்றாள். இன்னொரு கிழவி "என் செல்லக் கனியில்லே" என்று அழைத்தாள்.

குழந்தை சிரித்தபடியே தலையை ஆட்டி ஆட்சேபம் தெரிவித்தது.

டிக்கெட் கிழித்த கண்டக்டர் அந்தக் குழந்தையிடம் கொண்டுவந்து கொடுத்தார். அதை வாங்கி ஜன்னல் வழியே காற்றோடு விட்டது குழந்தை,

கண்டக்டர் பிரமிப்புத் தட்டியதுபோல் நடித்தார். மீண்டும் அந்தப் பெண் கலகலவென்று சிரித்தாள். என்ன அற்புதமான சிரிப்பு! "போக்கிரிப் பயலே!" என்று போலீஸ்காரர் கொஞ்சினார்.

தேர்ந்தெடுத்த சிறுகதைகள் ௵ 41

பஸ் வேகமாகச் சென்றுகொண்டிருந்தது. கிழவிகள் இருவரும் அந்தப் பெண்ணோடு பேசிக்கொண்டே வந்தார்கள். மலர்ந்த முகத்தோடு அந்தப்பெண் பதில் சொல்லிக்கொண்டே வந்தாள்.

பல் டாக்டரும் அந்தப் பெண்ணின் சிரித்த முகத்தையே பார்த்துக்கொண்டு வந்தார்.

என்ன அழகான பற்கள்! என்ன ஆரோக்கியமான, பிரகாசம் பொருந்திய பற்கள்! இப்படிப் பற்களைப் பார்த்து எத்தனை நாள் ஆகின்றன?

அந்த டாக்டருக்கு தாம் பிறந்த பூமியின் ஞாபகங்கள் ஒன்றன்பின் ஒன்றாய் வந்தன. அவருடைய முகத்தின் பழைய அழகு வந்து குடி புகுந்தது.

நாலாவது மைலில் வந்து பஸ் நின்றது. பெண்ணும் குழந்தையும் இறங்கினார்கள். கிழவிகள் இருவரும் குழந்தையின் கன்னத்தைத் தடவி, தடவிய தங்கள் கையை முத்தமிட்டார்கள். "போயிட்டு வாடா கண்ணு"

எல்லாருமே மானசிகமாக அவர்களுக்குப் பிரியாவிடை கொடுத்து அனுப்பினார்கள். பஸ் மெதுவாக, சகிக்கமுடியாத பெருத்த இரைச்சலுடன் நகர்ந்தது.

தடியான ஆசாமி சோம்பல் முறித்து எரிச்சலுடன் பெரிய நீண்ட கொட்டாவி ஒன்றை விட்டார். மீண்டும் அவருக்கு இளப்பு ஆரம்பமாகிவிட்டது. அவரைத் தொடர்ந்து இன்னொருவர் துணைக் கொட்டாவிவிட்டார். போலீஸ்காரரும் அந்தக் கிழவியும் தூங்க ஆரம்பித்தார்கள்.

டாக்டர், தம் எதிரே உட்கார்ந்திருந்தவனைப் பார்த்துக்கொண்டே இருந்தார். அவர் முகத்தில் கொஞ்சங்கொஞ்சமாக அருவருப்பு வளர்ந்துகொண்டே வந்தது.

"உஸ்! அப்பப்பா! என்ன வேக்காடு, என்ன வேக்காடு, கொஞ்சம் தள்ளி உட்காரும், ஐயா! எத்தனை தடவை சொல்லுவது?"

கண்டக்டர், அவர்களை நோக்கிக் கையை நீட்டி ஏதோ கோபமாகக் கத்தினார். பஸ்ஸின் ஹாரன் சப்தத்தில் அது ஒருவர் காதிலும் விழவில்லை.

கலைமகள்
ஜனவரி - 1960

நாற்காலி

நாற்காலி இல்லாததும் ஒரு வீடா?

எங்கள் வீட்டில் இப்படித் திடீரென்று எல்லார்க்கும் தோன்றிவிட்டது. அவ்வளவுதான்; குடும்ப 'அஜெண்டா'வில் வைக்கப்பட்டு இந்த விஷயத்தில் விவாதம் தொடங்கியது.

முதல் நாள் எங்க வீட்டுக்கு ஒரு குடும்ப நண்பர் விஜயம் செய்தார். அவர் ஒரு சப்ஜட்ஜ். வந்தவர் நம்மைப்போல் வேட்டி, சட்டை போட்டுக்கொண்டு வரப்படாதோ..? சூட்டும் பூட்டுமாக வந்து சேர்ந்தார்! எங்கள் வீட்டில் முக்காலிதான் உண்டு. அதன் உயரமே முக்கால் அடிதான், எங்கள் பாட்டி தயிர் கடையும்போது அதிலேதான் உட்கார்ந்துகொள்வாள். அவளுக்குப் பாரியான உடம்பு. எங்கள் தாத்தா தச்சனிடம் சொல்லி அதைக் கொஞ்சம் அகலமாகவே செய்யச் சொல்லியிருந்தார்.

சப்ஜட்ஜுக்கும் கொஞ்சம் பாரியான உடம்புதான். வேறு ஆசனங்கள் எங்கள் வீட்டில் இல்லாததால் அதைத்தான் அவருக்குக் கொண்டுவந்து போட்டோம். அவர், அதன் விளிம்பில் ஒரு கையை ஊன்றிக்கொண்டு உட்காரப்போனார். இந்த முக்காலியில் ஒரு சனியன் என்னவென்றால், அதன் கால்களுக்கு நேராகயில்லாமல் பக்கத்தில் பாரம் அமுங்கினால் வாரித் தட்டிவிடும். நாங்கள் எத்தனையோதரம்

உறியில் வைத்திருக்கும் நெய்யைத் திருட்டுத்தனமாக எடுத்துத் தின்பதற்கு முக்காலிபோட்டு ஏறும்போது அஜாக்கிரதையினால் பலதரம் கீழே விழுந்திருக்கிறோம். 'பாவம், இந்த சப்ஜட்ஜும் இப்பொழுது கீழே விழப்போகிறாரே' என்று நினைத்து அவரை எச்சரிக்கை செய்ய நாங்கள் வாயைத் திறப்பதற்கும், அவர் 'தொபுகடீர்' என்று கீழே விழுந்து உருளுவதற்கும் சரியாக இருந்தது. நான், என் தம்பி, கடைக்குட்டித் தங்கை எங்கள் மூவருக்கும் சிரிப்புத் தாங்கமுடியாமல், வாயை கைகளால் பொத்திக்கொண்டு புழக்கடைத் தோட்டத்துப் பக்கம் ஓடினோம். சிரிப்பு அமரும்போதெல்லாம் என் தங்கை, அந்த சப்ஜட்ஜ் மாதிரியே கையை ஊன்றிக் கீழே உருண்டு விழுந்து காண்பிப்பாள். பின்னுங் கொஞ்சம் எங்கள் சிரிப்பு நீளும்.

எங்கள் சிரிப்புக்கெல்லாம் இன்னொரு முக்கிய காரணம், அவர் கீழே விழும்போது எங்கள் பெற்றோர்கள், தாங்கள் விருந்தாளிக்கு முன்னால் சிரித்து விடக்கூடாதே என்று, வந்த சிரிப்பை அடக்கிக்கொண்டதை நினைத்துத்தான்!

ஆக, நாங்கள் எல்லார்க்கும் சேர்த்துச் சிரித்துவிட்டு வீட்டுக்குள் பூனைபோல் அடி எடுத்து வைத்து நுழைந்து பார்த்தபோது அந்தப் பாரியான உடம்புள்ள விருந்தாளியைக் காணவில்லை. அந்த முக்காலியையும் காணவில்லை." "அதை அவர் கையோடு கொண்டு போயிருப்பாரோ?" என்று என் தங்கை என்னிடம் கேட்டாள்!

இந்த நிகழ்ச்சிக்குப் பின்னரே, எங்கள் வீட்டில் எப்படியாவது ஒரு நாற்காலி செய்துவிடுவது என்ற முடிவு எடுக்கப்பட்டது. இந்த நாற்காலி செய்வதில் ஒரு நடைமுறைக் கஷ்டம் என்னவென்றால், முதலில் பார்வைக்கு எங்கள் ஊரில் ஒரு நாற்காலிகூடக் கிடையாது! அதோடு நாற்காலி செய்யத் தெரிந்த தச்சனும் கிடையாது.

"நகரத்தில் செய்து விற்கும் நாற்காலியை வாங்கிக்கொண்டு வந்து விட்டால் போச்சு..." என்று எங்கள் பெத்தண்ணா ஒரு யோசனையை முன்வைத்தான். "அது உறுதியாக இராது" என்று நிராகரித்துவிட்டார் எங்கள் அப்பா.

பக்கத்து ஊரில் கெட்டிக்காரத் தச்சன் ஒருவன் இருப்பதாகவும், அவன் செய்யாத நாற்காலிகளே கிடையாது என்றும், கவர்னரே

வந்து அவன் செய்த நாற்காலிகளைப் பார்த்து மெச்சி இருக்கிறார் என்றும் எங்கள் அத்தை சொன்னாள்.

அத்தை சொன்னதிலுள்ள இரண்டாவது வாக்கியத்தைக் கேட்டதும் அம்மா அவளை, 'ஆமா, இவ ரொம்பக் கண்டா' என்கிற மாதிரிப் பார்த்து முகத்தைத் திருப்பிக்கொண்டாள்!

அப்பா வேலையாளைக் கூப்பிட்டு, அந்தத் தச்சனுடைய ஊருக்கு அவனை அனுப்பிவிட்டு எங்களோடு வந்து உட்கார்ந்தார். இப்போது, 'நாற்காலியை எந்த மரத்தில் செய்யலாம்' என்பது பற்றி விவாதம் நடந்துகொண்டிருந்தது.

"தேக்கு மரத்தில்தான் செய்யவேண்டும். அதுதான் தூக்க, வைக்க லேசாகவும், அதேசமயத்தில் உறுதியாகவும் இருக்கும்" என்றாள் பாட்டி தன்னுடைய நீட்டிய கால்களைத் தடவிக்கொண்டே. (பாட்டிக்குத் தன்னுடைய கால்களின்மீது மிகுந்த பிரியம். சதா அவைகளைத் தடவிவிட்டுக்கொண்டே இருப்பாள்!)

இந்தச் சமயத்தில், எங்கள் தாய்மாமனார் எங்கள் வீட்டுக்குள் வந்தார். எங்கள் பெத்தண்ணா ஓடிப்போய் அந்த முக்காலியைத் தூக்கிக்கொண்டு வந்தான். சிறிது நேரம் வீடே கொல்லென்று சிரித்து ஓய்ந்தது.

மாமனார் எங்கள் வீட்டுக்கு வந்தால் அவருக்கென்று உட்காருவதற்கு அவரே ஒரு இடத்தைத் தேர்ந்தெடுத்து வைத்திருக்கிறார். தலைபோனாலும் அந்த இடத்தில்தான் அவர் உட்காருவார். பட்டகசாலையின் தெற்கு ஓரத்திலுள்ள சுவரை ஒட்டியுள்ள தூணில் சாய்ந்துதான் உட்காருவார். உட்கார்ந்ததும் முதல் காரியமாகத் தன் குடுமியை அவிழ்த்து ஒருதரம் தட்டி தலையைச் சொறிந்துக் கொடுத்துத் திரும்பவும் குடுமியை இறுக்கிக் கட்டிக்கொண்டுவிடுவார். இது அவர் தவறாமல் செய்கிற காரியம். இப்படிச் செய்துவிட்டு அவர் தன்னையொட்டியுள்ள தரையைச் சுற்றிலும் பார்ப்பார். "தலையிலிருந்து துட்டு ஒன்றும் கீழே விழுந்ததாகத் தெரியவில்லை..." என்று அண்ணா அவரைப் பார்த்து எக்கண்டமாகச் சொல்லிச் சிரிப்பான். அவர் எங்கள் வீட்டுக்கு வரும்போதெல்லாம் இப்படிக் காகித பாணங்களினால் துளைத்தெடுக்கப்படுவார்! 'சம்மந்தகாரர்கள் நீங்கள் பார்த்து என்னைக் கேலி செய்யாவிட்டால் வேறு யார் செய்வார்கள்'

என்கிறமாதிரியே வாயே திறக்காமல் கல்லுப்பிள்ளையார் மாதிரி அவர் பாட்டுக்கு உட்கார்ந்து புன்னகையோடு இருப்பார். எங்களுடைய ஏடாசிப் பேச்சுகளின் காரம் அதிகமாகும்போது மட்டும் அம்மா எங்களைப் பார்த்து ஒரு பொய் அதட்டுப் போடுவாள். அந்த அதட்டின் வாக்கியத்தின் கடேசி வார்த்தை 'கழுதைகளா' என்று முடியும்.

மாமனார் வந்து உட்கார்ந்ததும் அம்மா எழுந்திருந்து அடுப்படிக்கு அவசரமாய்ப் போனாள். அவளைத் தொடர்ந்து ஆட்டுக்குட்டியைப் போல் அப்பாவும் பின்னால் போனார். கொஞ்சநேரத்துக்கெல்லாம் ஆளோடி வழியாக அம்மா கையில் வெள்ளித்தம்ளரில் காயமிட்ட மோரை எடுத்துக் கொண்டு நடந்துவர, அம்மாவுக்குப் பின்னால் அப்பா, அவளுக்குத் தெரியாமல் எங்களுக்கு மட்டும் தெரியும்படி வலிப்புக்காட்டிக்கொண்டே, அவள் நடந்து வருகிறமாதிரியே வெறுங்கையை தம்ளர் ஏந்துகிற மாதிரிப் பிடித்துக்கொண்டு நடந்து வந்தார்! அவர் அப்படி நடந்து வந்தது, 'அவ அண்ணா வந்திருக்கானாம்; ரொம்ப அக்கறையாய் மோர் கொண்டுபோய்க் கொடுக்கிறதைப் பாரு' என்று சொல்லுகிறதுமாதிரி இருக்கும்.

மோரும், பெருங்காயத்தின் மணமும் நாங்களும் இப்போதே மோர் சாப்பிடணும்போல் இருந்தது.

மாமனார் பெரும்பாலும் எங்கள் வீட்டுக்கு வருகிறது, 'மோர் சாப்பிடத்தான்' என்று நினைப்போம். அந்தப் பசுமாட்டின் மோர் அவ்வளவு திவ்வியமாய் இருக்கும். அதோடு எங்கள் மாமனார் எங்கள் ஊரிலேயே பெரிய கஞ்சாம்பத்தி. அதாவது, 'ஈயாத லோபி' என்ற நினைப்பு எங்களுக்கு.

இந்தப் பசுவை அவர் தன்னுடைய தங்கைக்காக கண்ணாவரம் போய் தானே நேராக வாங்கிக்கொண்டு வந்தார், இந்தக் காராம் பசுவின் கன்னுக்குட்டியின்பேரில் என் தம்பிக்கும் குட்டித் தங்கைக்கும் தணியாத ஆசை. வீட்டைவிட்டுப் போகும்போதும் வீட்டுக்குள் வரும்போதும் எங்க மாமனார், பசுவை ஒரு சுற்றுச்சுற்றி வந்து அதைத் தடவிக்கொடுத்து (எங்கே, தன் கண்ணே பட்டுவிடுமோ என்கிற பயம்!) இரண்டு வார்த்தை சிக்கனமாகப் புகழ்ந்துவிட்டுத்தான் போவார். 'பால் வற்றியதும் பசுவை அவர் தன்னுடைய வீட்டுக்குக் கொண்டுபோய்விடுவார்,

கன்னுக்குட்டியும் பசுவோடு போய்விடும்' என்று பெரிய்ய பயம், என் சிறிய உடம்பிறப்புகளுக்கு.

பின்னால் ஏற்படப்போகிற இந்தப் பிரிவு அவர்களுக்குக் கன்னுக்குட்டியின்மேல் மேலும் பிரீதியையும், மாமனாரின் பேரில் அதிகமான கசப்பையும் உண்டுபண்ணிவிட்டது. அவர் ருசித்து மோரைச் சாப்பிடும்போது இந்தச் சின்னஞ்சிறுசுகள் தங்களுடைய பார்வையாலேயே அவரைக் குத்துவார்கள்; கிள்ளுவார்கள்!

நாற்காலி விவாதத்தில் மாமனாரும் அக்கறை காட்டினார். தனக்கும் ஒரு நாற்காலி செய்யவேண்டுமென்று பிரியம் இருப்பதாகத் தெரிவித்தார். எங்களுக்கும் ஒரு துணை கிடைத்ததுமாதிரி ஆயிற்று. வேப்பமரத்தில் செய்வது நல்லது என்றும் அதில் உட்கார்ந்தால் உடம்புக்குக் குளிர்ச்சி என்றும், மூலவியாதி கிட்ட நாடாது என்றும் மாமனார் சொன்னார்.

வேப்பமரத்தைப் பற்றிப் பிரஸ்தாபித்ததும் அப்பா, மாமனாரை ஆச்சரியத்தோடு கூடிய திருட்டு முழியால் கவனித்தார். எங்கள் மந்தைப் புஞ்சையில் நீண்ட நாள் வைரம் பாய்ந்த ஒரு வேப்பமரத்தை வெட்டி ஆறப்போட வேண்டுமென்று முந்தாநாள்தான் எங்கள் பண்ணைக்காரனிடம் அப்பா சொல்லிக்கொண்டிருந்தார்! பெத்தண்ணா, "பூவரசங்கட்டையில் செய்தால் ரொம்ப நன்றாக இருக்கும். அது கண் இறுக்கமுள்ள மரம். நுண்ணமாகவும் பளபளப்பாகவும் இருக்கும்; உறுதியுங்கூட!" என்றான்.

உடனே அக்கா, 'இதுகளெல்லாம் வெளிர் நிறத்திலுள்ளவை. பார்க்கவே சகிக்காது. கொஞ்சநாள் போனால் இதுகள் மேல் நமக்கு ஒரு வெறுப்பே உண்டாகிவிடும். நான் சொல்லுகிறேன், செங்கரும்பு நிறத்திலோ அல்லது எள்ளுப்பிண்ணாக்குமாதிரி கறுப்பு நிறத்திலோ இருக்கிற மரத்தில் செய்வதுதான் நல்லது; அப்புறம் உங்களிஷ்டம்' என்றாள்.

பளிச்சென்று எங்கள் கண்களுக்கு முன்னால் கண்ணாடிபோல் மின்னும் பளபளப்பான கருப்புநிறத்தில், கடைந்தெடுத்த முன்னத்தங்கால்களுடனும் சாய்வுக்கு ஏற்ற வளைந்த, சோம்பல் முறிப்பதுபோலுள்ள பின்னத்தங்கால்களுடனும் ஒரு சுகாசனம் தோன்றி மறைந்தது.

எல்லார்க்குமே அவள் சொன்னது சரி என்று பட்டது. ஆக, எங்களுக்கு ஒன்றும், எங்கள் மாமனார் வீட்டுக்கு ஒன்றுமாக இரண்டு நாற்காலிகள் செய்ய உடனே ஏற்பாடு செய்யப்பட்டது.

இரண்டு நாற்காலிகளும் எங்கள் வீட்டில் வந்து இறங்கியபோது தொட்டுத்தொட்டுப் பார்த்தோம். அதில் எந்த நாற்காலியை வைத்துக்கொண்டு எந்த நாற்காலியை மாமனார் வீட்டுக்கு கொடுத்தனுப்புவது என்று எங்களுக்குத் தெரியவில்லை. ஒன்றைப் பார்த்தால் மற்றதைப் பார்க்கவேண்டாம்; அப்படி 'ராமர், லெச்சுமணர்' மாதிரி இருந்தது. ஒன்றை வைத்துக்கொண்டு மாமனார் வீட்டுக்கு ஒன்றைக் கொடுத்தனுப்பினோம். கொடுத்தனுப்பியதுதான் நல்ல நாற்காலியோ என்று ஒரு சந்தேகம்!

ஒவ்வொருத்தராய் உட்கார்ந்து பார்த்தோம். எழுந்திருக்க மனசே இல்லை. அடுத்தவர்களும் உட்கார்ந்து பார்க்கவேண்டுமே என்பதற்காக எழுந்திருக்க வேண்டியதிருந்தது.

பெத்தண்ணா உட்கார்ந்து பார்த்தான். "ஆஹா..!" என்று ரசித்துச் சொன்னான். இரண்டு கைகளாலும் நாற்காலியின் கைகளைத் தேய்த்தான். சப்பணம் போட்டு உட்கார்ந்து பார்த்தான்.

"இதுக்கு ஒரு உறை தைத்துப் போட்டுவிட வேணும். இல்லை யென்றால் அழுக்காகிவிடும்" என்று அத்தை சொன்னாள்.

குட்டித் தங்கைக்கும், தம்பிப் பயலுக்கும் அடிக்கடி சண்டை வரும். "நீ அப்போப் பிடிச்சி உக்காந்துகிட்டே இருக்கியே, எழுந்திருடா... நான் உட்காரணும் இப்போ" என்று அவனைப் பார்த்துக் கத்துவாள். "ஐயோ, இப்பத்தானே உட்கார்ந்தேன்; பாரம்மா இவளை..." என்று சொல்லுவான், அழ ஆரம்பிக்கப்போகும் முகத்தைப்போல் வைத்துக்கொண்டு.

தீ மாதிரிப் பரவிவிட்டது ஊருக்குள், எங்கள் வீட்டிற்கு நாற்காலி வந்த விஷயம். குழந்தைகளும் பெரியவர்களும் பெருங்கொண்ட கூட்டம் வந்து பார்த்துவிட்டுப் போனார்கள். சிலர் தடவிப் பார்த்தார்கள். ஒரு கிழவனார் வந்து நாற்காலியைத் தூக்கிப் பார்த்தார். "நல்ல கனம்; உறுதியாகச் செய்திருக்கிறான்!" என்று தச்சனைப் பாராட்டினார். கொஞ்சநாள் ஆயிற்று...

ஒருநாள் ராத்திரி இருக்கும். யாரோ கதவைத் தட்டினார்கள். உள் திண்ணையில் படுத்திருந்த பெத்தண்ணா போய்க் கதவைத் திறந்தான். ஊருக்குள் யாரோ ஒரு முக்கியமான பிரமுகர் இப்பொழுதுதான் இறந்துபோய்விட்டாரென்றும் நாற்காலி வேண்டுமென்றும் கேட்டு எடுத்துக்கொண்டு போனார்கள்.

இறந்துபோன ஆசாமி எங்களுக்கும் வேண்டியவர் ஆனதால், நாங்கள் யாவரும் குடும்பத்தோடு போய் துட்டியில் கலந்துகொண்டோம். துட்டி வீட்டில் போய்ப் பார்த்தால்... எங்கள் வீட்டு நாற்காலியில்தான் இறந்துபோன அந்தப் 'பிரமுகரை' உட்கார்த்தி வைத்திருந்தார்கள்!

இதற்குமுன் எங்கள் ஊரில் இறந்துபோனவர்களைத் தரையில்தான் உட்கார்த்தி வைப்பார்கள். உரலைப் படுக்கவைத்து, அது உருண்டு விடாமல் அண்டை கொடுத்து, ஒரு கோணிச் சாக்கில் வரகு வைக்கோலைத் திணித்து, அதைப் பாட்டுவசத்தில் உரலின்மேல் சாத்தி, அந்தச் சாய்மானத் திண்டுவில், இறந்து போனவரை, சாய்ந்து உட்கார்ந்திருப்பதுபோல் வைப்பார்கள்.

இந்த நாற்காலியில் உட்காரவைக்கும் புது மோஸ்தரை எங்கள் ஊர்க்காரர்கள் எந்த ஊரில் போய்ப் பார்த்துவிட்டு வந்தார்களோ, எங்கள் வீட்டு நாற்காலிக்குப் பிடித்தது வினை. (தரை டிக்கட்டிலிருந்து நாற்காலிக்கு வந்துவிட்டார்கள்!) – அந்த வீட்டு விசேஷம் முடிந்து, நாற்காலியை எங்கள் வீட்டு முன் தொழுவில் கொண்டுவந்து போட்டுவிட்டுப் போனார்கள்.

அந்த நாற்காலியைப் பார்க்கவே எங்கள் வீட்டுக் குழந்தைகள் பயப்பட்டன. வேலைக்காரனைக் கூப்பிட்டு அதைக் கிணற்றடிக்குக் கொண்டுபோய் வைக்கோலால் தேய்த்துத் தேய்த்துப் பெரிய வாளிக்கு ஒரு பதினைந்து வாளி தண்ணீர் விட்டுக் கழுவி, திரும்பவும் கொண்டுவந்து முன் தொழுவத்தில் போட்டோம். பலநாள் ஆகியும் அதில் உட்கார ஒருவருக்கும் தைரியம் இல்லை. அதை எப்படித் திரும்பவும் பழக்கத்துக்குக் கொண்டுவருவது என்றும் தெரியவில்லை.

ஒருநாள் நல்ல வேளையாக, எங்கள் வீட்டுக்கு ஒரு விருந்தாளி வந்தார். அந்த நாற்காலியை எடுத்துக்கொண்டு வந்து அவருக்குப் போடச் சொன்னோம். அவரோ "பரவாயில்லை நான் சும்மா

இப்படி உட்கார்ந்துகொள்கிறேன்...” என்று ஜமக்காளத்தைப் பார்த்துப் போனார். எங்களுக்கு ஒரே பயம்; அவர் எங்கே கீழே உட்கார்ந்து விடுவாரோ என்று. குடும்பத்தோடு அவரை வற்புறுத்தி நாற்காலியில் உட்கார வைத்தோம். அவர் உட்கார்ந்த உடனே சின்னத் தம்பியும், குட்டித் தங்கையும் புழக்கடைத் தோட்டத்தைப் பார்த்து ஓடினார்கள். மத்தியில் மத்தியில் வந்து நாற்காலியில் ‘உட்கார்ந்தவருக்கு என்ன ஆச்சு’ என்று எட்டியும் பார்த்துக்கொள்வார்கள்!

மறுநாள், எங்கள் வீட்டுக்கு வந்த ஒரு உள்ளூர்க் கிழவனார் தற்செயலாகவே வந்து நாற்காலியில் உட்கார்ந்து எங்களுக்கு மேலும் ஆறுதல் தந்தார். (‘இப்பொழுதே அவர் அந்த நாற்காலியில் உட்கார்ந்து பார்த்துக்கொள்கிறார்!’ என்று பெத்தண்ணா என் காதில் மட்டும் படும்படியாகச் சொன்னான்.)

இப்படியாக, அந்த நாற்காலியைப் ‘பழக்கி’னோம். முதலில் வீட்டிலுள்ள பெரியவர்கள் உட்கார்ந்தோம். குழந்தைகளுக்கு இன்னும் பயம் தெளியவில்லை.

“கொஞ்சம் உட்காரேண்டா... நீ முதலில்...” என்று கெஞ்சுவாள் குட்டித்தங்கை, தம்பிப்பயலைப் பார்த்து.

“ஏன், நீ உட்காருவதுதானே...?” என்பான் அவன் வெடுக்கென்று.

எங்கள் வீட்டுக்கு வந்திருந்த பக்கத்துத்தெரு சுகந்தி தன்னுடைய ஒரு வயசு தம்பிப் பாப்பாவைக் கொண்டுவந்து உட்கார வைத்தாள், அந்த நாற்காலியில். அதிலிருந்துதான் எங்கள் வீட்டுக் குழந்தைகளும் பயமில்லாமல் உட்கார ஆரம்பித்தார்கள்.

திரும்பவும் ஒருநாள் ராத்திரி, யாரோ இறந்துபோய்விட்டார்கள்... நாற்காலியைத் தூக்கிக்கொண்டு போய்விட்டார்கள். இப்படி அடிக்கடி நடந்தது.

நாற்காலியை வருத்தத்தோடுதான் கொடுத்தனுப்புவோம். வந்து கேட்கும் இழவு வீட்டுக்காரர்கள் எங்கள் துக்கத்தை வேறுமாதிரி அர்த்தப்படுத்திக்கொள்வார்கள்... தங்களவர்கள் இறந்துபோன செய்தியைக் கேட்டுத்தான் இவர்கள் வருத்தம் அடைகிறார்கள் போலிருக்கிறது என்று நினைத்துக்கொள்வார்கள். தூக்கம் கலைந்த எரிச்சல் வேறு.

"செத்துத் தொலைகிறவர்கள் ஏன்தான் இப்படி அகாலத்தில் சாகிறார்களோ தெரியவில்லை" என்று அக்கா ஒருநாள் சொன்னாள்.

"நல்ல நாற்காலி செய்தோமடா நாம், செத்துப்போன ஊர்க்காரன்கள் உட்காருவதற்காக... ச்சை!" என்று அலுத்துக் கொண்டான் அண்ணன்.

"நாற்காலி செய்யக் கொடுத்த நேரப் பலன்!" என்றாள் அத்தை.

பெத்தண்ணா ஒருநாள் ஒரு யோசனை செய்தான். அதை நாங்கள் இருவர் மட்டிலும் தனியாக வைத்துக்கொண்டோம்.

ஒருநாள், அம்மா என்னை ஏதோ காரியமாக மாமனாரின் வீட்டுக்குப் போய்வரும்படி சொன்னாள்.

நான் அவருடைய வீட்டுக்குள் நுழைந்தபோது மாமனார் நாற்காலியில் அமர்க்களமாய் உட்கார்ந்து வெற்றிலை போட்டுக் கொண்டிருந்தார். அவர் வெற்றிலை போடுவதைப் பார்த்துக் கொண்டிருப்பதே ஒரு சுவாரஸ்யமான பொழுதுபோக்கு. தினமும் தேய்த்துத் துடைத்த, தங்க நிறத்தில் பளபளவென்றிருக்கும், சாண் அகலம், முழ நீளம், நாலு விரல் உயரம் கொண்ட வெற்றிலைச் செல்லத்தை, நோகுமோ நோகாதோ என்று அவ்வளவு மெல்லப் பக்குவமாகத் திறந்து, பூஜைப் பெட்டியிலிருந்து சாமான்களை எடுத்து வைக்கிற பதனத்தில் ஒவ்வொன்றாக எடுத்து வெளியில் வைப்பார். வெற்றிலையை நன்றாகத் துடைப்பாரே தவிர காம்புகளைக் கிள்ளும் வழக்கம் அவரிடம் கிடையாது. (அவ்வளவு சிக்கனம்!) சிலசமயம் மொறசல் வெற்றிலை அகப்பட்டுவிட்டால் மட்டும் இலையின் முதுகிலுள்ள நரம்புகளை உரிப்பார். அப்பொழுது நமக்கு, 'முத்தப்பனைப் பிடிச்சு முதுகுத்தோலை உரிச்சி பச்சை வெண்ணெயைத் தடவி...' என்ற வெற்றிலையைப் பற்றிய அழிப்பாங்கதைப் பாடல் ஞாபகத்துக்கு வரும்.

களிப்பாக்கை எடுத்து முதலில் முகர்ந்து பார்ப்பார். அப்படி முகர்ந்து பார்த்துவிட்டால் 'சொக்கு' ஏற்படாதாம். அடுத்து, அந்தப் பாக்கை ஊதுவார்! அதிலுள்ள கண்ணுக்குத்தெரியாத பாக்குப் புழுக்கள் போகவேண்டாமா, அதற்காக. ஆரம்பத்தில் மெதுவாக ஆரம்பிக்கும் இந்த முகர்ந்து பார்த்தலும் ஊதலும் வரவர வேகமாகி, ஒரு நாலைந்து தடவை மூக்குக்கும்

வாய்க்குமாக கை மேலும் கீழும் 'உம் உஷ், உம் உஷ்' என்ற சத்தத்துடன் சுத்தமாகி டபக்கென்று வாய்க்குள் சென்றுவிடும்!

ஒருவர் உபயோகிக்கும் சுண்ணாம்பு டப்பியைப் பார்த்தாலே அவருடைய சுத்தத்தைப் பற்றித் தெரிந்துவிடும். மாமனார் இதிலெல்லாம் மன்னன். விரலில் மிஞ்சிய சுண்ணாம்பைக்கூட வீணாக மற்றப் பொருள்களின் மேல் தடவமாட்டார். அவருடைய சுண்ணாம்பு டப்பியை எடுத்துக் கண்ணில் ஒற்றிக் கொள்ளலாம். பதினைந்து வருசத்துக்குமுன் வாங்கிய எவரெடி டார்ச்லைட் இன்னும் புத்தம்புதுசாக இப்பொழுதுதான் கடையிலிருந்து வாங்கிக்கொண்டு வந்ததோ என்று நினைக்கும் படியாக உபயோகத்தில் இருக்கிறது அவரிடம். அதோடு சேர்த்து வாங்கிய எங்கள் வீட்டு டார்ச் லைட், சொட்டு விழுந்து, டொக்கு விழுந்து, நெளிசலாகி, மஞ்சள் கலரில் பார்க்கப் பரிதாபமாக, ஒரு சாகப்போகும் நீண்டநாள் நோயாளியைப் போல் காட்சியளிக்கிறது.

நாற்காலியை அவர் தவிர அந்த வீட்டில் யாரும் உபயோகிக்கக் கூடாது. காலையில் எழுந்திருந்ததும் முதல் காரியமாக அதைத் துடைத்து வைப்பார். ஒரு இடத்திலிருந்து அதை இன்னொரு இடத்துக்கு தானே மெதுவாக எடுத்துக்கொண்டு போய்ச் சத்தமில்லாமல் தண்ணீர் நிறைந்த மண்பானையை இறக்கி வைப்பது போல் அவ்வளவு மெதுவாக வைப்பார்.

மாமனார் என்னைக் கண்டதும், "வரவேணும் மாப்பிள்ளைவாள்..!" என்று கூறி வரவேற்றார். "கொஞ்சம் வெற்றிலை போடலாமே..?" என்று என்னைக் கேட்டுவிட்டுப் பதிலும் அவரே சொன்னார்; "படிக்கிற பிள்ளை வெற்றிலை போட்டால் கோழி முட்டும்... ம்!"

அம்மா சொல்லியனுப்பிய தகவலை அவரிடம் சொல்லிவிட்டு, வீடு திரும்பினேன்.

ராத்திரி அகாலத்தில் கதவு தட்டும் சத்தம் கேட்டது. வீட்டில் எல்லாரும் அயர்ந்த தூக்கம். நான் பெத்தண்ணாவை எழுப்பினேன்.

நாற்காலிக்காக வந்த ஒரு இழவு வீட்டுக்காரர்கள் வெளியில் நின்று கொண்டிருந்தார்கள். பெத்தண்ணா அவர்களைத் தெருப்பக்கம் அழைத்துக்கொண்டு போனான். நானும்

போனேன். வந்த விஷயத்தை அவர்கள் சொல்லி முடித்ததும் பெத்தண்ணா அவர்களிடம் நிதானமாகப் பதில் சொன்னான்.

"நாற்காலிதானே..? எங்கள் மாமனார் வீட்டில் இருக்கிறது. போய்க் கேளுங்கள், தருவார்" என்று சொல்லி, அவர்களை அனுப்பிவிட்டு வீட்டுக்குள் வந்து, இருவரும் சத்தமில்லாமல் சிரித்தோம்!

அப்பா தூக்கச் சடைவோடு படுக்கையில் புரண்டுகொண்டே, "யார் வந்தது..?" என்று கேட்டார்.

"வேலையென்ன... பிணையலுக்கு மாடுகள் வேணுமாம்" என்றான் பெத்தண்ணா.

துப்பட்டியை இழுத்துப் போர்த்திக்கொண்டு மறுபுறம் திரும்பி படுத்துக்கொண்டார் அப்பா.

இப்போது, மாமனார் காட்டில் பெய்துகொண்டிருக்கிறது மழை!

ரொம்பநாள் கழித்து, நான் மாமனார் வீட்டுக்குப் போனபோது அவர் தரையில் உட்கார்ந்து வெற்றிலை போட்டுக் கொண்டிருந்தார். வழக்கமான சிரிப்புடனும் பேச்சுடனும் என்னை வரவேற்றார்.

"என்ன இப்படிக் கீழே! நாற்காலி எங்கே?" – சுற்றும்முற்றும் கவனித்தேன்.

வெற்றிலையின் முதுகில் சுண்ணாம்பைத் தடவிக்கொண்டே என்னை ஆழ்ந்து பார்த்துப் புன்னகை செய்தார். பின்பு அமைதியாய், "அந்தக் காரியத்துக்கே அந்த நாற்காலியை வைத்துக்கொள்ளும்படி நான் கொடுத்துவிட்டேன். அதுக்கும் ஒன்று வேண்டியதுதானே?" என்றார்.

எனக்கு என்ன சொல்வது என்று தெரியவில்லை. வீட்டுக்குத் திரும்பி வரும்போது, இந்தச் செய்தியை பெத்தண்ணாவிடம் சொல்ல வேகமாக விரைந்தேன். ஆனால், வரவர என்னுடைய வேகம் குறைந்து தன்நடையாயிற்று.

கண்ணதாசன்

1969

பேதை

பேச்சி, ஒரு இன்பமான கனவு கண்டாள்!

இரட்டைக் கதவு போட்ட ஒரு வாசல். ஒரு கதவு மட்டும் திறந்திருக்கிறது. ஒரு கதவு மூடியிருக்கிறது. மூடியிருக்கும் அந்தக் கதவைப் பிடித்திருக்கும் பிஞ்சு விரல்கள் மட்டும் தெரிகிறது. ஒரு குழந்தையின் தலை மெதுவாக எட்டிப்பார்க்கிறது. உள்ளே மறைந்து, திரும்பவும் மெள்ள எட்டிப் பார்க்கிறது. பார்த்தவுடன் சிரித்துக்கொண்டே அது சரக்கென்று தலையை இழுத்துக்கொள்கிறது. திரும்பவும் மெல்ல...

பார்வதி அம்மன் கோவிலுக்கு முன் இருந்த வேப்பமர நிழலில் பேச்சி படுத்திருந்தாள். நல்ல நிலா! அவளைத் தொட்டுத்தொட்டு உலுக்குவதுபோல் மேல்காற்று இறைந்து இறைந்து அடித்துக்கொண்டிருக்கிறது. அவள், கைகளை அகல விரித்துப்போட்டு மல்லாக்கத் தரையில் படுத்து, அயர்ந்து தூங்கிக்கொண்டு கிடந்தாள். ரவிக்கை அணியாத மாராப்புச் சேலை வயிற்றில் கிடந்தது. ஆடையும் விலகி 'அலங்கோலமாக' இருந்தது.

தூங்க ஆரம்பித்தபோது, அவள் படுத்திருந்த இடத்தில் இப்பொழுது மரத்தின் நிழல் விலகி நிலவு காய ஆரம்பித்துவிட்டது. முகத்தின்மீது மட்டிலுமே வேப்பமரத்தின் அடர்ந்த

பந்துபோன்ற ஒரு கிளையின் நிழல், பேச்சியின் முகத்தில் விழுவதும், காற்றின் தள்ளலால் அது விலகி முகத்தில் நிலவடிப்பதுமாக இருக்கும்போதுதான் பேச்சி, மேலே கண்ட கனவைக் கண்டுகொண்டிருந்தாள்.

கனவு நீடித்தது. அவள், குழந்தையை எட்டிப்பிடிக்கப் போனாள். குழந்தை மறைந்துகொண்டது. அவள் பிராக்குப் பார்த்துக்கொண்டிருக்கையில் பேச்சியின் பின்னால் வந்து அவளுடைய சேலையைப் பிடித்து இழுத்தது குழந்தை. பிடிப்பதற்குத் திரும்பினால் குழந்தை மறைந்துவிடும். திடீரென்று குழந்தையை, பேச்சி சேர்த்துப் பிடித்துக்கொண்டுவிட்டாள். ஆவி சேர்த்துக் கட்டி அணைத்து அதன் முகத்தில் மாறிமாறி முத்தமிட்டாள். குழந்தை திணறி, தன்னை உருவிக்கொண்டு போக உளத்துகிறது. ஆடை நீங்கிய திரண்ட மாரில், அந்த உளத்துதல் சொல்லமுடியாத பேரின்பமாக உடம்பு புல்லரித்தது பேச்சிக்கு!

இப்பொழுது அவள், கனவு கலைந்து அரை முழிப்பு நிலைக்கு வந்துகொண்டிருந்தாள். தான், சேர்த்துப் பிடித்துக்கொண்டிருந்த குழந்தை தாங்கமுடியாத கனமாகத் தெரியவே, தான் கண்டது கனவு அல்ல, நிழலுக்குப் படுத்திருந்த மரமே தன்மீது சாய்ந்து அமுக்கி விட்டது என்று நினைத்தாள். அடிவயிற்றில் பாரமாக அமுக்கி நெஞ்சின்மீது விழுந்துகிடந்த மரத்தைச் சேர்த்துப் பிடித்திருந்த இரு கைகளையும் விட்டுவிட்டு, உயிர் தப்பிக்க நினைத்து விசில் ஸ்தாயையில் கோரமான ஒரு குரல் அவளிலிருந்து வெளிப்பட்டது. வெளிப்பட்ட அந்தக் கணத்திலேயே அவள் தூக்கம் தெளிந்தாள்.

சற்று தூரத்தில் யாரோ ஒரு மனிதன் ஓடுவதுபோல் தெரிந்தது!

மேகாட்டிலிருந்து பருத்தி வெடிக்கும் காலத்தில் மட்டும் வந்து, பருத்தி எடுக்க வரும் வலசைக்காரர்களில் ஒருத்தியே பேச்சி. அந்தக் கிராமத்துக்கு அந்த சீஸனில் நூற்றுக்கணக்கான வலசைப் பெண்கள் வருவார்கள். அவர்களில் சிலர், சம்சாரிகளின் தொழுக்களில் தங்கி காய்ச்சிக் குடிப்பார்கள். இடம் கிடைக்காதவர்கள் பொது இடங்களிலும் வசிப்பார்கள். பகிர்ந்துகொண்டு வருகிற பருத்தியில் ஒரு பகுதியை சம்சாரிகளின் வீடுகளிலேயே ஒரு சாக்கில் போட்டுக் கட்டி வைத்துவிட்டு

மீதிப் பருத்திக்குக் கடைகளில் சீனிக் கிழங்கும், மொச்சைப் பயறும், கருப்பட்டியும் வாங்கித் தின்பார்கள். முக்கியமான உணவு அவர்களுக்கு மூன்று வேளையும் சீனிக்கிழங்குதான்!

அவர்கள் குளித்து யாரும் பார்த்ததில்லை. பருத்தி எடுத்துக் கொண்டு வெயிலோடு வெயிலாக வந்ததும், தெருக்களில் இருந்துகொண்டு, மாராப்புச் சீலையை மட்டும் நீக்கி இடுப்பில் சுற்றிக்கொண்டு, ஒரு போகிணித் தண்ணீரினால் முகம், கக்கம், முதுகு, மார்பு, கைகள் முதலியவைகளை மட்டிலும் கழுவிக்கொள்வார்கள். போகிணியில் மீந்த தண்ணீர் இருக்குமானால் பாதங்களையும் நனைப்பது உண்டு.

தகரக் குப்பிகளில் ஊரிலிருந்து அவர்கள் கொண்டுவந்திருக்கும் விளக்கெண்ணெயைத் தலையில் பூசிக்கொள்வார்கள். தெருக்களில் போனாலே ஒருவித துர்வாடை அவர்களிடமிருந்து வீசும். அழுக்கடைந்த குட்டையான பறட்டைத் தலைமயிரும், கைகளில் கனமான கல்வெள்ளிக் காப்புகளும், காதுகளில் வெள்ளி பித்தளைக் குணுக்குகளும், ஊத்தை நிறைந்த மஞ்சமஞ்சேரென்ற பெரிய மாட்டுப் பற்களும், அழுத்தமான நிறங்களுள்ள கண்டாங்கிச் சேலைகளும், ரவிக்கை அணியாத உருண்ட மார்புகளும், நீட்டி நீட்டிப் பேசுகிற ஒருவிதத் தமிழுடனும் அவர்கள் இலங்குவார்கள்.

பேச்சியை அவர்கள் அவள் எதிரிலேயே, 'ஏ கோட்டிக் கழுதை!' என்றுதான் கூப்பிடுவார்கள். அவள் ஒருமாதிரி சுபாவம். உடைமரத்தைப் போன்ற பறட்டை மயிர்த்தலை; வாயின் உதட்டோரங்களில் நீண்டு வெளிவந்திருக்கும் சிங்கப்பற்கள்; தூங்கும்போது வழிந்தோடிக் காய்ந்த கொடுவாய்க்கறை; இடுங்கிய, பூளைதள்ளிய இல்லிக் கண்கள்; அடர்ந்த புருவங்கள்; மழை பெய்து நனைந்த பனைமரத்தைப்போன்ற கருப்புநிறம்; கருங்கோரைப் புற்களைப்போல மயிர் நீண்டு வியர்வை ஓடும் கக்கங்கள்; திட்டுத்திட்டாய் பூராவும் அழுக்குப் படிந்து உறைந்துபோன மேல்; வங்குபடிந்த வெளிர் நிறங்கொண்ட கால்கள்; அதில் குனிந்து நின்று மூத்திரம் பெய்வதால் விழுந்த தெறிப்புகள்; நைந்துபோன, அழுங்கல் சிவப்பு நிறக் கண்டாங்கிச் சேலை... இவ்வளவு பிறவிக் கோரங்களுக்கும் மத்தியில், இயற்கை அவளுடைய மேலில் ஒரு விளையாட்டைக் காட்டியிருந்தது. கோயில் சிலைகளையெல்லாம் விஞ்சக்கூடிய ஒரு அப்சரஸின் ஸ்தன்யங்களைப் பெற்றிருந்தாள் அவள்.

பேச்சி, இப்பொழுதெல்லாம் பருத்தி எடுக்க புஞ்சைக்கு சரியாகப் போகிறதில்லை. ராத்திரிநேரங்களில் அந்த மரத்தின் அடியில் இருட்டான இடமாகப் பார்த்துப் போய்த் தனியாக உட்கார்ந்து எதையோ எதிர்பார்த்துக் காத்துக்கிடப்பதாகத் தோன்றும். தாங்கமுடியாத சந்தோஷத்தினால் அழுவதுபோலவும், தாளமுடியாத துக்கத்தினால் சிரிப்பதுபோலவும் செய்வாள் அவள். எத்தனையோ தரம் அந்த வேப்பமரத்தின் அடியில், கொடுவாய் வழிய அசிங்கமாக, மரக்கட்டையாய் உறங்கினாள். அதற்குப்பிறகு அந்த மாதிரிக் கனவு ஒன்றை அவள் காணவே இல்லை.

மூணு மாதங்களுக்கெல்லாம் ஒருநாள், பருத்திப் புஞ்சையில் பேச்சி வாந்தி எடுத்தாள். கூடியிருந்த பொம்பளைகள், அவளுக்கு மசக்கை என்று கேலி செய்தார்கள். அதில் எவளுடைய நாக்கு, கருநாக்கோ, பேச்சி நிஜமாகவே மசக்கையாகி இருந்தாள். அவளுடைய முகத்தில், பைத்தியங்களுக்கே இருக்கும் ஒருவித முகக்களை தோற்றத்திலிருந்து ஒரு மாறுதல் தோன்றுவதுபோல் இருந்தது.

பேச்சி இதுவரை கன்னிகழியாத, கல்யாணமாகாதவளாக இருந்தவள். ஆகவே, இப்பொழுது இந்த சமாச்சாரம், காட்டுத்தீ மாதிரி ஊருக்குள் பரவியது. பலர் அதை நம்ப யோசித்தார்கள். முக்கியமாக அந்த ஊரில் அது கன்னிப்பெண்களை திடுக்கிட வைத்தது. பேச்சியின் ஊருக்கும் தகவல் எட்டி அவளுடைய குடும்பத்தைச் சேர்ந்த ஆம்பிளைகள் பலர் வந்தார்கள். அவர்கள் பேச்சியை அடித்துக் கேட்டார்கள்.

"யாரு? சொல்லு சொல்லு..!" என்று உதைத்தார்கள். தாங்க முடியாத அடி அவள் மேலில் விழும்போது மாத்திரம் அவள் தூக்கத்திலிருந்து திடுக்கிட்டு விழித்ததுபோல் சுற்றிலும் நிற்பவர்களைப் பார்த்து 'என்ன?' என்று மட்டும் கேட்பாள். அது, 'என்னைப்போட்டு ஏன் தொந்தரவு செய்கிறீர்கள்; பேசாமல் போங்களேன், ஜோலியைப் பார்த்து!' என்று சொல்வதுபோலிருக்கும். சிலசமயம், அடி பொறுக்கமுடியாமல் போகும்போது, "எனக்குத் தெரியாது; சத்தியமாய் எனக்குத் தெரியாது. ஐயோ கடவுளே, எனக்குத் தெரியாது; தெரியாது!" என்று கீச்சுக்குரலில் கூக்குரலிட்டு அழுவாள்.

வந்தவர்களுக்கு அவளுடைய காரியம், அவர்களுக்குத் தாங்க முடியாத அவமானமாகப்பட்டது. தங்கள் சக்தியை எல்லாம் செலவழித்து அவளை அடித்து நொறுக்கி எடுத்தார்கள். பல தடவைகளில் பேச்சி மூர்ச்சையானாள். ஆனாலும், அவளிடமிருந்து அவர்களால் எதையுமே தெரிந்துகொள்ள முடியவில்லை. அவர்கள் தோற்றுவிட்டார்கள்.

வந்தவர்களில் இரண்டு ஆண்கள், தங்கள் முகத்தில் தாங்களே அறைந்துகொண்டு தலையை இரண்டு கைகளிலும் தாங்கி அந்த இடத்திலேயே உட்கார்ந்துகொண்டு அழுதார்கள். அவர்களைச் சேர்ந்த பொம்பிளைகள் அவளை வைத வசவுக்கு கணக்கு வழக்கில்லை,

அவர்களில் ஒருத்தி கடேசியாகச் சொன்னாள், "இந்த முண்டையை கண்டங்கண்டமா நறுக்கினாலும் மனசு ஆறாது!"

இன்னொருத்தி சொன்னாள், "ஒரு குழியைத் தோண்டுங்க. இவளை இங்கேயே உயிரோடெ புதைச்சிட்டுப் போயிருவோம்!"

ஊருக்குள் தினமும் காலையிலும் ராத்திரியும், சம்சாரி வீடுகளில் சோத்துக்கு வரும் குடிமகளும் வண்ணாத்தியும் இந்த விஷயம்பற்றி வீட்டுப்பெண்களுடன் நின்று நின்று, மூக்கின்மேல் விரலை வைத்து 'இப்படி உண்டுமா...' என்று தொடங்கி, பேச்சியைப்பற்றி தாங்கள் அறிந்த விஷயங்களோடு கொஞ்சம் கற்பனையையும் கூட்டிச் சேர்த்துப் பேசினார்கள்.

சோத்துப்பெட்டியைக் கக்கத்தில் இடுக்கிக்கொண்டு குடிமகள் காளி சொன்னாள்; "அம்மா இனிமெ சின்னஞ்சிறுசுகள் வேனல்காலத்திலே வெளியில், முத்தத்திலே படுத்துத் தூங்க நீதி இல்லை... தாயே நீதி இல்லை!"

"எனக்கும் இவ்வளவு வயசாச்சி; இப்படி ஒரு வங்கொடுமை நடந்து இந்தக் கண்ணாலே பார்த்ததில்லை தாயே!"

"என்ன செய்யமுடியும்; அவளும் நம்மளைப்போல் பொம்பிளை தானே; அடி பாதகத்தி!" என்று சொல்லி உணர்ச்சிவசமாகிக் கண்களில் பொங்கிய கண்ணீரைத் துடைக்காமல் வைத்துக் கொண்டே பளீரென்று சிரித்து, "ஆமம்ம, அப்பவும் ஒரு பொம்பிளைக்கு 'இதுகூடத் தெரியாமலா போகும்..?" என்று கேட்டு மேலும் சிரித்தாள்.

அந்த நேரத்துக்கு, அதே வீட்டுக்கு சோறு வாங்கிக்கொண்டு போக ஏகாலி சுடலியும் கையில் பனைநார்ப்பெட்டியுடன் வந்தாள். வந்தவள், காளி சொன்ன கடேசி அடியைக் கேட்டுக் கொண்டு சொல்லுவாள்,

"தெரியாதா! அப்படியா வரும் தூக்கம் ஒரு பொம்பிளைக்கு? திருட்டுச் சிறுக்கிங்கே. கோட்டியில்ல அவ... கோட்டிக்காரி மாதரி வேசம் போடுதா?"

ஆனால், காளியும் மற்றவர்களும் இதை நம்பமுடியவில்லை.

"ஏதோ மோசம் போய்விட்டது, அவ்வளவுதான் கதை" என்று சொன்னார்கள். அதை நினைக்கும்போதெல்லாம் அவர்களுக்கு வயிறு 'பகீர்' என்றது.

அந்த வருஷ ஆடி மாசம், மேல்காற்று அமோகமாய் அடித்ததால் கோடைப்பருத்தி வெடிப்பு ஓய்ந்தப் பருவமாய்விட்டது. வலசைக்காரர்கள், அவரவர் ஊர்களுக்குப் புறப்பட்டுப் போய் விட்டார்கள். பேச்சி மட்டும் 'அவர்களோடு போகமுடியாது' என்று சொல்லிவிட்டு இந்த ஊரிலேயே இருந்துவிட்டாள்.

மாசம் ஆக ஆக வயிறு பெரிசாகிக்கொண்டே வந்தது. வீடுகளில் குதிரைவாலி குத்திக்கொடுக்கிறது முதலிய காரியங்களை கூப்பிட்ட பேர்களுக்குச் செய்துகொடுத்து, அவர்கள் ஊத்திய கஞ்சியைக் குடித்து வயிற்றை வளர்த்து வந்தாள் அவள்.

ஒரு வேலையும் இல்லாத தினங்களில் சில பொம்பிளைகள், 'ஐய்யோ பாவம்; வாயும் வயிறுமாய் இருக்காளே!' என்று இரக்கப்பட்டு வடிதண்ணி கொடுக்கிறது உண்டு. திட்டி வைதவர்களும், இளக்காரமாய் பேசினவர்களுங்கூட இப்போ பேச்சியின் பெரிய சரிந்த வயத்தைப் பார்த்து இரக்கப்பட்டு உதவினார்கள்.

வேளை வந்துவிட்டது. வெங்கா நாயக்கரின் மாட்டுத்தொழுவில் பேச்சியின் பேறுகாலத்திற்கு, ஒரு மூலையில் நெறசல் வைத்து ஏற்பாடு செய்துகொடுத்தார்கள் பொம்பிளைகள். ஒருபக்கம் குஷி அவர்களுக்கு; ஒருபக்கம் இரக்கம். ஊர் கூடிப் பிரசவம் பார்த்தது இதுவரையில் இல்லை. நடுவீட்டு ரங்கம்மாள் தன் பேறுகாலத்துக்கு இடித்து வைத்திருந்த மிச்ச மருந்து

தேர்ந்தெடுத்த சிறுகதைகள் ☙ 59

உருண்டைகளைக் கொண்டுவந்து கொடுத்தாள். ஏகாலி நவரட்ணம் மாத்துத்துணிகள் கொடுத்து உதவினாள். குடிமகள் காளி பண்டுகம் பார்க்க வந்தாள்.

சுகப் பிரசவம்!

'கோட்டிக்காரி வயித்திலே முத்துக்குட்டிபோல இப்படி ஒரு ஆம்பிளைக் குழந்தை பிறந்திட்டதே!' என்று மூக்கின்மேல் விரல் வைக்காதவர்கள் கிடையாது. அவர்களுக்குத் தெரிந்த முகங்களையெல்லாம், அவரவர்கள் மனசுக்குக் கொண்டுவந்து, பிறந்த குழந்தையின் முகத்தோடு ஒப்பிட்டுப் பார்த்தார்கள். ஒன்றும், ஒரு நிதானமும் பிடிபடவில்லை அவர்களுக்கு.

அங்குக் கூடி இருந்தவர்கள் கேட்டுக்கொண்டபடி, குடிமகள் காளியே குழந்தைக்குச் சேனை வைத்தாள்.

பிரசவத்துக்குப் பிறகு பேச்சியின் முகத்தில் ஒரு ஆச்சரியமான மாறுதல் உண்டானது. அந்த மீதிப் பைத்தியக் களை பூர்ணமாக விலகிவிட்டதுபோலத் தெரிந்தது!

சிரசிலடிக்கும்படியாக அவள் மடுவில் வேகத்தோடு நிறைய பால் இருந்தது. ஒருபக்கம் குழந்தை வாய்வைத்துக் குடித்துக் கொண்டிருக்கும் போதே அடுத்ததில் வெள்ளை நூல்களாக பால் பீச்சி அடித்துக்கொண்டே இருக்கும். மறு கையினால் மாராப்புத்துணியோடு சேர்த்து, காயத்திலிருந்து பீறிடுகிற இரத்தத்தை அமுக்கிப் பிடித்துக்கொள்கிற மாதிரி அமுக்கிப் பிடித்துக்கொள்வாள். வசதியான வீட்டுப் பொம்பிளைகள் இதைப் பார்த்து அதிசய ஆனந்தங்கொள்வார்கள். பேச்சி தொலைவில் வரும்போதே மனிதப் பாலின் கொச்சை நெடி கொல்லும்.

செழிக்கச் செழிக்க தாய்ப்பாலையே குடித்து வளர்ந்த குழந்தையின் ஆரோக்கியம் வர்ணிக்கமுடியாத ஒன்று. கனவில் கண்ட அதே அழகு நிறைந்த குழந்தைபோலவே இருந்தது அது!

பேச்சி இப்பொழுது, வேலைசெய்து சாப்பிடுகிற வீடுகளில் போடுகிற சோறு காணாமல் வீடுவீடாகப் பிச்சை எடுத்தும் சாப்பிட்டு வந்தாள். அழுங்குரலில், சொல் இன்னதென்றே விளங்காத தாலாட்டுப் பாடுவாள் குழந்தைக்கு. அந்தியும் வெள்ளனும் அவள், நடுத்தெருவின் சுவர் நிழலில் உட்கார்ந்து

குழந்தையை மடியில் உட்கார வைத்துக்கொண்டு, போகிற வருகிற இளவட்டங்களின் முகங்களை அவர்களுக்குத் தெரியாமல் கூர்ந்து பார்க்கிறதும், பிறகு தன் மடியிலுள்ள குழந்தையின் முகத்தைப் பார்க்கிறதுமாகவே இருப்பாள்.

'திருஷ்டி' என்று ஒன்று இருக்கிறதா என்று தெரியாது. 'பேச்சியின் குழந்தையை அது தைத்துவிட்டது' என்று சொன்னார்கள். திடீரென்று ஒருநாள் 'டிப்தீரியா' கண்டு குழந்தை இறந்துபோய்விட்டது. ஊர்க்காரர்கள் பேச்சை அவள் நம்பத் தயாராயில்லை; தன் குழந்தை இருப்பதாகவே அவள் மனப்பூர்வமாக நம்பினாள். வழக்கம்போலவே அதனுடன் கொஞ்சினாள், முத்தமிட்டாள், சிரித்தாள், படுத்துக்கொண்டு பக்கத்தில் கிடத்தி, பீச்சும் இரு ஸ்தனங்களின் அமிர்தப் பாலினால் அதைத் தெப்பமாக நனைத்துக்கொண்டே அந்த சொகத்தில் கண்களைச் சொருகி உறங்கினாள். எழுந்தாள். அவள் அதை இடுக்கிக்கொண்டே வீடு வீடாய் பிச்சை எடுத்தாள்.

'அவளுக்குத் திரும்பவும் கோட்டி வந்துவிட்டது!' என்று சொன்னார்கள். பேச்சியின் ஊருக்குச் சமாச்சாரத்தைச் சொல்லி அனுப்பினார்கள். அவளுடைய ஊரிலிருந்து ஆட்கள் வந்தார்கள்.

இப்போது ஒரு 'புதிய போராட்டம்' நடந்தது! பேச்சி, குழந்தையைப் புதைக்கக் கொடுக்கமாட்டேன் என்று சொல்லி ஓட ஆரம்பித்தாள். குழந்தை உப்பி சில இடத்தில் சதை வெடித்துவிட்டிருந்தது. அவளை மறித்து, மடக்கித் துரத்திப் பிடித்து, மல்லுக்கட்டி அவளுடைய குரங்குப் பிடியிலிருந்து பிடுங்கி எடுத்தார்கள். குழந்தையின் ஒரு கைகூட கொஞ்சம் பிய்ந்துபோய்விட்டது. அவளிடமிருந்து குழந்தை மீட்டது. 'வீல்' என்று விசில் ஸ்தாயையில் கத்திக்கொண்டே மூர்ச்சையானாள்.

குழந்தையைப் புதைக்கக் கொண்டுபோனார்கள். மூர்ச்சை தெளிந்த பேச்சி சுடுகாட்டுக்கு ஓடினாள். புதைத்து, மூடிக்கொண்டிருக்கும்போது அங்கு வந்து சேர்ந்து, ஆர்ப்பாட்டம் செய்தாள். செம்மையாய் உதைத்துக் கைகால்களைக் கட்டிப் போட்டு, ஒரு வண்டியில் அவளை அவள் ஊருக்குக் கொண்டு போய்விட்டார்கள்.

அங்கே அவளை ஒரு வீட்டுக்குள் போட்டு அடைத்து வைத்திருந்தார்கள். அன்ன ஆகாரம் எதையும் அவள் தொடவில்லை. முழங்காலில் கைகளைக் கட்டிக்கொண்டு அண்ணாந்து வீட்டின் கைமரங்களையே பார்த்துக் கொண்டிருந்தாள். எப்பவாவது பூட்டிய கதவில் வந்து தலையை பலமாக 'ணங்ணங்' என்று முட்டுவாள். 'ஐயோ... உன் முகத்தைக்கூட நான் பார்க்கலையடா பாவி..!' – மாரில் ஓங்கி ஓங்கி அடித்துக்கொள்கிற சப்தம் கேட்கும்.

ஒருநாள், அந்த வீட்டின் ஓடுகளைப் பிரித்துக்கொண்டு ராத்திரியே தப்பி ஓடிப்போய்விட்டாள் அவள்.

மறுநாள், எல்லா ஊர்களிலும் அவளைத் தேடினார்கள். யார் கண்ணிலும் தட்டுப்படவில்லை.

அவள் ராவோடு ராவாக ஓடினாள். உடம்பில் ஆடை என்பதே இல்லை. அவள் மங்கம்மா சாலையைக் கடந்து ஓடும்போது ஏர் வெள்ளிகள் வானத்தில் உச்சியைக் கடந்து வெகுதூரம் இறங்கிவிட்டிருந்தது. வரிசையாகக் கூடாரவண்டிகள். வண்டியின் அடியில் லைட்டைக் கட்டிக்கொண்டு போவது கொள்ளிவாய்ப் பிசாசுகள் நீளமாகப் போகிறது போல் இருந்தது. மாடுகளின் கிணுமணி ஓசையும், உள்வாயில் மசக்கை இல்லாததால் அச்சின் உராய்தலால் ஏற்படும் நீண்ட கீச்சு ஒலிகளும், சக்கரங்கள் சாவியிலும் தெப்பக் கட்டையிலும் மாறிமாறித் தட்டுவதனால் உண்டாகும் சத்தங்களும் இடைவிடாமல் கேட்டுக்கொண்டே இருந்தன. அந்தக் கூடாரவண்டிகள் இலஞ்சியிலிருந்தும், செங்கோட்டையிலிருந்தும் மாம்பழங்களை ஏற்றிக்கொண்டு கோவில்பட்டிக்குப் போய்க்கொண்டிருந்தன. அதில் ஒரு வண்டிக்காரன் சோகமான தெம்மாங்குப் பாட்டுப்பாடிக் கொண்டே போனான். அந்த அர்த்த ஜாம இருட்டில் அந்தக் குரல் மனசை அறுப்பதுபோல் இருந்தது.

பேச்சி நேராகத் தன் குழந்தையைப் புதைத்த மயானத்தைப் பார்த்து ஓடினாள். அங்கே ஒரு பிரேதம், சிதையின் மூட்டம் விரிந்து நன்றாய்க் கொழுந்துவிட்டு எரிந்துகொண்டிருந்தது. அந்த வெளிச்சத்தில் தன்னுடைய குழந்தையைப் புதைத்த இடத்தைத் தேடினாள். கலகலவென்று உரத்துச் சிரித்தாள். அப்படிச் சிரிக்கும்போதே அவள் கண்களிலிருந்து தாரை தாரையாய் நீர் வடிந்தது.

திடீரென்று அவளுக்குத் தாளமுடியாத பசி எடுத்தது. நெருப்பில் வாட்டிய சீனிக்கிழங்கை எடுத்துத் தின்பதுபோல் வெகுசாதாரணமாக, எரிந்துகொண்டிருந்த பிரேதத்தின் ஒரு பகுதியை, ஒரு குச்சியின் உதவியால் இழுத்து, சூடு ஆறுவதற்காக ஊதி ஊதி, பற்களால் கடித்து இழுத்து, வெந்த பிரேதத்தின் மாமிசத்தை ஆவலோடு தின்றாள். எதையோ நினைத்து சிரித்துப் பேசிக்கொண்டே தின்றாள்.

ஊர் அடங்கி, நல்ல தூக்கத்திலிருந்தது. சீந்தரிப்பு மிகுந்த சோனைக்காற்று மேல் திசையிலிருந்து அலை அலையாய்த் தன் முழு வேகத்தோடு பிய்த்து வாங்கியது. ‘மற்ற காலங்களில் அவ்வளவு மேல்காற்று எங்கேதான் போய்ப் பதுங்கிக்கொண்டு கிடக்குமோ!’ என்று கிராமத்துக்காரர்கள் பேசிக்கொள்வார்கள். சித்திரை பத்துக்குமேல் ஐப்பசி பத்துவரைக்கும் அதன் பேயாட்டம் நடத்தி முடியும். ஒரு நதியின் வேகமான நீரோட்டத்தின் மத்தியில் வாழும் மீன் ஜீவராசிகளைப்போல் சம்சாரிகள் வாழும் இந்தக் கரிசல் பிரதேசத்தில் காற்று, பொங்கப் பொங்கச் சுழியிட்டு, படும் பொருள்களில் எல்லாம் உராய்ந்துகொண்டு சப்தமிட்டவாறு அந்தப் பிரதேசத்தை இரவும் பகலும் கடந்து ஓடிக்கொண்டே இருக்கும். மேற்குக் கருமலையில் ஒரு பெரிய கணவாய் இருக்கிறது. அதில் யார் கண்ணுக்கும் தெரியாத ஒரு பிரமாண்டமான ராக்ஷச மதகுப் பலகையால் அடைக்கப்பட்டிருக்கிறது. சித்திரை மாசம் பத்தாம் தேதி அதை யாரோ திறந்து விடுகிறார்கள்! கடல் மடை திறந்தது போல் உடனே காற்று ஒஹோ என்று கொந்தளித்துக்கொண்டு ஒரு நதி ஓட்டமாக அந்தக் குறிப்பிட்ட பிரதேசத்தைக் கடந்துகொண்டு ஓடி வருகிறது. கொஞ்சங்கொஞ்சமாக அந்தப் பகுதி மனிதர்கள், வீடுகள், படப்புகள், மரங்கள் யாவும் காற்று வெள்ளத்தில் மூழ்குகிறது. மூழ்கடித்துக் கிழக்குநோக்கி அது இரைச்சலிட்டு நகர்ந்து வேகமாக ஓடுகிறது.

உறக்கத்தில் ஆழ்ந்திருப்பவர்களைத் திடுக்குற்று விழிக்கச் செய்யும் ஒரு துர்நாற்றம் அந்தக் கிராமவாசிகளை உலுப்பி எழுப்பியது. யாரும் எப்பவும் அப்படி ஒரு நாற்றத்தை அனுபவித்ததில்லை. அதே போதில் உடம்பு புல்லரிக்கும்படியாக ஒரு குலவைச்சத்தமும் கேட்டது. அதைக் கேட்டவர்களின் உடலிலுள்ள சர்வாங்க மயிர்களும் நட்டக் குத்தலாக நின்றது.

அது ராப்பாடியான காலவீரனின் குலவைக் குரல் இல்லை. வரப்போகிற காலத்தைப் பற்றிச் சொல்லும் ஏதோ ஒரு சமிக்ஞை. இந்தப் பூமியில் யாருக்கு யாரோ ஒரு அநீதி இழைத்துவிட்டார்கள். மீண்டும் அதோ அந்தக் குலவைக் குரல் கேட்கிறது. குழந்தைகள் பதறிவிழித்துத் தங்கள் பெற்றவர்களை இறுகக் கட்டிப்பிடித்துக் கொண்டார்கள்.

கொஞ்ச நேரத்துக்கெல்லாம் அந்த மரண நாற்றமும் குலவைச் சத்தமும் தூரத்தில் எங்கேயோ கேட்டு, குறைகிறது. துக்கத்தினால் தொண்டை வலிக்க வீட்டுக்குள் அடைந்து கிடந்த மக்கள் ஒருவரை ஒருவர் பீதியோடு பார்த்துக்கொண்டார்கள். அதன்பிறகு அவர்களுக்குத் தூக்கம் பிடிக்கவே இல்லை. ரகஸியக் குரலில் ஒருவருக்கொருவர் பேசிக்கொண்டார்கள்.

ஊருக்குத் தொலைவிலுள்ள பெரிய உடங்காட்டில் பேச்சி நிலை கொண்டிருந்தாள். பகலில் கூகையைப்போல் அவள் வெளிப்பட மாட்டாள். பாம்புப்புற்றுகள் சூழ்ந்த உடைமரத்தின்மேல் அவள் இருக்கையாக வெயிலென்றும் மழையென்றும் பாராமல் அதன்மீது கிடந்தாள்.

நரகத்தின் நாற்றம் கொண்ட சிறிய எலும்புக் கோர்வையை இடது கையினால் மாரோடு அணைத்துப் பிடித்துக்கொண்டு, பயங்கரமாகக் குலவையிட்டுக்கொண்டு வலது கையை வேகமாக வீசி அந்தக் கிராமத்தின் தெருக்களில் நடுராத்திரிக்குமேல், திட் திட் திட்டென்று அதிரும் சத்தத்துடன், குதிகாலைத் தரையில் இடித்து ஊன்றி நடந்து செல்லும் பேச்சியை, இன்னசெய்வதென்று தெரியாமல் செயலிழந்து உட்கார்ந்திருந்தார்கள் ஊர்வாசிகள்.

பகலில் அவள் எங்கே போகிறாள், எங்கே இருக்கிறாள் என்பது யாருக்கும் புரியவில்லை. சுடுகாட்டில் எரியும் பிரேதத்தின் மாமிசத்தைத் தின்பதும், அது கிடைக்காத நாட்களில் உடங்காட்டில் முளைத்துக் கிடக்கும் கத்தாழையையும் தின்று ஜீவித்தாள் அவள். இந்த உலக மனுசர்களின் சங்காத்தமே வேண்டாம் என்பது போலிருந்தது அவளுடைய காரியம்.

காத்தடிக்காலம் போய், மழைக்காலம், பனிக்காலமும் போய், வேனிற்காலம் வந்தது. கோட்டிக்காரிக்குப் பயந்து

கொண்டு ஜனங்கள் வெளியே படுத்து உறங்கமுடியாமல் கஷ்டப்பட்டார்கள்.

ஒருநாள், பஜனை மடத்தின் எதிரிலுள்ள வேப்பமர வரிசையின் நிலா நிழலில், அந்த ஊருக்கு விருந்தாடி வந்திருந்த இளவட்டம் ஒருவன் அங்கு நிறுத்திவைக்கப்பட்டிருக்கும் காடி வண்டிகளில் ஒன்றில் இருப்புச் சட்டங்களில் படுத்திருந்தவாறே தூங்கிவிட்டான். நிலா உச்சியிலிருந்து இறங்க ஆரம்பித்துவிட்டது. வேப்ப மொட்டுகள் ஏடவிழ்ந்து வாசனையைக் கொட்டிக்கொண்டிருந்தது. உப்பங்காற்று தென்கிழக்கிலிருந்து சொகமாக வீசிக்கொண்டிருந்தது. கழுத்தடியில் வியர்வை துளிர்க்க அயர்ந்து தூங்கிக்கொண்டிருந்த அவனுக்கு, பேச்சி அந்த இடத்துக்கு வந்ததோ, அவள் தன்னை நெருங்கி வைத்தகண் வாங்காமல் பார்த்துக்கொண்டிருக்கிறதோ தெரியாது. அவளுடைய கை அவனுடைய முகத்தை நோக்கி மெதுவாகப் படர்ந்து சென்றது; பட்டென்று பின்னுக்குச் சுதாரித்துக்கொண்டான் கையை. திடீரென்று தன் உயிர்ஸ்தலத்தில் ஏற்பட்ட பிடியின் சிலிர்ப்பு வேதனையால் பதறி விழித்தான். எதிரே விரிந்த கண்களுடன் சிரித்துக்கொண்டு ஆடை தவிர்த்து நிற்கும் பெண் உருவத்தைப் பார்த்ததும், கோரமாகக் கூக்குரலிட்டு அலறினான். பயத்தினால் அவன் கண்கள் நிலைக்குத்த ஆரம்பித்துவிட்டது.

கிராமத்துக்காரர்கள் ஓடிவந்து, பாய்ந்து வண்டியிலுள்ள ஊனுக்கம்புகளை உருவி அடிக்குமுன்பு அவள், விசில் ஸ்தாயையில் கூக்குரலிட்டுக்கொண்டே ஓடி மறைந்துவிட்டாள்.

ஒருநாள், பின்னிரவில் கிராமத்தார்கள், பேச்சியின் ஊர்க்காரர்களோடு சேர்ந்துகொண்டு, கம்புகள் சகிதம் ஒரு பன்றியை விரட்டி வேட்டையாடுவதுபோல் அவளை மறுக்கி மறுக்கி, விரட்டி, அடித்துப் பிடித்து அவர்கள்வசம் ஒப்படைத்தார்கள்.

பேச்சியை அவளுடைய ஊருக்குக் கொண்டுபோய் கை கால்களைக் கட்டி ஒரு மச்சு வீட்டுக்குள் போட்டு அடைத்து விட்டார்கள். பிறகு, என்னவெல்லாமோ வைத்தியம் மீண்டும் நடந்தது அவளுக்கு. என்ன செய்தும் பிரயோஜனம் இல்லை. ஒருநாள் ராத்திரி யாருக்கும் தெரியாமல் ஓட்டைப் பிரித்து வெளியேறிவிட்டாள்.

திரும்பவும் அவள், அந்த அடர்ந்து வளர்ந்த உடங்காட்டிலுள்ள பாம்புப்புற்றுகள் சூழ்ந்த உடைமரத்தின்மேல் வந்து அடைக்கல மானாள்!

அந்த ராத்திரிகளில் அதுவும் நல்ல நிலாக்காலங்களில் மட்டுமே அவள் அங்கிருந்து வெளிப்படுவாள். வேட்டையாடும் வெருகுப் பூனைபோல் பதுங்கிப் பதுங்கி வருவாள். முந்திமாதிரி அவள் இப்பொழுது 'ஆர்ப்பாட்டம்' செய்வதில்லை. பார்வதியம்மன் கோவிலுக்கு முன்னுள்ள வேப்பமரத்தின் நிலா நிழலில் கொஞ்ச நேரம் வந்து தங்கிவிட்டுப் போவாள். உறக்கத்தையே அநேக நாட்கள் கண்டிராத அவளுக்கு, அந்த வேப்பமரத்தடிக்கு வந்ததும் ஒரு மாதிரி கிறக்கம் நிறைந்த அசதியான தூக்கம் வந்து அப்பும். அப்படியே சிறிது நேரம் போர்க்களத்தில் கிடக்கும் ஒரு பிரேதம்போலக் கையையும் காலையும் அகல விரித்துப்போட்டுக்கொண்டு சற்றே சவமாய்த் தூங்குவாள்.

தூங்கி முழித்ததும் அவளுக்குத் தன் குழந்தையின் அழகான சிரித்த முகம் ஞாபகம் வரும். அப்படியே கொஞ்சநேரம் அந்த வேப்ப மரத்தைக் கட்டிப்பிடித்துக்கொண்டு சப்தமில்லாமல் குலுங்கிக் குலுங்கி அழுவாள். அந்த வேப்பமரம் அவளுக்கு எந்தவித ஆறுதலும் சொல்ல முடியாத நிலையில் நின்றது. தன் கால்களைக் கட்டிப்பிடித்துக்கொண்டு, குமுறி வரும் துக்கத்தால் குலுங்கும் பேச்சிக்குப் பல திசைகளிலும் விரிந்த அதனுடைய பல கைகளை வானத்தில் அங்குமிங்கும் ஆட்டி உஸ் என்ற சத்தத்தை வெளியிடும். தாங்கமுடியாத ஒரு பெருமூச்சை அது வெளியிடுவது போலிருக்கும்.

'பூமியில் ஜீவராசிகள் இதோ, இப்பொழுது ஒவ்வொன்றாய் விழிக்க ஆரம்பிக்கப்போகிறது' என்று சொல்லுவதுபோல, விடிகாலையின் முதல்குரலாக அக்கா குருவி கூவ ஆரம்பிக்கும். அக்கா குருவியின் குரல் கேட்டதும் பேச்சி திடுக்கிட்டு எழுந்து, உடை மரத்தை நோக்கி விரைவாள்.

தூக்கங்கள் வரவர, உணர்வுகள் திரும்பத் திரும்ப, பேச்சி தன் குழந்தையின் நினைவாக ஆனாள். கனவிலாவது குழந்தையைக் காண மாட்டோமா என்று ஏங்கினாள். அதேமாதிரி அவளுடைய குழந்தை ஒருநாள் அவள் கனவில் நிஜமாகவே வந்தான். பகபகவென்று சிரித்தான். அவளைத் தொட்டு விளையாடினான். அவள் தன்னை மறந்து சிலிர்த்தாள்.

பல மாசங்கள் கழித்து ஒருநாள் அந்தக் கிராமத்தில் பட்டப்பகலில் திடீரென்று மனிதர்கள் தெருக்களில் கலைந்து பதறி, தங்கள் தங்கள் வீடுகளுக்குள் புகுந்து கதவை அடைத்துக்கொண்டார்கள். ஊருக்குள் புலி வந்து நுழைந்துவிட்டதுபோல் ஒரு நிலை. தாங்கள் பாதுகாப்பாக இருந்துகொண்டு, ஜன்னல் கதவுகளை மட்டும் பாதி திறந்து கவனித்துப் பார்த்துக்கொண்டிருந்தார்கள்.

பிறந்த மேனியாக மீண்டும் நிறைமாச கர்ப்பிணியாய் வயிற்றைத் தள்ளிக்கொண்டு அந்தக் கோட்டிக்காரி, ஸ்தனங்கள் ஆட, ஒரு ஆணைப்போல் கைகளை முன்னும் பின்னும் வீசிக்கொண்டு 'திட் திட்' என்று பூமி அதிர, அந்தக் கிராமத்தின் நடுத்தெருவில் நடந்து சென்றுகொண்டிருந்தாள்!

சாந்தி
ஜூலை - 1966

புறப்பாடு

"**தெ**ரியுமா உங்களுக்கு சமாச்சாரம்? நம்ம அண்ணாரப்பக் கவுண்டர்; ஆள் தீந்து போயிட்டார்!"

சொன்னவனும் சந்தோஷமாகச் சொன்னான். கேட்டவர்களும் சந்தோஷமாகக் கேட்டார்கள்.

"நெசமாத்தான் சொல்லுதயா?" – மத்தியில் ஒரு சந்தேகம்.

"அந்தாப் பாருங்க, பொய்யா சொல்லுதேன்; கயத்தாத்து மேளத்துக்கு ஆள் புறப்பட்டாச்சி..!"

"லேய், மக்காளி... மக்காளீ..!" என்று அவனைக் கைதட்டிக் கூப்பிட்டு, விசாரிச்சி தெளிவு கேட்டார்கள். மக்காளியும் பல்லைக் காட்டிக் கொண்டே, "கவுண்டர் செத்துப்போனது வாஸ்தவந்தானுங்க!" என்று சொல்லிவிட்டு வேகமாய்க் காருக்கு நடந்தான்.

'செய்தி' கொஞ்சநேரத்துக்குள், ஊர் பக்கத்தூர் எல்லாம் பரவ ஆரம்பித்துவிட்டது. எங்கே கண்டாலும் இதேதான் பேச்சு.

"நம்ம அண்ணாரப்பக் கவுண்டர்... ஆள் குளோஸ்!"

"நெசமாவா?"

கிராமத்து ஜனங்கள் இப்படி ஆனந்தமாகச் சொல்லவும் கேட்கவும் போதுமான காரணம் இருந்தது.

அண்ணாரப்பக் கவுண்டரின் கையைப் பிடித்துப் பார்த்த பண்டிதன் சம்முகம், 'சரீ' என்கிறமாதிரி தலையை அசைத்தான். அவன் கையைப் பிடித்து நாடியைக் கவனித்துக் கொண்டிருக்கும்போது, அழவேண்டிய சொந்தக்காரர்கள் அவன் தலையைத்தான் கவனித்துக்கொண்டிருப்பார்கள். 'சரீ' என்று ஆட்டியதும் தொடங்கி விடுவார்கள்.

முதல்காரியம், கிடப்பவனை கட்டிலிலிருந்து கீழே இறக்கிப் போடுவார்கள். கட்டிலில் படுத்துக்கொண்டு உயிரை விடக்கூடாது; அப்புறம் அந்த ஆவி கட்டிலையே சுற்றிச் சுற்றி வந்துகொண்டிருக்கும் என்று நம்பிக்கை. அதோடு வீட்டில் வேறு யாருக்கும் உடம்புக்குச் சௌகரியமில்லையென்றால் அந்தக் கட்டிலில் படுத்துக்கொள்ள யோசிப்பார்கள். பண்டிதன் சொன்னபிறகு அண்ணாரப்பக் கவுண்டரையும் கட்டிலிலிருந்து இறக்கிப் போட்டார்கள்.

அமாவாசை, பாட்டிமை எல்லாம் கழிந்தது.

கவுண்டர் ஒருநாள் திடீரென்று கண்விழித்துப் பார்த்தார்.

"எவண்டா என்னைக் கட்டில்லெ இருந்து கீழே எறக்கிப் போட்டது..?" என்று சத்தம்போட்டுவிட்டுக் கட்டிலில் ஏறிப் படுத்துக்கொண்டுவிட்டார்! இந்தச் செய்தி முதலில் பரவியதும் ஊரே சிரிப்பில் குலுங்கியது.

பண்டிதன் சம்முகம் போட்ட 'தவணை'யைத் தாண்டியதில்லை அதுவரை யாரும்! 'இந்தப் பவரணை தாண்டாது' என்பான். சொல்லி வச்சமாதிரி பௌர்ணமியோ முதல் நாளோகூட ஆட்கள் 'புறப்பட்டு' இருக்கிறார்கள்.

ஆனால், கவுண்டர் விஷயத்தில் பண்டிதனின் கணிப்பு ஒன்றும் பலிக்கவில்லை!

அண்ணாரப்பக் கவுண்டர், நோய் நொடி என்று ஒன்றும் வந்து படுக்கையில் விழவில்லை. அவருக்கு நல்ல வயசாகிவிட்டது. எவ்வளவு என்று தெரியாது. அவருக்கே தெரியாது. யார்

தேர்ந்தெடுத்த சிறுகதைகள் ☙ 69

வயசை எண்ணிக்கொண்டிருக்கிறார்கள். பிறந்த நட்சத்திரம்கூட யாருக்கும் தெரியாது.

பாரவண்டியில் மேலே இருந்துகொண்டு கயிறு இறுக்குபவனைப் பார்த்து 'டேய், பார்த்து இறுக்குடா தவறிக் கீழே விழுந்தால் நட்சத்திரம் கழண்டுபோயிடும்' என்று சொல்லுகிறதில் வருகிற 'நட்சத்திரம்' ஒன்றுதான் தெரியும் அவர்களுக்கு.

அந்தப் பட்டியிலேயே ரொம்ப வயசானவர் அண்ணாரப்பக் கவுண்டர் ஒருத்தர்தான். அவருடைய மூன்று பெண்டாட்டிகளும் இரண்டு தொடுப்புகளும் எப்பவோ செத்துப்போய்விட்டார்கள். மகன்கள் மகள்கள்கூடச் செத்துப்போனார்கள். பேரன் பேத்திகள் சிலருக்கு பல் விழுந்துவிட்டது. சிலருக்குத் தலை நரைக்கவும் வழுக்கை விழவும் ஆரம்பித்துவிட்டது. மன்னன் அண்ணாரப்பக் கவுண்டருக்கோ தந்தம், பன்னரிவாள் பல்மாதிரி தேய்ந்துபோனதே தவிர ஒன்றுகூட உதிரவில்லை. 'நாப்பது நாளைக்குக் கோழிக்கறியும், பச்சை நெல்லுச்சோறும் போட்டா இப்பவுங்கூட ஒரு கல்யாணம் பண்ணிக்காட்டுவேன்' என்று சொல்லுவார். அவரால் இப்பவும் சத்தம் போட்டுக் குரல் நடுங்காமல் பாடமுடியும். ஆனால், பேரன் பேத்திகள் சண்டைக்கு வருவார்கள்.

முழு வயோதிகத்தினால், அவருடைய கம்பீரமான உயரமும் உருவமும், வாடிய சருகுபோல் சுருண்டு வளைந்து சிறுத்து விட்டது. கட்டிலில் மூலை சேர்ந்துவிட்டார், தேய்ந்துபோன கலப்பை மாதிரி!

ஒரு வருஷமாக அவர், இந்தா அந்தா என்று வரகந்தட்டு விளையாட்டில் மறுக்குகிறமாதிரி காலனை மறுக்கிக்கொண்டு பிடிபடாமல் இருந்துகொண்டிருக்கிறார்.

'கவுண்டரின் கணக்கை சித்திரபுத்திரன் தொலைத்துவிட்டான்' என்கிறார்கள் ஊர்வாசிகள். அவருடைய மரணத்துக்காக இப்பொ அழுபவர்கள் யாருமில்லை. இந்தக் கிழடு செத்துத் தொலைய மாட்டேங்குதே என்று சத்தம்போட்டுச் சொன்னார்கள்.

ஒவ்வொரு பௌர்ணமியையும் அமாவாசையையும் எதிர்பார்த்து எதிர்பார்த்து ஏமாந்தார்கள். அந்தப் பெரிய உசிர், பிழைக்கவும் முடியாமல் சாகவும் முடியாமல் காலம் தாழ்த்துவதனால், பல வேலைகள் நடக்கமுடியாமல் தடைபட்டன. அவருடைய

கொள்ளுப்பேத்திக்கு முகூர்த்தம் நிச்சயிக்க முடியவில்லை. பல விவசாய வேலைகள் தடைபட்டன. வந்த விருந்தாளிகள்கூடப் போகமுடியவில்லை.

ஒருநாள், திடீரென்று அவருக்கு நிலைமை மோசமாகிவிட்டது. ரோட்டுக்கடை வைத்தியரைக் கூட்டிக்கொண்டுவந்து காண்பித்தார்கள். நாடி பிடித்துப் பார்த்த வைத்தியர் 'செய்ய வேண்டிய ஏது காரங்களையெல்லாம் செய்துரலாம்; தூர ஊர்களிலுள்ள சொந்தக்காரர்களுக்கு ஆள் அனுப்பிவிடுங்க' என்று உறுதலாகச் சொன்னார். அதோடு பேரன் பேத்திகளின் ஜாதகங்களைக் கொண்டுவரச்சொல்லி, ஒரு தரத்துக்கு ரெண்டுதரம் நன்றாகப் பார்த்து "இந்தத் 'திசை' விடுதியில் 'கர்மம்' செய்வதற்கு வேண்டிய 'சட்டம்' இருப்பதால் தப்பாது இந்தத் தடவை" என்று நிச்சியமாய்ச் சொன்னார்.

பந்துக்களுக்கும், தூர பந்துக்களுக்கும்கூட ஆள் அனுப்பி வரச் சொல்லியாகிவிட்டது. பந்தல் போடுவதற்கு, ஊருக்குள் வண்டி வாரிகளையும் வண்டித் தடுக்குகளையும் சேகரித்தார்கள். கவுண்டரின் பெண்வழிப் பேத்திகள் – 'பெண்ணடிப் பாயசம்' காய்ச்சுவதற்காக நெல்லுக்கு ஆள் அனுப்பி, கொண்டுவந்து பச்சரிசி குத்துவதற்கு ஏற்பாடுகள் செய்துவிட்டார்கள்.

கவுண்டரைச் சுற்றி உட்கார்ந்து ராத்திரியெல்லாம் முழித்துக் கொண்டு கிடந்தார்கள்; தூக்கம் வராமல் இருக்க பலதடவை தேயிலை தண்ணிப்போட்டுக் குடித்தார்கள். 'வாலி மோட்சம்' கதை படிக்கச்சொல்லிக் கேட்டார்கள்.

ஒருநாளா ரெண்டுநாளா, இப்படி எத்தனை நாட்கள்தான் ராத்திரி முழித்துக்கொண்டு தூக்கத்தைக்கெடுத்துக் கொண்டிருக்க முடியும்?

"என்ன, இப்படிப் பிடிவாதம் பண்றார்?"

"கவுண்டர் ரொம்ப பிடிசாதகம் பண்றாரே!" என்று ஒருத்தருக்கொருத்தர் கேட்டுக்கொண்டார்கள்.

விஷயம் தெரிந்த ஒருத்தர் சொன்னார், "சிலேப்பனம் கட்டணும் ஐயா. தொண்டையில் சிலேப்பனம் கட்டினாலில்ல ஆள் தீரும்!"

"அப்படியா..? சிலேப்பனம் கட்றதுக்கு என்ன செய்யணும்?" என்று வீட்டுக்காரர்களில் ஒருவர் ஆவலோடு கேட்டார்.

"பஞ்சுப்பால் விடணும்."

"அது விட்டாச்சே, எப்பவே."

"என்ன பால் விட்டீங்க?"

"பசுவம்பால்."

"எருமைப்பால் சொட்டு விடணும். அதுதான் திக்காய் இருக்கும்."

"திக்காய் இருக்கணும்ன்னா ஆட்டுப்பால் விடலாமே."

"சரிதான்... ஆட்டுப்பாலையும் பசுவம்பாலையும் விட்டு ஆளை எழுப்பிருவிங்க போலிருக்கே! ஆட்டுப்பால் அம்ருதம்! பசும்பாலும் அப்படித்தான், பேசாம எருமைப்பாலையே விடுங்க!"

அங்குக் கூடியிருந்தவர்களுக்குப் பளிச்சென்று எருமைக்கும் எமனுக்கும் உண்டான சம்மந்தம் தோன்றவே, உடனே அதுக்கான ஏற்பாட்டைச் செய்தார்கள்.

"காய்ச்சுவதா காய்ச்சாமல் பச்சையாய் விடுவதா..?" என்று சில சந்தேகிகள் சந்தேகத்தை கிளப்பினார்கள்.

"பச்சைப்பாலை விடுவதே சிலாக்கியம்!" என்று தீர்மானித்தார்கள்.

பேரன் பேத்திகள்; கொள்ளுப்பேரன் பேத்திகளும் கூடி எருமைப்பாலில் பஞ்சை முக்கி தங்களது முத்தாத்தாவுக்கு திறந்திருந்த அவரது வாயில் பஞ்சுப்பால் பிழிந்தார்கள். திறந்தவாய் மூடாமல், தொண்டைக்கும் வாய்க்கும்தான் உயிர் ஊசலாடிக்கொண்டிருந்தது. கண்கள் எப்பவோ பஞ்சடைத்துப் போய் விட்டிருந்தது.

'பாலினால் தொண்டையில் சிலேப்பனங்கட்டி, கொஞ்ச நேரத்துக்குள் உயிர் பிரிந்துவிடும்' என்று எல்லாரும் ஆவலோடு எதிர்பார்த்துக்கொண்டிருந்தார்கள். நேரம் மெதுவாக ஆகியது!

சொன்னார் ஒருத்தர், "அப்பதிக்கு இப்ப ஆள் கொஞ்சம் தெளிச்சியாத் தெரியிற மாதிரியில்லா இருக்கு!"

"ஏ... ஆமா!"

ஊர் முக்கியஸ்தர்கள் கூடி, இந்த மாதிரியான விசேஷ 'கேஸ்'களுக்குச் செய்கிற வழக்கமான 'குளுப்பாட்டிப் படுக்கவைக்கிறது' என்கிற முறையைக் கையாளத் தீர்மானித்தார்கள். அதன்படி, விளக்கெண்ணெயைக் கொண்டுவந்து கவுண்டரின் தலையிலும் உடம்பிலும் அறக்கித் தேய்த்து தப்பளம் போட்டார்கள்.

ராத்திரி நேரம்; மணி பன்னிரண்டு இருக்கும். அது தை மாசம். வீட்டுக்குப் பின்னாலுள்ள கிணத்தடிக்குக் கட்டிலோடு கவுண்டரைத் தூக்கிக்கொண்டு போனார்கள். ஒரு ஆள் கவுண்டரைக் கட்டிலிலேயே உட்காரவைத்துப் பிடித்துக் கொண்டான். மூன்றுபேர்கள், ஆளுக்கு ஒரு தண்ணீர் இறைக்கும் வாளியால் கிணற்றில் சேந்திச்சேந்தி கவுண்டரின் தலையில் குளிர்ந்த நீரைத் தொடர்ந்து கொட்டிக்கொண்டேயிருந்தார்கள்.

இந்த வைபவத்தைப் பார்க்க, ரோட்டுக்கடை வைத்தியரும், வீட்டுக்காரர்களில் முக்கியஸ்தரான கெப்பணக்கவுண்டரும், வெற்றிலை போட்டுக்கொண்டு, அவர் முத்தாத்தா கட்டிய கல் தொழுவைப் பார்வையிட்டவாறே பேசிக்கொண்டே மெதுவாக நடந்து வந்தார்கள்.

"உழவு மாடுகளை இந்த வருசம் மாத்திரணும்னு சொன்னீகளே?" என்று கேட்டார் ரோட்டுக்கடை.

"தைப்பூசத்துக்கு கழுகுமலைச் சந்தைக்குப் போகணும்னு இருந்தேன்; இந்தக் கிழடை இப்படிப் போட்டுட்டு எப்படிப் போக. மாடுகளைப் போன வருசமே மாத்தியிருக்கணும், ஒரு வேலையும் நடக்கலை; ஒண்ணுமே ஓடலை. பொன்னுத்தாயிக்கு நிச்சயமாயிருக்கு; மூர்த்தம் வைக்கமுடியலை. என்ன செய்யமுடியும்; சொல்லுங்க பார்ப்போம்?"

கெப்பணக் கவண்டர், தன் பேச்சைக் கடேசியில் முடிக்கும்போது இப்படித்தான் முடிப்பார், 'சொல்லுங்க பார்ப்போம்' என்று.

தண்ணீர் அவர்கள் மேல் தெறித்து விழாதபடி, கட்டிலுக்குப் பக்கத்தில் நின்றுகொண்டு அவர்கள் பார்த்தார்கள். 'வாளிகளால் இறைத்துவிடுவது சரியில்லை' என்று நினைத்தார் வைத்தியர். 'குடங்களில் நிரப்பி வைத்துக்கொண்டு இடைவெளி இல்லாமல்

விடணும்" என்று தீர்மானித்தார்கள். அதன்படி, குடங்களை வீட்டிலுள்ளது போக பக்கத்து வீடு, பக்கத்துத் தெரு என்று போய் ஆட்கள் சேகரித்துக்கொண்டு வந்தார்கள்.

கட்டிலில் அண்ணாரப்பக் கவுண்டரைத் தாங்கிப் பிடித்துக் கொண்டிருந்த கரியமலை, வாடை தாங்காமல் நடுங்கினான். அவனும் தெப்பலாக நனைந்திருந்தான், பாவம்.

"குடத்துத் தண்ணி விடும்போது வேறயாரையாவது பிடிச்சிக்கிடச் சொல்லுங்க பெரியப்பா; எனக்கு வாடை நடுக்குது; கையும் காலும் குறக்களிச்சிட்டுப்போகுது!" என்று சொன்னான்.

அவன் தாடை நடுங்கியதில், கீழ்வரிசைப் பல்லோடு கடகடவென்று அடித்துக்கொண்டதைக் கண்ட வைத்தியருக்கு சிரிப்புத் தாங்காததால் உச்சந்தலை வழுக்கையில் உள்ளங்கையால் அடித்துக்கொண்டார்; புகையிலைச் சாறு புரை ஏறிவிட்டது அவருக்கு.

"என்னா இளவட்டம்டா நீ; சாகப்போற கிழவன்; இந்தா பாரு கிணுங்காமல் உக்காந்திருக்கான், நீ என்னடான்னா வாடை நடுக்குதுன்னு கிடுகிடுன்னு சாமியாடரே; நல்ல ஆளுதாம் போ" என்று சொல்லி வேறு ஆள் ஒருத்தனை உட்காரச்சொல்லி, ரெப்பிய குடங்களிலுள்ள தண்ணீரை எடுத்து இடைவிடாமல் – மூச்சுவிட இடம் இல்லாமல் – மடமடவென்று கவுண்டரின் தலையில் கொட்டினார்கள்.

விட்டுக்கொண்டே இருக்கும்போது, மத்தியில் ஒரு குடம் தாமத மாகிவிட்டது, கெப்பணக்கவுண்டருக்குக் கோபம் வந்துவிட்டது.

இதற்குள், வீட்டுக்கு உள்ளே பொன்னுத்தாயி ஒரு அரைக்கால் ரூபாய் நாணயத்தை எடுத்துப் புளி போட்டு விளக்கினாள். (கால் ரூபாய்க்கு அடுத்து அரைக்கால் ரூபாய் என்று ஒரு வட்ட நாணயம் – சுத்தமான வெள்ளியினால் ஆனது – அமுலில் இருந்தது. பெரிய குடும்பங்களில் இப்படிக் காரியங்களுக்கு என்று பந்தோபஸ்தாக வைத்திருப்பார்கள்.) விளக்கித் துடைத்த அரைக்கால் ரூபாயை பொன்னுத்தாயி அங்கு கூடி இருந்த பெரிய பெண்களிடம் காட்டினாள். எல்லோரும் அதன் பிரகாசத்தையும் வடிவையும் பார்த்து சந்தோஷமும் திருப்தியும் பட்டார்கள்.

ஒருத்தி, நாடிக்கட்டு கட்டுவதற்கு என்று வெளுத்த மல்பீஸ் துணியைக் கிழித்து, அளவு சரிதானா என்று தெரிந்தவர்களிடம் காட்டிக்கொண்டிருந்தாள்.

தண்ணீர் சேந்தியவர்களும், குடங்குடமாகக் கொட்டியவர்களும் அலுத்துப்போனதால் இவ்வளவுக்குப் போதும் என்று நிறுத்தினார்கள். அண்ணாரப்பக் கவுண்டரின் தலையைத் துவட்டி, உடம்பைத் துடைத்தார்கள். வைத்தியர் நாடியைப் பிடித்துப்பார்த்துவிட்டு, “உள்ளே, கொண்டுபோங்க!” என்று சொல்லிவிட்டார்.

வேறு நார்க்கட்டிலில் படுக்கவைத்து, கட்டிலுக்குக் கீழே சாம்ராணிப்புகை போட்டார்கள். பிறகு, தரையில் பழைய பாயை விரித்து அதில் கிடத்திவிட்டார்கள். குளிப்பாட்டிப் படுக்கவைத்த பிறகு, கவுண்டர் பார்ப்பதற்குச் சுத்தமாக இருந்தார். ஆடைகளெல்லாம் மாற்றப்பட்டிருந்தன. பலநாள் தூக்கமில்லாதனால் எல்லாருடைய கண்பட்டைகளும் வீங்கி இருந்தன. கவுண்டரைச் சுற்றி உட்கார்ந்துகொண்டார்கள். அரிக்கன் லைட்டைத் துடைத்து நன்றாகத் தூண்டிவிட்டார்கள். ஆட்களோடு பக்கத்தில் நின்று வேடிக்கை பார்த்துக்கொண்டிருந்த பல்ராம் நாயக்கரை ‘சித்திரபுத்ர நயினார் கதை’யைப் பாடச் சொன்னார்கள்.

மறுநாள் ஆயிற்று. அதற்கு மறுநாள், அதற்கும் மறுநாள், நாட்கள் ஆமையைப்போல் மெதுவாக நகர்ந்து போய்க்கொண்டே இருந்தன. அந்த உடலில், உயிர் இழையோடிக்கொண்டே இருந்தது.

முதலில் பயந்தவர் வைத்தியர்தான்! கவுண்டரின் மூச்சு, அவருடைய நாடி சாஸ்திரத்தைக் கேலி செய்வதாக இருந்தது. வீட்டுக்காரர்களும் சுற்றத்தாரும் உண்மையிலேயே துணுக்குற்றார்கள். என்ன செய்வது என்று தெரியாமல் திகைத்தார்கள்!

“அவருக்குப் பிடித்தமான பலகார பண்டங்கள் ஏதோ, அதைச் செய்து விநியோகியுங்கள்” என்றார்கள். கவுண்டருக்குப் பிடித்தமான பால்கொழுக்கட்டை முதலியவற்றைச் செய்து, குழந்தைகளுக்கும் கொடுத்து அவர்களும் உண்டார்கள்.

நெருங்கிய பந்துக்களில் ஒருவரும், வயதானவரும், கவுண்டரோடு நெருங்கிப் பழகியவருமான தொட்டேரப்பக் கவுண்டர், கம்பை இரண்டு கைகளாலும் ஊன்றிக்கொண்டு வந்தார். அவருடைய தலை, கழுத்தில் நில்லாமல் கிடுகிடுவென்று ஆடிக்கொண்டே இருந்தது. எல்லோரும் அவருக்கு வழிவிட்டு விலகி நின்றுகொண்டார்கள். முன் வளைந்த உடம்பின் வலதுகை கம்பைப் பிடித்துக்கொண்டிருக்க, இடதுகை விரல்களை விரித்து புருவங்களின் மத்தியில் ஒட்டவைத்துக்கொண்டு கொஞ்சநேரம் அண்ணாரப்பக் கவுண்டரையே பார்த்துக்கொண்டிருந்தார். அப்புறம், கொஞ்சம் துக்கத்தால் உணர்ச்சிவசப்பட்டார். பிறகு, அதே பார்வையில், கூட்டத்தில் கெப்பணக் கவுண்டரைத் தேடி, இடது கைவிரல்களினால் கிட்டே வரும்படி சைகை செய்தார். எல்லாவற்றையும் கேட்டு நிலவரத்தைத் தெரிந்துகொண்டார்.

பிறகு, தன் நடுங்கும் குரலில் அவர் சொன்ன விஷயமாவது: "கெப்பணா, எனக்கு பெரிய கவுண்டரைத் தெரியும். அவர் அரும்பாடுபட்டுச் சம்பாரிச்ச நிலம் அந்த எருவடிப் புஞ்சை. அந்தப் புஞ்சையின்பேரில் அவருக்கு எவ்வளவோ பிரியம். அங்கே போயி – நீதான் போகணும் – அந்த நிலத்தில் கொஞ்சம் மண்ணை எடுத்துக்கிட்டு வா. அதைத் தண்ணியிலே கரைச்சி அவருக்கு ஒரு சங்கு ஊட்டு!"

இந்தப் பேச்சைக்கேட்ட அங்குள்ள மக்களில் பலர் ஒரு சத்திய வாக்குக் கேட்டமாதிரி உணர்ச்சிகொண்டார்கள்.

அந்தக் கரிசல் மண்ணைக் கொண்டுவந்து சங்கில் சுண்டைக்காய் அளவு இட்டு அந்த ஊரின் உப்புத்தண்ணீரான குடிநீரில் கரைத்து கவுண்டரின் திறந்த வாயில் புகட்டினார்கள்.

அந்த மண்ணைக் கரைத்துப் புகட்டியதாலோ அல்லது தற்செயலாகவோ, மறுநாள் பின்னிரவு எல்லாரும் அலுத்து அயர்ந்து தூங்கிக்கொண்டிருந்தபோது, அந்த விவசாயி அண்ணாரப்பக் கவுண்டர் காலமானார்.

புஞ்சை மண்ணைக் கரைத்து புகட்டியதும் அவர் இறந்து போனது சிலருக்கு அதிசயமாகப்பட்டது. சாவு வீட்டில் நிறைந்திருந்த கூட்டத்தில் ஒரு விவசாயிக் கிழவர் சொன்னார், "பரமபதத்திலிருந்து தேர் ஒன்று வந்தது; ஒருத்தரை உடம்போடு

கூட்டிக்கொண்டு போக... வந்திருந்த தேவதூதர்களிடம் அவர் கேட்டாராம், 'உடம்போடு நான் அங்கே வர ஆட்சேபணை இல்லை; ஆனால் எனக்கு அங்கே கரிசல் நிலம் எத்தனை ஏக்கர் கிடைக்கும்?" – சொன்ன கிழவர், கரிசல் நிலம் என்பதை அழுத்திச் சொன்னார்! கேட்டவர்கள் எல்லோரும் சிரித்துக் கொண்டார்கள்.

வீடு கொள்ளாததால் தெரு நிழலிலெல்லாம் ஆட்கள் உட்கார்ந்திருந்தார்கள். வீட்டினுள்ளிருந்த கூட்டத்தில் ஒரு நாலுவயசுப் பையன், மேலே ஒரு துண்டு மட்டும் கழுத்தில் 'வல்லவேட்' போட்டுக்கொண்டு அம்மணமாக வந்துகொண்டிருந்தான். பயல் சிவப்பாய், பார்க்க நன்றாகவும் துடியாகவும் இருந்தான். அவனைப் பார்க்கிறவர்கள் யார்க்கும் அவனோடு கொஞ்சம் 'வாயாட' வேணும்போலத் தோன்றும்.

கூட்டத்திலிருந்த ஒரு நரைத்த கிருதா மீசைக்காரர், முகத்தில் குறும்பு தோன்ற அவனை தன்னிடம் கூப்பிட்டார். அவனும் பயப்படாமல், பழகியவனைப்போல் முகத்தை வைத்துக்கொண்டு கிட்டே வந்தான்.

அவர் அவனிடம் கேட்டார்; ஆண் குழந்தைகள் அம்மணமாக வந்தால் வழக்கமாக கேட்கும் கேள்விதான். பயல் பளிச்சென்று பதில் தந்தான். கூட்டமே சிரித்து உருண்டது.

கயத்தாற்றிலிருந்து மேளம், 'ஓடக்கு' ஆடுகிறவர்கள், பிடாங்கு வேட்டுக்காரன், இவர்களுடைய 'நல்லது பொல்லது'களில் வாசிக்கிற உருமிக்காரன் முதலிய எல்லாரும் வந்துவிட்டார்கள்.

ரொம்ப வயசான கிழடுகள் இறந்துபோய்விட்டால் யாரும் அழ மாட்டார்கள்... அழக்கூடாது என்று சம்பிரதாயம். ஆகையால், இன்னேரவரைக்கும் அண்ணாரப்பக் கவுண்டரின் புகழ்பற்றியே பேசிக்கொண்டிருந்த கூட்டத்துக்கு கயத்தாத்து மேளம் வந்தது 'அப்பாடா' என்று இருந்தது. இந்த மேளத்தில் ஒருவன் பொய்க்கால் குதிரைமேல் இருந்துகொண்டு ஒப்புவைத்து அழுவான் – அதாவது பாடுவான். அதை வாங்கி சத்தக் குழல்காரனும் கொட்டுக்காரனும் வாசிப்பார்கள். அப்போது பொய்க்கால் குதிரை அந்த இசைப்புக்கு ஏற்ற மாதிரிச் சுற்றிச் சுற்றி வந்து ஆடும். திரும்பவும் அவன் ஒப்புச் சொல்லுவான்; அவர்கள் வாங்கி வாசிப்பார்கள்; அவன் ஆடுவான்!

முதலில் கொஞ்சநேரம் மேளத்துக்கு ஆடிவிட்டு, பிறகு பொய்க்கால் குதிரைக்காரன் ஒப்பாரி ஆரம்பித்தான்.

"கத்தரிக்காய் எங்களுக்கு...
கத்தரிக்காய் எங்களுக்கு!
கைலாசம் உங்களுக்கு...
கைலாசம் உங்களுக்கு..!"

டண்டணக்கு டண்டணக்கு,
டண்டணக்கு டண்டணக்கு...

மேளக்காரன் அடிக்கும் ஒவ்வொரு கொத்து அடிக்கும் குதிரைக்காரன் 'தாயாரே தாயாரே' என்று மார்பில் இரண்டு கைகளாலும் மெதுவாக, ரொம்ப மெதுவாக வலிக்காமல் (!) அடித்துக்கொள்வான். அவன் இப்படி அடித்துக்கொள்கிறதைப் பார்த்த கூட்டத்திலிருந்த ஒரு நடுத்தர வயசுப் பொம்பிளை, "அப்பா மெல்லப்பா! நெஞ்சிலெ ரத்தம் கட்டிக்கிடாமெ!" என்று எடக்காகச் சொல்லவும் கூட்டம் கலகலத்தது; குதிரைக் காரனும் சிரித்துக்கொண்டான்.

"வாழைக்காய் எங்களுக்கு...
வாழைக்காய் எங்களுக்கு!
வைகுந்தம் உங்களுக்கு...
வைகுந்தம் உங்களுக்கு!"

டண்டணக்கு டண்டணக்கு,
டண்டணக்கு டண்டணக்கு...

"தாயாரே தாயாரே..."

இழவுவீடு கோலாகலமாய் இருந்தது.

கவுண்டரின் உடம்பைத் திரும்பவும் கிணற்றடிக்குக் கொண்டுபோனார்கள். பண்டிதன் அவருக்கு முகச்சவரம் செய்தான். மீசையை ஜோராகக் கத்தரித்துத் திருத்தினான். திருக்குற்றாலத்திலிருந்தும், பாபனாசத்திலிருந்தும் கொண்டு வந்திருந்த அருவித்தண்ணீர்க் குடங்களைக் கொட்டிக் குளிப்பாட்டினார்கள். 'பயணப் பீசை' உடுத்தினார்கள்.

நெற்றியில் திருமண் இட்டு, அரைக்கால் ரூபாயை அதில் பதித்து ஒட்டவைத்தார்கள். நாடிக்கட்டுக் கட்டினார்கள். இரண்டு கைப் பெருவிரல்களையும் சிறிய நூல்கயிற்றினால் இணைத்தார்கள். கையில் வெற்றிலை வைத்துக்கொண்டிருப்பதுபோல் இருக்க, வெற்றிலையையும் பாக்கையும் கையில் வைத்தார்கள். உதடுகளைக் குங்குமத்தால் சிவப்பாக்கினார்கள். ஒரு பெரிய செவ்வரளி மாலையை அணிவித்தார்கள்.

வீட்டின் முன்னால் பந்தலுக்குக் கீழே கூட்டம் நெருக்கியது. எதிரே மைதானத்தில் உடுக்கு ஆட்டம், எதிர்பாராதபோது திடீர் திடீர் என்று பிடாங்கு வேட்டின் (உலுக்கி அதிர்ச்சியடைய வைக்கும்) சத்தம்.

சாவுப்பல்லக்கு அலங்கரிக்கப்பட்டு வீட்டுக்கு முன்னால் தயாராக இருந்தது. அண்ணாரப்பக் கவுண்டரைக் கொண்டுவந்து பல்லக்கிலுள்ள நாற்காலியில் சப்பணம் போட்டபடி உட்காரவைத்து, சாய்மானத்தில் ஒரு அழுக்குத் தலையணையைப் போட்டுச் சாய்த்து வைத்தார்கள். அவரது தலை அண்ணாந்து பல்லக்கின் முகட்டைப் பார்த்தவண்ணமிருந்தது.

பல்லக்கைத் தூக்கி ஒரு கட்டைவண்டியில் வைத்தார்கள். இதனால் அவருக்குப் பின்பக்கம் நின்றுகொண்டு, அவருடைய கொள்ளுப்பேரன்மார் இருவர் நெய்ப்பந்தம் பிடிக்கத் தோதாக இருந்தது. முன்பக்கம் இரண்டு பேரன்கள் தங்களுடைய மேல்துண்டை எடுத்து ஆட்டி 'வெஞ்சாமரை' வீசினார்கள்.

கூட்டம் வழிவிட்டு விலகி நிற்க, கைதேர்ந்த சிலம்பு ஆட்டக் காரர்கள், கம்பைப் பல கோணங்களில் பிடித்துக்காட்டி, முன்னாலும், பக்கவாட்டிலும், பின்னாலும் அளவோடு எட்டுகள் எடுத்துவைத்து நடந்து பாவலாச்செய்து கம்பைச் சுழற்றி வீசி அடித்து விளையாடினார்கள்.

ஊர்கோலம், முக்குகளில் திரும்பும்போதும், சிலம்பாட்டம் முடிந்து புறப்படும்போதும் பெண்களின் குலவை ஒலி பலமாகக் கேட்டது. வண்ணார்கள் வேகமாக ஓடி ஓடி, கவுண்டரின் குடும்பத்தார் நடந்துவரத் தெருக்களில் சேலைகளைத் தரையில் நடைமாத்தாக விரித்தார்கள். கடகப் பெட்டிகளில் கனிந்த கதலிப்பழங்களை உதிர்த்து நிறைத்துக்கொண்டு கூட்டத்தில்

சூறை போட்டார்கள். மடிநிறைய்ய சில்லறை நாணயங்களாக மாற்றி நிறைத்துக்கொண்டு கூட்டத்தில் வாரி இறைத்தார்கள். ஜனங்கள், அவைகளை ஓடி ஓடிப் பொறுக்கினார்கள்.

சவ ஊர்வலம் ஊரைவிட்டு வெளியே வந்தவுடன் கொட்டுக்காரர்கள், வழக்கமாக வாசிக்கிறமாதிரி 'அடியின் நடை'யை மாற்றினார்கள்; தூரத்திலிருந்து இந்த அடிச் சத்தத்தைக் கேட்பவர்கள், 'சரி கூட்டம் மயானத்துக்குப் பக்கத்தில் வந்துவிட்டது போலிருக்கு' என்று யூகித்துவிடுவார்கள். சத்தக் குழல்காரனின் துயரமான இழைப்பு ஒலி; மேளத்தின் அந்தத் தட்டுதலோடு பெண்களின் குலவையும் சேரும்போது சோகம் மனசை அப்பும்.

நொடி நிறைந்த வண்டிப்பாதை. லம்பல் அதிகமாக இருந்தது. கவுண்டரின் மேல்நெற்றியில் இறுக்கிய கட்டு, கொஞ்சம் நழுவியதாலோ என்னவோ, வண்டியின் லம்பலில் கவுண்டரின் தலை இடதுபக்கமாகவும் வலதுபக்கமாகவும் ஆடிக்கொண்டே போனது, 'மாட்டேன் மாட்டேன்' என்று சொல்லுவது போலிருந்தது.

சோதனை
ஏப்ரல் - 1973

சிநேகம்

இன்னும் சூரியோதயம் ஆகவில்லை. மார்கழி மாசத்து வாடைக்காற்று சில்லென்றடித்தது. ராமியின் தலைமயிர், கண்ணிலும் கன்னத்திலும் மறைத்தது.

அவள் பரண்மேல் நின்றுகொண்டிருந்தாள். கையிலிருந்த கவண் தொங்கிக்கொண்டிருந்தது. எலுமிச்சம்பழ அளவுள்ள ஒரு கல்லை அந்தக் கவண் மெதுப்பிக் கொண்டிருந்தது.

ராமி, கவணை தலைக்குமேல் லாகவமாகச் சுற்றி எறிந்தாள். கூட்டிலிருந்து புறப்பட்ட சிட்டைப்போல் கல் இறைந்து சென்று தொலைவில் போய் விழுந்தது. நாலு திசைகளையும் பார்த்து இப்படி சத்தம் போட்டுக் கத்தினாள்:

“வடக்கே யாரு கழுதெ
தெற்கே யாரு கழுதெ
மேற்கே யாரு கழுதெ
கெழக்கே யாரு கழுதெ...”

கதிரை ஓடிக்கும் களவாளிகள் உண்மையிலேயே யாரும் இல்லை அங்கே! அப்புறம் ‘ஒரு வசனகவிதை’ – வழக்கமாக காவல் காக்கும் சிறுவர் சிறுமியர் சொல்லுவதை இறைந்து சொன்னாள்:

"கதிரைப் பிடுங்காதே
கக்கத்திலிடுக்காதே
ஊதி ஊதித் திங்காதே
உள்ளங்கையை நக்காதே
மானத்தைப் பார்க்காதே
வயிறூதிச் சாகாதே
கழுதையோ கழுதை..."

பனி பலமாக விழ ஆரம்பித்தது. காடு எங்கும் புகை சூழ்ந்தது போல், சில அடி தூரத்துக்கப்பால் என்ன இருக்கிறது என்று தெரியாமல் பெய்தது. இந்தப் பனிக்கு விவசாயிகள் வைத்திருக்கும் பெயர் 'மூணாம் பனி!'

ராமிக்குக் கொஞ்சம் பயம் வந்தது. கையில் கழியை எடுத்துக் கொண்டு, பறவைகளை விரட்ட அடிக்கும் தகரத்தில் ஓங்கி ஓங்கி அறைந்து, காடே அதிரும்படியான சத்தத்தை எழுப்பினாள். இந்த அடிக்கெல்லாம் பனி போய்விடுமா? வாடை அவளை நடுக்கியது. துணிகள் நனைந்துபோயின; அவள் வீடு திரும்பமுடியாமல் போனால் என்ன ஆகும்; பயங்கரமான அடி உதைகள், நீசத்தனமான வசவுகள் எல்லாம் கிடைக்கும். இவைகளையெல்லாம் ஏற்று இந்தச் சிறுமி பழக்கப்பட்டுப் போயிருந்தாள்.

'அடேயப்பா... வாடை என்ன இப்படிக் கொளுத்துகிறது!'

கீழ்த்தாடைப் பற்கள், மேல் பற்களோடு கணக்கில்லாத வேகத்தில் அடித்துக்கொண்டன. கைகள் மார்பில் குறிபோட்டு, புஜங்களைப் பற்றிக்கொண்டன. வாயின் நடுக்கத்திற்கேற்ப தொண்டைக் குழியிலிருந்து ஒரு குரலைக் கொடுத்து அந்தக் குரல் தாடையின் வேகமான அடிகளால் ஒரு வினோத சத்தமாக மாறிவந்தது. ராமி இப்படி மீண்டும் மீண்டும் செய்து அந்தக் குளிர் நடுக்கத்திலும் அதை மறக்க விளையாடினாள்.

'பூனைக்கிழவி விளையாட்டு' விளையாடும்போது இப்படிக் குரல் நடுங்கினால் ரொம்ப நன்றாக இருக்குமே என்று நினைத்தாள். அந்த மாதிரி கொஞ்சம் பேசிப்பார்த்துக் கொண்டாள்!

பனி இப்பொழுது இன்னும் பலமாகக் கொட்ட ஆரம்பித்தது. ராமி பரணைவிட்டு இறங்கினாள். பரணுக்குக் கீழே தரையில், அப்படியே ஒரு சின்ன அணில்குஞ்சுமாதிரி கொடுங்கிப்போய் உட்கார்ந்து, பாவாடையை அவிழ்த்து வெறும்மேலுடம்பையும் தலையையும் சேர்த்துப் போர்த்திக்கொண்டாள். குளிரினால் வயிற்றைப் பிசைந்து வலித்தது.

குளிருக்கு அடக்கமாக முடக்க ஒரு மடியோ, அடக்கமுடியாத துக்கத்தினால் முகத்தைப் புதைத்து அழ ஒரு மார்போ இல்லை அவளுக்கு. அவள் ஒரு அனாதை. தாயும் தந்தையும் அற்றவள். உடன்பிறந்த சகோதரப் பாசமே இன்னதென்று அறியாத பாவி!

ஏதோ ஒரு தூரமான ஊர். அங்கே பிறந்து வயிற்றுக் கஞ்சிக்காக இங்கே வந்து இருக்கிறாள். அதிகாலையிலேயே எழுந்து கம்பங்காட்டுக் காவலுக்கு வந்துவிடவேண்டும். ராத்திரி ஏழு மணிக்குத்தான் வீடு திரும்பவேண்டும். மத்தியானம் மட்டும் ஒருவேளை கஞ்சி வரும். ராத்திரி வீட்டுக்கு வந்து குளித்துவிட்டு, குதிரைவாலிச்சோறு சாப்பிடலாம் சில நாளைக்கு.

ராமியின் தகப்பன் ஒரு குடிகாரன். நன்றாகத் திருட்டுச் சாராயம் குடித்துவிட்டு வந்து ஒருநாள் தன் மனைவியை கடப்பாரைக் கம்பியால் ஒரேபோடில் கொன்றுவிட்டு, தானும் ஆயுள் தண்டனையை அனுபவிக்க ஜெயிலுக்குப் போய்விட்டான். அப்போது ராமி, நாலு வயசு குழந்தை. இப்போது அவளுக்கு எட்டு வயசாகிறது. இந்த நாலு வருஷமும் அவள் அனுபவித்த துன்பம் கடலைவிடப் பெரியது.

எதால் அவள் அடி வாங்கவில்லை? எந்த இடத்தில் அடி விழாமலிருந்தது..? துடுப்புக்கட்டையால், விளக்குமாற்றால் சட்டகப்பையால், களைசுரண்டியால், தலையில், முகத்தில், மணிக்கட்டில், மார்பில், வயிற்றில், நினைத்த இடமெல்லாம் கையில் கிடைத்ததையெல்லாம் கொண்டு அடி வாங்கினாள்!

எதிர்த்துப் பேசியதற்காக ஒருதடவை நாக்கில் சூடு போட்டார்கள். விளையாடப்போனதற்காக, காலையும் கையையும் கட்டிப் போட்டு கண்ணில் மிளகாய்ப் பழத்தை அரைத்துப் பூசி வெயிலில் உருட்டிவிட்டார்கள். இப்படி எத்தனையோ.

குளிரும் வயிற்றுவலியும் தாங்கமுடியவில்லை. தன்னுடைய அனாதை நிலையை நினைத்தவுடன் ராமிக்கு அழுகை வந்தது. மின்னல் வேகத்தில் அவளுக்கு தன் அம்மாவின் முகமும், அவளுடைய பரிவும் ஞாபகம் வந்தது. “அம்மா... அம்மா...! என் அம்மா...” என்று வாய்விட்டு அழுதாள் ராமி.

சூரியோதயம் ஆனது. மருந்துக்குக்கூட இப்போது பனியைக் காணோம். கதிர்களின் பாரத்தைத் தாங்கமுடியாமல் இருந்த கம்புப் பயிர்கள் பனியில் குளித்துத் தெப்பமாக நனைந்திருந்தன. அவைகளின் நீண்ட இலைகளின்மேல் பனி முத்துக்கோர்த்திருந்தது.

குளிர்காய பரண்மேல் ஏறினாள். இளம் வெயிலில், அவளுடைய எண்ணெய் அறியாத செம்பட்டை மயிர் மினுமினுத்தது. முதுகிலும் கைகளிலும் அடர்த்தியான பூனை மயிர், வெயில் பட்டுப்பட்டு அவளுடைய நல்ல சிவப்பு நிறம் குங்குமமாக மாறி இருந்தது. அந்தக் கண்கள் பச்சை நிறமாக இருப்பது பூனையின் கண்கள் ஞாபகத்துக்கு வரும். ‘கண்ணாடிக் கண்’ அல்லது ‘பீங்கான் கண்’ என்றும் சொல்வார்கள். கறுத்து அடர்ந்த புருவம், தேங்காய்ச் சில் மாதிரி வெளேர் என்ற பற்கள்; அதில் மேல்வரிசையிலுள்ள இரண்டு முன்னத்தம், பற்களுக்கு இடையில் அரிசி கனத்தில் ஒரு பல். எல்லோர்க்கும் முப்பத்திரண்டு என்றால் ராமிக்கு முப்பத்தி ரெண்டே கால்! உதடுகள் சிவப்பாக இல்லாமல், கத்திரிப்பூ நிறங்கலந்த ஒரு கருப்பு. இது ரொம்பவும் அவளைக் கூறு கெடுத்தது. அவளைப் பார்க்கும் யாருக்குமே ஒரு அழகான மான்குட்டியின் ஞாபகம் வரும்.

பாதையூடே தூரத்தில் ராஜா வந்துகொண்டிருந்தான். அவன் ராமியின் ‘சேக்காளி’. இருவரும் ஒரே வயசு. ராஜா பக்கத்துப் புஞ்சைக்காரன். ஊருக்கு முதலாளி மகன். கன்னங்கரேர் என்றிருப்பான். காதில் மூணு வெள்ளைக்கல் பதித்த கடுக்கன். பக்க வகுடுக் கிராப்பு. சிரித்த துறுதுறுக்கும் கருவண்டுக் கண்கள். கொழுகொழுவென்ற சதைப் படலம் நிறைந்த உடம்பு. அநேகமாக நீலநிற அரைக்கைச் சட்டையே விரும்பி அணிவான். எத்தனையோவித நிறச் சட்டைகள் அவனுக்கு உண்டு. இருந்தாலும் அவனுடைய உடைகளிலெல்லாம் அவனுக்குப் பிடித்தமானது இந்தச் சட்டைதான்.

பஜனைக் கோவிலில் வாங்கிய மாஜீனி கலந்த அரிசி அவலைத் தின்றுகொண்டே வந்தான்.

ராஜா கிட்டே வந்ததும், ராமி அவனைப் பாராததுபோலே எங்கேயோ பராக்குப் பார்த்துக்கொண்டிருந்தாள்.

"ஏ கள்ளி... வேணுமா, வேணாமா?"

ராமி முகத்தை பொய்க்கோபமாக வைத்துக்கொண்டு, வெடுக்கென்று திரும்பிப் பார்த்தாள். பார்த்துவிட்டு எரிச்சல் படுவதுபோல்,

"என்னது?" என்று தெரியாததுபோல் கேட்டாள்.

பஜனைக் கோவிலிலிருந்து அவன் தினமும் அவளுக்காகக் கொஞ்சம் அவல் கொண்டுவருவது அவளுக்குத் தெரியும்!

"சரி... வேண்டாட்டாப் போ..." என்று சொல்லிக்கொண்டே, மூடியிருந்த கையை தலைக்கு மேலாகப் பிடித்து முகத்தை அண்ணாந்து வாயை, 'ஆ' வென்று திறந்தான்.

கலகலவென்று உரத்த சிரிப்பைச் சிந்திக்கொண்டே 'தொபுக்கடீ'ரென்று பரணிலிருந்து குதித்து, ஓடிவந்து அவலை வாங்கிக்கொண்டாள்.

"கடன் கழிஞ்சுப் போச்சு" என்றான் ராஜா.

மென்றுகொண்டே, 'ஆமாம் ஆமாம்' என்று ஒப்புக்கொள்ளும் பாவனையில் தலை அசைத்தாள் ராமி.

பிறகு, இரண்டு பேரும் விளையாடத் தயாரானார்கள். கைகள் இரண்டையும் பூட்டிப் பிணைத்துக்கொண்டு கொஞ்சநேரம் 'வரகு வரகு' சுற்றினார்கள். அது அலுத்தவுடன் பக்கத்திலுள்ள ஓடைக்குப் போய், அதன் ஏற்ற இறக்கத்தில் ஏறி இறங்கி 'சடுகுடு மலையிலே ரெண்டானை' விளையாடினார்கள். அதுவும் முடிந்தவுடன் ஒளிந்து பிடித்து விளையாடினார்கள். சிறுவர்களுக்கு இது ஒரு தெவிட்டாத விளையாட்டு! இதை ஆடாத மனிதன் யார்; ஆடாதவனும் ஒரு மனிதனா?

இதை விளையாடும்போது எத்தனையோ அற்புதக் கற்பனைகள் தோணும். ஒளிந்திருந்தவரை தேடிவந்தவர் கண்டுபிடித்துக்

கொண்டவுடன் இருவரும் சேர்ந்து சிரிப்பார்களே; அந்தச் சிரிப்புக்கு இந்த உலகத்தில் ஏது ஈடு?

இப்பொழுது ராஜாவால் ராமியைக் கண்டுபிடிக்க முடியவில்லை. எங்கே தொலைந்துகொண்டாள் சனியன்! அவளைக் கண்டு பிடிப்பது கஷ்டம்தான். புழுமாதிரி தரையில் ஊர்ந்துகொண்டே போய் தட்டாம்பயிர்ப் பட்டங்களுக்கு அடியில் கிடந்துகொள்வாள். ராஜாவால் இது முடியாது, அப்படி ஒளிந்துகொண்டாலும் அரவமில்லாமல் மண்ணுளிப்பாம்புபோல் கிடக்க இயலாது. சிரிப்பை கைபொத்தி அடக்கிக்கொண்டே கெக்கெக்கெக்கெ என்று உடம்பு குலுங்கச் சிரித்துக்கொண்டே இருப்பான். இந்த சத்தத்தைக் கண்டுபிடித்து வந்தே ராஜாவைப் பிடித்துவிடலாம்.

ஆட்டத்தில் தோல்வி கண்டதால், ராஜாவுக்கு ருசிக்கவில்லை. பின்பக்கம் கைகட்டிக்கொண்டு, ஆகாயத்தைப் பார்த்தான். தூரத்தில் படைகுருவிகள் வருவது குறுமணல் புள்ளிகள்போல் தெரிந்தது.

“ஓ! படைகுருவி, படைகுருவி, ராமீ... படைகுருவி!”

ராஜாவின் இந்தப் பரபரப்பான கத்தல் ராமியை அசைக்கவில்லை. விளையாட்டில் எதிரியை ‘விழத்தட்ட’ இப்படியெல்லாம் சொல்கிறது வழக்கம்தான்.

“பொய்யில்லை; நிஜமாகத்தான்; கண்ணானை... சாமி சத்தியமாச் சொல்றேன் ராமீ. ஓடிவா, ஓடிவா..!”

இரண்டு பேரும் பரண்மீது ஏறினார்கள். படை குருவிகள் எப்பவும், ஆயிரம் இரண்டாயிரம் என்று சேர்ந்தே வரும். அவை எங்கே இருந்து வருகின்றன... கதிர் தானியத்தைத் தின்றுவிட்டு எங்கே போகின்றன? யாருக்கும் தெரியாது..! அவை வருவதும் போவதையுமே பார்க்க ஒரு தனி அழகாய் இருக்கும். புள்ளிகளைக்கொண்டே, பல்வேறு சித்திர உருவங்களைப் பார்த்துக்கொண்டே இருக்கும்போதே, இன்னொரு உருவம் தெரியும்; பிறகு, அது மறைந்து வேறொன்று; அப்புறம் இன்னொன்று. இப்படியாக புள்ளிக்கோலங்களாய்ப் போட்டுக்கொண்டே வானத்தில் நகர்ந்து வரும்.

முதலில், மலைப்பாம்பு ஒன்று பறந்து வருகிறமாதிரி இருந்தது. பிறகு, அதன் நீளம் குறைந்து, குறுகி, நடுவில் கனத்து, வட்டவடிவமான ஒரு கடல் மீன் பறந்து வந்தமாதிரி இருந்தது. திரும்பவும் பாம்புமாதிரி நீண்டு, கோடிகள் இரண்டும் மேல் நோக்கி உயர்ந்து, வளைந்து ஒரு ஆரம் - பூமாலைமாதிரி வானத்தில் வந்தது.

ராஜாவும், ராமியும் கழிகள் கொண்டு தகரத்தில் வேகமாக பலங்கொண்ட மட்டும் தட்டி ஒலி எழுப்பினார்கள். படை குருவிகள், அவர்களை ஆரத்திச் சுற்றிவிட்டு மேற்கு நோக்கிப் போய்விட்டன. தூரத்தில் புள்ளிகள் நடுங்குகிற மாதிரி தெரிந்தது. அப்புறம் ஒன்றுமே இல்லை!

களைத்துப்போய் இருவரும் கருவமரத்தடி நிழலில் வந்து உட்கார்ந்தார்கள். ராஜா தன்னுடைய புஞ்சைக்குள் போய் நாலைந்து கம்பங்கதிர்களையும், பிடி நிறைய பாசிப் பயித்தங்காயும் பிடுங்கிக்கொண்டு வந்தான். ராமி கதிரை வாங்கி, கசக்கி, ஊதி ஊதிக் கொடுத்து தானும் தின்றாள். காயை, அவள் மாதிரி வேகமாக நரம்பை உரித்துப் பல்லில் கொடுத்து உருவித் தின்ன வராது. ராஜா அதை ஒரு அதிசயமாகப் பார்த்து அனுபவித்துக் கொண்டிருப்பான்.

ராமியை அவனுக்கு ரொம்பவும் பிடித்துப்போய்விட்டது. ஜோராய் அவள் நாட்டுப்பாடல், கல்யாணப்பாட்டெல்லாம் பாடுவாள். சுவாரஸ்யமாக 'ராஜா ராணிக் கதை' சொல்லுவாள். கதை சொல்லும்போது அவளைப் பார்க்கவேண்டும்; எத்தனை விதமாகச் சிரித்து, முகத்தை அசைத்து, குரலை ஏற்றத்தாழ்வு கொடுத்துச் சொல்லுவாள்! கதையை நேரில் கொண்டுவந்து நிறுத்த அவள் நாக்கோடு கைகளும் வந்து அபிநயத்தால் உதவி செய்யும். இந்தச் சமயங்களில் ராஜா கதையை மறந்துவிட்டு அவளைத்தான் பார்த்துக்கொண்டிருப்பான். மூக்கு மாத்திரம் 'உம்' கொட்டிக்கொண்டிருக்கும்.

அதையெல்லாம் இந்தப் பதினான்கு வருடங்கள் கழித்து இப்பொழுது நினைத்துப் பார்த்தாலும்...

வந்தது போலவே, ராமி, ஒருநாள் திடீரென்று போய்விட்டாள்.

எங்கு போனாளோ, யாரிடம் சென்றாளோ... வாழ்க்கையில் நடக்கும் விசித்திரங்கள்... கதைகளில் நடக்கும்

விசித்திரங்களெல்லாம் வாழ்க்கையின் விசித்திரங்களுக்கு உறைபோடக் காணாது.

பதினான்கு வருஷங்களுக்கு முன் போனதுபோலவே திடீரென்று மீண்டும் ஒருநாள் ஊருக்குள் வந்தாள் ராமி.

அன்று...

அதிகாலையில் வீட்டு முற்றத்தில் வந்து ஒரு காகம் கரைந்து கொண்டிருந்தது. முன்புறமுள்ள மாட்டுத் தொழுவத்திலிருக்கும் கல்திண்ணையில் உட்கார்ந்து, வேப்பங்குச்சி வைத்து பல் தேய்த்துக்கொண்டிருந்தான் ராஜா. அவனுக்கு முன்புறத்தில் இரண்டு பெரியாட்கள், அந்த ஊருக்கு முதல் நாள் கல்யாணத்திற்கு வந்த வெளியூர்க்காரர்களுடன் பேசிக்கொண்டிருந்தார்கள்.

அப்பொழுது, ஒரு பெண், இடுப்பில் ஒரு குழந்தையோடு தங்களைக் கடந்து வீட்டினுள் போனாள். போகும்போது தன்னை நோக்கித் தயங்கி நின்றமாதிரி இருந்தது ராஜாவுக்கு. அசைப்பில் பார்த்தபோது எங்கோ பார்த்தமாதிரியும் இருந்தது அவனுக்கு. யாரோ...?

தினமும் எத்தனையோ பேர்கள் தன் புதுவீட்டைப் பார்க்கவும், தன் மனைவி போட்டுக்கொண்டிருக்கும் நகைகளைப் பார்க்கவும் வந்து போவார்கள். அந்த ஊரில் நடக்கும் விசேஷங்களுக்கு வரும் வெளியூர்க்காரர்கள், சொந்தக்காரர்கள், தூர பந்துக்கள்... இப்படி எத்தனையோ பேர். இதுவும் அந்தமாதிரி இருக்கலாம்.

வந்தவள் யாருமில்லை. ராமிதான். இவனை நன்றாக அடையாளம் கண்டுகொண்டாள் அவள்.

பேசிக்கொண்டிருந்தவர்கள் விடைபெற்று போனபிறகு ராஜா வீட்டினுள் புகுந்தான். அந்தப் பெண், ராஜாவின் மனைவியோடு உட்கார்ந்து பேசிக்கொண்டிருந்தாள். குழந்தை தனியாக, கொல்லம் செங்கல் பதித்த தரையை, இரண்டு கைகளாலும் தேய்த்து விளையாடிக்கொண்டிருந்தது. மனைவியின் முதுகில் கனமாகப் படிந்து கிடந்த ஜடையில், திருகியிருந்த ஜடைபில்லையின் நேர்த்தியான வெட்டுக்களில் பிரகாசம் பட்டு மின்னிக்கொண்டிருந்தது, அந்தப் புதிய பெண், இவனைக் கண்டு சிரித்தாள். அல்லது பேச்சின் மத்தியில் எழுந்த சிரிப்பாகவும் இருக்கலாம் யாரென்று தெரியவில்லை!

அந்த அறையின் வாசலைத்தாண்டி கொல்லையில் குழாயடியில் வந்து நின்றுகொண்டு, வேப்பங்குச்சியை பல்லால் கடித்து, இரண்டாக வகுத்து, வளைத்து, நாக்கை வழித்துக் கொண்டிருக்கும்போது, மனசினுள் பளீரென்று பிரகாசம் தோன்ற ஒரு மின்னல் அடித்து மறைந்தது.

'ஆ! அந்தப் பற்கள். அந்தக் கண்கள். ராமி... ராமி... நீயா! எத்தனை வருஷங்களாகிவிட்டன, உன்னைப் பார்த்து. என் வீடு தேடி வந்த உன்னை 'வா' என்றுகூட கேட்கவில்லையே நான். ராமி... ராமி..!' என்று அடித்துக்கொண்டது மனம்.

முகத்தை அவசர அவசரமாகத் துடைத்துக்கொண்டே, அவர்கள் உட்கார்ந்து பேசிக்கொண்டிருந்த அறையை நோக்கி வேகமாகப் போகும்போது அவன் மனைவி எதிரே வந்தாள்.

"வெந்நீர் எடுத்து வைக்கட்டுமா?" என்று வழக்கமான அன்போடு அமைதியாய்க் கேட்டாள். ராஜா ஒன்றும் பதில் சொல்லவில்லை. தன் மனைவியையே பார்த்துக்கொண்டேயிருந்தான் அவன். ஏன் அந்தச்சமயத்தில் அப்படிப் பார்த்தான் என்பது அவனுக்கே தெரியாது. ஆனால், அவன் மனைவியோ அதற்கு வேறு ஒரு 'அர்த்தம்' பண்ணிக்கொண்டு புன்னகையோடு நாணித் தலைகுனிந்தாள்.

அவளை தன் பார்வையிலிருந்து விடுவித்துக்கொண்டு வீட்டுக்கு வெளியே வந்தான் ராஜா. தெருவின் இரண்டு பக்கமும் பார்த்தான்... ராமி போய்விட்டாள்!

'ராமி நீ போய்விட்டாய்... உன்னை 'வா' என்றுகூடக் கேட்கவில்லையே. ராமி, நீ என்னைப் பற்றி என்ன நினைத்துக் கொள்வாயோ?' அவன் மனம் புலம்பிக்கொண்டே இருந்தது.

'சரி, அவளை எங்கே போய்ப் பார்ப்பது? முன்பு அவள் வசித்த வீட்டில் இப்பொழுது ஒருவருமே கிடையாது. அவர்கள் பஞ்சம் பிழைக்க தஞ்சாவூர்க்கு எப்பவோ போய்விட்டார்கள். ஒருவேளை, ராமி நேற்று இரவு இங்கே நடந்த கல்யாணத்துக்கு வந்திருப்பாளோ' அப்படித்தானிருக்கும். ஆனால்... அங்கே இந்நேரத்தில் எப்படிப் போவது..?'

ராஜாவின் கால்கள் மெதுவாக கல்யாண வீட்டை நோக்கி நடந்தன. அந்த வீடு ஊருக்கு மேற்கே இருந்தது. அந்த வீட்டின்

எதிரே ஒரு மைதானம். அங்கே நிறைய 'கூடார வண்டிகளும்' காடி வண்டிகளும் இருந்தன. ஜனங்கள் எல்லோரும் வண்டிகளில் ஏறி 'மறுவீடு' போக தயாராகிக்கொண்டிருந்தார்கள். ராமியும் ஒரு காடி வண்டியில் உட்கார்ந்து, தன் குழந்தையை மடியில் வைத்துக்கொண்டு எதிரே உட்கார்ந்திருந்த ஒரு பெண்ணிடம் சிரித்துப் பேசிக்கொண்டிருந்தாள். தொலைவில் வரும்போதே ராமி மட்டும் ராஜாவைக் கண்டுவிட்டாள்.

வீட்டுக்குமுன் வந்துநின்ற ராஜாவை, வீட்டுக்காரர் உட்பட மற்றவரும், "முதலாளி வாங்க; முதலாளி வாங்க" என்று வரவேற்று அங்கே கிடந்த பெஞ்சில் உட்காரவைத்தார்கள். வண்டிகள் நிற்கும் பக்கம் பார்த்துக்கொண்டே ராஜா சந்தனக் கும்பாவில் விரல்களை நனைத்தான். வெற்றிலை போடும்படி வற்புறுத்தினார்கள்; என்ன புகையிலை வேண்டுமென்று கேட்டார்கள்.

'அதோ, அதோ இருக்கிறாள் ராமி. இப்பொழுது அவளுடன் போய்ப் பேசமுடியாது. அவளுடைய க்ஷேம லாபங்களைப் பற்றிப் பேசமுடியாது. அப்படிச் செய்தால் மற்றவர்கள் என்ன நினைப்பார்கள்; தன்னுடைய கௌரவம் என்ன ஆவது.'

வெற்றிலையின் காம்பைக் கிள்ளிக்கொண்டே, என்ன செய்வது என்று அறியாமல் துடித்துக்கொண்டிருந்தான். கல்யாண வீட்டுக்காரர்கள், மறுவீடு செல்லும் வண்டிகளை வழியனுப்புவதில் மும்முரமாய் இருந்தார்கள்.

இப்பொழுது ஒன்றே ஒன்றுதான் செய்யலாம். 'உன்னைப் பார்க்க வந்துவிட்டேன்' என்ற அர்த்தத்தில், அவள் தன்னைப் பார்க்கும்போது அவளைப் பார்த்து ஒரு புன்னகை செய்துவிடலாம்.

ஆனால்.... ராமி அவன் பக்கம் பார்க்கவே இல்லை. ராஜா தன்னையே பார்த்துக்கொண்டிருக்கிறான் என்பது ராமிக்குத் தெரியும்; தன்னைப் பார்க்கவே வந்திருக்கிறான் என்பதும் ராமிக்குத் தெரியும்.

ஆனாலும், அவள் ராஜாவின் பக்கம் பார்க்கவே இல்லை. அவள் தன் எதிரே அமர்ந்திருந்த பெண்ணுடன் சிரித்துப் பேசிக்கொண்டிருந்தாள். கலகலவென்று வாய்விட்டுச்

சிரித்தாள். தன் குழந்தையை பலதடவை முத்தமிட்டாள். கிச்சுக்கிச்சு மூட்டினாள்; கொஞ்சினாள். தன் பக்கத்திலுள்ள பெண்களையெல்லாம் பேசி சிரிக்கவைத்தாள். மற்ற எல்லாப் பக்கங்களிலும் திரும்பித் திரும்பிப் பார்த்தாள்! ராஜா இருந்த பக்கத்தைத் தவிர!

மணப்பெண் வண்டி, முன்னால் புறப்பட மற்ற வண்டிகளும் அதைத் தொடர்ந்து புறப்பட்டன. மணிகளின் ஓசைகளும், சதங்கை ஒலிகளும் கொஞ்சம் கொஞ்சமாகக் குறைந்துகொண்டே போனது. ராஜாவால் ஒரு புன்னகைகூட பூக்க முடியாமலே போய்விட்டது. அப்படியே அசையாமல் அவன் மேற்கே பார்த்து உட்கார்ந்திருந்தான். குளிர்ந்த மேல்காற்று அவன் மூஞ்சியில் அடித்தது. வானத்தில் புறாக்கள் இஷ்டப்படி ஜோடி சேர்ந்து பேசிப் பறந்துகொண்டு போயின.

என்ன காரணம் என்று தெரியவில்லை; பக்கத்திலிருப்பவர்கள் பார்த்துவிடுவார்களோ என்று பயந்து, கண்களைத் துடைத்துக் கொள்ளும்போது, கீழ்க்கண்டவாறு சொன்னான்...

“சை... கண்ணில் தூசி விழுந்துவிட்டது!”

அவன், தன் கண்களைத் துடைத்துக்கொண்டதையோ, அவன் அப்படிச் சொன்னதையோ அங்கு உண்மையில் யாரும் பார்க்கவுமில்லை; அதைக் கேட்கவும் இல்லை!

தாமரை

ஜனவரி - 1963

சுப்பன்னா

இத்துப்போன பழைய மண்வீடு சரிந்து விழுந்ததுபோல அந்தக் குடும்பம் விழுந்து நொறுங்கிவிட்டது.

மிஞ்சினது, கடேசியாக சுப்பன்னா ஒருத்தன்தான்!

ஊர்க்காரர்கள் பேசிக்கொண்டது:

"இவன் போய்த் தொலைஞ்சிருக்கணும் மொதல்லெ!"

"போறதுக்கும், வரணுமில்லெ?"

"அளுத்தி எளுதீட்டான் தலையிலெ!"

"பாவம்! இருந்துட்டுப் போட்டும். நம்ம தலை மேலெயா இருக்கான்?"

"பெத்தவ... அவனைச் செல்லமா வளர்த்துட்டா..."

"வாயெத் தொறந்து அம்மான்னு சொல்றதுக்கே அனைய நாள் ஆயிட்டதெ..."

"பல்லும் சொல்லும் மெல்லத்தானெ வரணும்பாகெ?"

"இது ரொம்பவும் மெள்ளெ!"

"சின்னவயசிலெ பய பொத்து பொத்துன்னு இருப்பான்!"

“கம்மஞ்சோறும் கட்டித்தயிரும் செஞ்ச வேலை!”

குடும்பத்தில் கடேசிக்கு முன்னதாக மிஞ்சினது அம்மாவும் பிள்ளையும்தான். உயிர் பிரியும்போது சுப்பன்னாவின் அம்மா சொன்னது:

“அய்யோ... இந்தப் பிள்ளையெ விட்டுட்டுப் போறனே எப்பிடிப் பிழைக்கப் போறானோ..?”

“ரங்கய்ய நாயக்கருடைய குடும்பமும் இப்பிடி ஆயிட்டதே!” என்று அதிசயமும் கவலையும் பட்டது ஊர்.

அம்மா சாகும்போது அவனுக்கு ஜாதகப்படி வயசு பதினாறு. உடம்பின் வயசுப்படி பார்த்தால் அதைவிடக் குறைவு. மனசின் வயசுப்படி பார்த்தால் அதைவிடக் குறைவு.

“இந்தக் குழந்தையெ இனி யாரு காப்பாத்துவா? டேய் சுப்பன்னா, எத்தனை நாளைக்கிடா இப்பிடி இருப்பெ... ஏதாவது வேலைக்குப் போகக்கூடாதா?” என்றால், “என்னையெ இந்தக் காக்காவலிப்புல்லெ திடீர் திடீர்னு வந்து கெடுக்கு மாமா... இல்லைன்னா நா இப்பிடி இருப்பனா?” என்பான்.

சொந்தக்காரர்களின் வீடுகளில் நடக்கும் நல்லது பொல்லது களுக்குக் கூப்பிட்டு சோறு போடுவார்கள். அன்றைக்கு மட்டும் சுப்பன்னா மாரிலே சந்தனமும், முகத்திலே குங்குமப்பொட்டும், வெத்திலைச் சிவப்புமாய் முழக்கிக்கொண்டிருப்பான்.

மற்ற நாளையில் பசி வயிற்றைக் கிள்ளும்போது, தெருவழியாய் தெரிந்தவர்களின் முகங்களைப் பார்த்துக்கொண்டு, பசி விஷயத்தை மட்டும் பேசாமல், மற்ற விஷயங்கள் பற்றிப் பேசிக் கொண்டிருப்பான்.

சோறு போட்டுச் சலித்த சொந்தக்காரர்கள், கண்டதும் விலகிப் போய்விடுவார்கள். சிலர் பேசிவிட்டு மட்டும் விலகிப் போவார்கள்.

களத்துக் காலங்களில், கோழிகளை விரட்ட அவனைக் காவல் இருக்கச் சொல்லுவார்கள். அவனும் விசுவாசமாய் இருப்பான். சன்மானமாக பத்துப் பைசா கொடுப்பார்கள். அது கையில் கிடைத்ததும், தான் வேலைசெய்து சம்பாதித்துவிட்டதாக நினைப்பான்!

அம்மாவுக்கு மிகவும் முடியாமல் படுக்கையில் கிடந்தபோது, "நீ செத்துப் போயிட்டா எனக்கு யாரு கஞ்சித்தண்ணி ஊத்துவா..? நீ இருக்கும்போதே எனக்கு ஒரு கலியாணம் செஞ்சிவச்சிட்டுப் போ. அவ எனக்குக் கஞ்சி காச்சி ஊத்துவா!" என்றான்.

ஒரு அம்மாவுக்குத் தனது பையன் இப்படி ஒரு 'சமர்த்தாய்' பேசிவிட்டால் போதுமே!

"நீ வேலைக்குப் போய் சம்பாதிச்சால்லெ அவ ஒனக்கு கஞ்சித்தண்ணி காச்சி ஊத்துவா!"

"பின்னெ, சம்பாதிக்காமெ சும்மாவா. இந்தா பாரு கண்ணு, மொதலாளி களத்துலெ காவல் இருந்து சம்பாதிச்சனாக்கும்!" என்று பத்துப் பைசாவைக் காட்டினான்.

பெத்தவளுக்கு ஒரு வகையில் பொங்குதலும், மறுவகையில் துக்கமும் அடைத்தது.

அம்மா இறந்தவுடன், சொந்தக்காரர்கள் அவனைக் கூட்டிக் கொண்டு போய் கொஞ்சகாலம் வைத்திருந்தார்கள். பிறகு, பையப் பைய ஊர்க்காரர்களிடம் அவனைப் பற்றிய குறைகளை எடுத்து விளக்க ஆரம்பித்தார்கள்.

"விடிஞ்சதும் பட்டுன்னு எந்திரிக்காமெ, பெரிய்ய சீமா வீட்டுப்பிள்ளை கெணக்கா படுக்கையிலேயே புரண்டுகிட்டுக் கிடக்கான்!"

"ஒரு ஏங்கல் தாங்கலுக்கு வந்து உதவலைன்னாலும் பச்சைப் புள்ளையெ கொஞ்சம் பொறுப்போடெ பாத்துக்கிடலா மில்லையா?"

"வீட்டுப்பிள்ளைகளோடெ சரிவாதாட்டம் வாதாடிக் கிட்டிருக்காங்வெ!"

"எனக்குக் கம்மஞ்சோறு வேண்டாம், நெல்லுச்சோறுதான் வேணும்ங்கான்! நமக்கென்ன தீரவாசத்துலெ நஞ்சையா கெடக்கு?"

"காலு கழுவ குளத்துக்குப் போகாதலேன்னாக்க கேக்க மாட்டேங்கான். பாத்துக்கிட்டேயிருங்க, ஒரு நாளைக்கியில் லேன்னாலும் ஒரு நா வலிப்பு வந்து தண்ணியிலே மிதக்கத்தான் போறான்."

சொந்தக்காரர்கள் அவனைக் கைகழுவிய பிறகு, சம்மந்தகாரர்கள் கொஞ்சநாள் ஆதரித்துக் கைவிட்டார்கள். அவன் இப்போது ⋆கேர் வீட்டுப்பிள்ளை

நாளுக்கு நாள், சுப்பன்னா மெலிந்து கந்தல் உடுக்கையுடன், ஊத்தைப் பற்களுடன், குளிக்காத அட்டுடன், காக்காய் வலிப்பு வந்து திடீரென்று கீழே விழுந்த காயங்களில் மொய்க்கும் ஈக்களுடன் திரிந்து கொண்டிருந்தான்.

அந்த நிலையிலும், அகோரப்பசியிலும், அவன் தனக்குத் தெரிந்தவர்கள் தட்டுப்பட்டால், “என்ன சின்னையா, எங்கெ போறீக... என்ன வேலை நடக்கு?” என்று முகம் மலரக் கேட்பான்.

“அத்தெ, யாரைத் தேடுறீகெ..... ஓங்க சுலோசனா இப்பத்தான் இப்படிக்கூடி போனா” என்பான்.

“மாமா, ஓங்க மைனர் ரொம்பத்தான் என்னெக் கேலிபண்ணுதான். கொஞ்சம் சண்டைபிடிங்க!” என்று சிரிப்பாணியோடு சொல்லுவான்.

“என்ன பெரியாத்தா, கடைக்குப் போகணுமா? நாம் போறேனே?” என்று கேட்பான். யாருமே இவனை அங்கீகரிப்பதில்லை.

பசி தாங்கமுடியாமல், வயிறு நமட்டும்போது மட்டுமே சொந்தக்காரர்களின் வீடு தேடிவந்து குடிக்கத் தண்ணீ கேட்பான்.

நீத்துப்பாகம் கிடைத்தாலும் கிடைக்கும். தண்ணீர் கிடைத்தாலும் கிடைக்கும்; வசவு கிடைத்தாலும் கிடைக்கும்!

இந்தச் சமயத்தில், அந்த ஊரில் நடந்த ஒரு விசேஷத்துக்காக வந்த தூரத்து ஊர்க்காரரும், சுப்பன்னாவின் சொந்தக்காரருமான சின்ன குருவய்ய நாயக்கர் கண்ணில் சுப்பன்னா பட்டான். அவன் இரும்புச் சட்டத்தில் உட்கார்ந்துகொண்டு,

---

★ கேர்: அமெரிக்க உதவியுடன் பவுடர் பாலும், மக்காச்சோள ரவை உப்புமாவும் ஏழைக் குழந்தைகளுக்கு ஒரு நேரம் தினமும் கிடைக்கும்.

பிய்ந்துபோன முட்டாசுப் பெட்டியில் சிறிய குச்சியால் தாளம் போட்டுக்கொண்டு,

“அங்க முத்து மங்கமுத்து
தண்ணிக்குப் போனாளாம்
தண்ணிக்குளத்துல
தவளையப் பாத்து
தவிச்சி நின்னாளாம் – அவ
தவிச்சி நின்னாளாம்...”

என்று பாடிக்கொண்டிருந்தான். அதைக் கேட்ட நாயக்கருக்கு சிரிப்பு வந்தது. புருவக்கட்டில் கையை வைத்து, வெளிச்சத்தை மறைத்துக்கொண்டு அங்கே பார்த்து, ‘இது யாரு பிறவிடா?’ என்று விசாரித்தார்.

‘அவந்தான் புலிகுத்தி சுப்பா நாயக்கர் பேரன் – மங்கம்மாவின் மகன்’ என்று கேள்விப்பட்டதும் பதறிப்போனார். ஆனால் அவனோ, அவரைப் பார்த்துச் சிரித்துக்கொண்டே,

“தண்ணிக்குப் போனாளாம் – அவ
தண்ணிக்குப் போனாளாம்...”

என்று ராகத்தை நீட்டி நீட்டிப் பாடிக்கொண்டிருந்தான்.

மங்கம்மா என்று நினைத்ததும் அவர் கண்கள் பனித்துவிட்டன. அவர் சிறுவனாக இருந்தபோது இந்தக் குடும்பத்தில் வந்து மாசக்கணக்கில் தங்கி விருந்தாடியிருக்கிறார். ஊருக்குப் புறப்படும்போதெல்லாம் புத்தாடைகள் எடுத்துவைத்து வழியனுப்புவார்கள்.

இந்த ஊருக்கு அகதி, பரதேசிகள் என்று யார் வந்தாலும், பசி அமர்த்தி நிழல் தரும் குடும்பம் அது. அடடா! எப்பேர்ப்பட்ட கைகள் அவை?

“ஒரே சின்னய்யா...” என்ற அதூரத்துடன் அழைத்தார் அவனை. அந்தக் குரல் அவனை என்னவோ செய்தது. ‘ரொம்ப நாளைக்கப்புறம் இந்தக் குரலைக் கேட்கிறோம்’ என்று பட்டது. அவர் உட்கார இருப்புச் சட்டத்தில் கொஞ்சம் இடம் ஒதுக்கித் தந்தான்.

"டேய், உனக்கு நான், முறைக்கு தாத்தா வேணும்டா.. எங்க ஊருக்கு வாடா. வா போயிருவோம்!"

திடீரென்று சுப்பன்னாவுக்கு, 'இதென்ன சீண்ரம்!' என்று பட்டது. அவனது உலகத்துக்குள் புகுந்த சூறாவளி அங்கே நிம்மதியாயக் கிடந்த தூசிகளை எல்லாம் வாரிச்சுழற்றியது.

திரும்பவும் வாத்ஸல்யத்துடன் அவனை அழைத்தார்.

"முடியாது.... நா வரமுடியாது" என்று வெடுக்கென்று பதில் சொன்னான்.

கொஞ்சம் கழித்து, "அங்கெ உப்புமா கிடைக்குமா?" என்று கேட்டான்.

"இது என்னடா உப்புமா, நாறப்பய உப்புமா... நல்ல பாம்பே ரவையிலெ நிஜமான உப்புமாவே உனக்கு தினமும் கிண்டித் தரச் சொல்றேன்."

அவர் அவனுக்குத் தரப்போகும் புது ஆடைகள், பலகார பண்டங்கள் எல்லாத்தையும் வர்ணித்தார்.

சுப்பன்னாவுக்கு கேட்கக் கேட்க தேட்டம் வந்தது என்றாலும், அதெல்லாம் இங்கேயே கிடைத்தால் என்ன என்றிருந்தது.

"இன்னும் இங்கெ இருக்காதடா... வம்பா செத்துப்போகப்போறெ. பேசாம ஏங்கூட வந்து சவுரியமா இரு" என்றார்.

'செத்துப்போய்ட்டா, அம்மா இருக்கிற எடத்துக்குப் போயிறலாம்' என்று நினைத்தான். உடனே, பாடும் சந்தோஷம் நின்று போனது.

'இந்த ஆளோடு ஊருக்குப் போறதா... அங்கெ அந்த ஊரில் என்ன இருக்கப்போகுது?'

ஒருநாள், சொந்த ஊருக்குப் போயிருந்தான். தெரு ஜன்னல் வழியாய் வீட்டுக்குள் எட்டிப் பார்த்தான். அம்மாவும் தானும் படுத்திருந்த கட்டில் அதோ, அங்கே தெரியுது. அம்மா படுத்துக்கிடந்த அறை அந்தா, அங்கெ இருக்கு.

"ஏலெ! என்னடா எட்டிப் பாக்கெ? இந்தச் சோலியெல்லாம் வச்சிக்கிடாதெ. போ அந்தாலெ" – அந்த வீட்டை வாங்கியவர் சினந்து சொன்னார், அவனைப் பார்த்து.

“சரிய்யா... பாக்கலை. கிட்டெ வந்துதானே பாக்கக்கூடாது. தூரத்லேர்ந்து பாக்கலாமில்யா?” என்று நினைத்துத் திரும்பி விட்டான்.

இங்கே அவனுக்கு எவ்வளவோ உண்டு. எவ்வளவு நல்ல மரங்கள் இங்கே... இந்த இடத்தில் உட்கார்ந்துகொண்டு பார்த்தால் அவர்களுடைய வீடு தெரியும். அந்தத் தெருவோடு நடந்துபோக பிரியமாக இருக்கும்.

ஊர் மடத்திலெ அவன் படுக்கிறதுக்குன்னு ஓர் இடம். தலை வச்சிக்கிட அவனுக்குன்னு ஒரு மரக்கட்டை. அதுக்குப் பதிலா வேற எதை வச்சாலும் தூக்கம் வராது. இங்கெ அவ்வளவும் தெரிஞ்ச முகங்கள் – அவனைக் கேலி செய்யவும், வையவும், அதட்டவும், கோபிக்கவும், சிரிக்கவுமாக.

தெக்குத்தெருவிலே ருப்பிணிச் சித்தி இருக்கா. எப்பவாவது கூப்பிட்டுக் கஞ்சி ஊத்துவா. கடையிலெ வாங்கித் திங்க, ஒரு கூறு பருத்தி கொடுப்பா.

அடித்திரும்பின பிறகு, கம்மாய்க்கரை மரத்து எணல்லெ மாடு மேக்கிற பிள்ளைகளுக்கு, நொண்டி நாயக்கரு கதை சொல்லுவாரு. பண்டுகம் அய்யாவு உடுக்கடிச்சிப் பாட்டுப் படிப்பான்.

“ம்ஹூம்.... நா ஒங்க ஊருக்கு வல்லெ!”

“அடக் கோட்டிக்காரப் பயலே, தினோமும் நா ஒனக்கு வாங்கித் திங்க துட்டுக் குடுப்பேண்டா...” என்றார் அவர்.

அப்படிச் சொல்லிவிட்டு, வேட்டியின் சொருகு முனையை உருவி, முடிச்சை அவிழ்த்து ‘இருவத்தஞ்சு பைசா’ நாணயத்தை எடுத்து, “இந்தா கால்ரூபா” என்றார்.

“எனக்கு இது வேண்டாம். பெரிய கால் ரூபாய் வேணும்” என்று, தனது உள்ளங்கையில் ஒரு வட்டம் போட்டும் காட்டினான்.

சரி என்று ஒரு ‘ஐம்பது பைசா’ நாணயத்தைக் கொடுத்ததும், அமைதியாக வாங்கிக்கொண்டான்.

அவர் அங்கே இருக்கும்வரை அவனுக்கு தினமும் ஐம்பது பைசா கிடைத்தது. புதுச் சட்டையும், கால்சட்டையும் வாங்கிக்

கொடுத்தார். கொஞ்சநாளைக்கெல்லாம் சுப்பன்னா அவரோடு அவருடைய ஊரான கங்கரிசல்பட்டிக்குப் புறப்பட்டுப் போய்விட்டான்.

சுப்பன்னா போனபிறகு ஊர்க்காரர்களுக்கு அவன் இருந்த இடம் வெறீச்சென்று இருப்பதுபோலத் தெரிந்தது.

அதைக் கொஞ்சநாள் பேசிச் சிரித்துவிட்டு மறந்துபோனார்கள். எப்பவாவது திரும்பவும் ஞாபகத்துக்கு வரும்.

சுப்பன்னா போயிருந்த கங்கரிசல்பட்டி கிராமத்துக்கு இங்கேயிருந்து யாராவது நல்லது பொல்லதுகளுக்குப் போய் வந்தவர்கள், அவனைப்பற்றிச் சொல்லுவார்கள்.

"பய, இப்பொ நல்...லா கிழங்குகெணக்கா இருக்கான்!"

"அவுக சௌக்யமா... இவுக சௌக்யமா? அதெப்படி இருக்கு... இதெப்படி இருக்கு? தொளைச்சித் தொளைச்சி விசாரிக்கான்!"

ஒரு சிரிப்புச் சிரித்துவிட்டு ஒருவர் சொன்னார்: "ஊர் மடத்துலெ நா படுக்கிற இடத்திலெ இப்பொ யார் படுக்குறா?"ன்னு கேக்கான்!

ருப்பிணிச் சித்தியிடம், சுப்பன்னா விசாரித்ததாகச் சொன்னதும் ரொம்ப நெகிழ்ந்துபோனாள்.

சில மாதங்கள் கழித்து ஒருநாள், திடீரென்று சுப்பன்னா இங்கே வந்து எல்லாருக்கும் ஆச்சரியத்தைக் கொடுத்தான். அப்புறம் ஒரு திகைப்பு – அம்புட்டு வசதியோடு இருந்தவன் இங்கே எப்படி இருப்பான் என்று. வரிசையாய் ஒவ்வொரு தெரிந்த வீட்டுக்கும் போய் சேம லாபங்கள் விசாரித்தான்;

"சித்தீ, சவுரியமா இருக்கியா?"

"சித்தப்பா எப்படி இருக்கீஹெ?"

"பெரியம்மா, ஒனக்கு இன்னும் தொறத்தல் நிக்கலையா?"

இதைக் கேட்டதும் அந்தப் பெரியம்மாவுக்கு ஆயாசம் அதிகமாகி தொடர்ந்து ஒரு பாட்டம் தொறத்திவிட்டு, "நிக்கலையேயப்பா....

என்னெ கொண்டுபோக மாட்டேங்கானே... ஆமா நீ ஏ இங்கே வந்தே.... பேசாம அங்கெனையே கெடக்கப்படாதா?"

"என்ன பெரியம்மா அங்கனையே இருந்தா எப்பிடி? நா ஒங்களையெல்லாம் பாக்க வரவேண்டாமா?"

"ஆமாம்! வரணுந்தான். எப்போ நீ அங்கே திரும்பிப் போகப் போறே?"

"நாம் போகலை போ... நா இங்கெனதாம் இருக்கப்போறேன்."

"ஏண்டா! அங்கென ஒனக்கு என்ன கொறைவு? ராசாவாட்டம் இருக்கயே இப்பொ. நண்டு கொழுத்தா செலவுகுள்ளே இருக்காதாம்..." என்று சொல்லிக்கொண்டிருந்தபோதே அவளுக்குத் தொறத்தல் ஆரம்பித்துவிட்டது;

"போ பெரியம்மா, அது நம்ம ஊருமாதிரி இல்லே" என்று சொல்லிவிட்டு அங்கிருந்து கிளம்பிவிட்டான்.

திரும்பவும் சுப்பன்னா ஊர் வாய்க்குள் விழுந்து மெல்லப்பட்டான்.

எல்லா கிராமங்களையும் போலத்தான் இந்தக் கிராமத்திலேயும் உலகக்காரியங்கள் ஒழுங்காக, பின்னம் பிசகாமல் நடந்தேறிக் கொண்டிருக்கின்றன.

வேப்பமரத்தின் மேல் ஒழுங்காக காகங்கள் கூடுகட்டி முட்டை இட்டன. காகங்களுக்கும் தெரியாமல் – சமயம் பார்த்து குயில்கள் தங்கள் முட்டைகளை அதில் வைத்துவிட்டுச் சென்றன. நாய்கள் காரணமின்றி குரைத்தன. ஒன்றையொன்று கடித்துக் குதறிக்கொண்டன. அன்னக்காவடிக்காரன் சோற்றுப்பிச்சை வாங்கிக்கொண்டு போனான்.

சித்தேசிகள், வெங்கலமணியையும் மரமணியையும் லயம் தவறாமல் அடித்துப்பாடி, துட்டு வாங்கிக்கொண்டு சுவரில் காவிக்கட்டியால் கிறுக்கிவிட்டுப் போனார்கள். ராத்திரிகளில் ராப்பாடியும், கால வீரனும் வந்து குரல் ஆழத்திலும் எச்சுலும் பாடுவது குழந்தைகளுக்குப் பயமாக இருந்தது.

காலை வேளைகளில், கரைமரத்து நிழலடியில் தச்சாசாரி கலப்பைக் குத்திகளைச் செதுக்கிச் சேர்க்கும் நேர்த்தியையும்,

சாயந்திரம் கொல்லாசாரி பட்டறையில், பழுக்கக் காய்ச்சிய இரும்பின் தகதகப்பையும், அது குறடுக்குள் அகப்பட்டு, சம்மட்டி, சுத்தியல் இரண்டின் மாறி மாறி அடிகளுக்குப் புரண்டு புரண்டுக் கொடுப்பதையும் தெவிட்டாமல் பார்த்துக்கொண்டேயிருப்பான் சுப்பன்னா .

எப்பவாவது சில வாரங்கள் போய் கங்கரிசல்பட்டியில் இருந்து விட்டு இங்கே திரும்பிவரும்போது, பிரிந்த குழந்தையைத் தாய் ஆவலோடு பார்க்க ஓடி வருவதுபோல வந்து, சித்தீ சௌக்கியமா? பெரியம்மா சுகமா? மாமா எப்படி இருக்கீஹெ? – என்று விசாரிப்பான்

ஏன் இப்படி ஓடி ஓடி வருகிறான் இந்த ஊருக்கு.... இந்த ஊரில் அவனுக்கு அப்படி என்ன இருக்கு என்று மண்டையைக் குடைந்து கொள்கிறார்கள்....

விடை தெரியவில்லை யாருக்கும்!

சதங்கை
ஏப்ரல் 1981

தொண்டு

ரொம்ப நாள் கழித்து, திடீரென்று ஊர்ப்பக்கம் போகவேண்டிய காரியம் ஒன்று வந்துசேர்ந்தது. அப்படியே ஊருக்கும் போவோம் என்று போனேன்.

கோவில்பட்டி போய் இறங்கியதும் 'நம்மூராள் யாராவது தட்டுப்படுகிறார்களா?' என்று கவனித்துக்கொண்டே போனேன்.

பலகாரக்கடையில் வைத்து மொட்டையக் கவுண்டர் பார்த்துவிட்டார். "வாருமய்யா, எப்படி வந்தீர்?" என்று விசாரித்தார். பதில் சென்னேன்.

"மளெ தண்ணி உண்டா... எல்லாரும் சவுக்யமா இருக்காகளா?" என்று கேட்டேன்.

"ஒரே மழைதான்... துணைமழை இல்லை!" என்று சொல்லிவிட்டு, "என்னா சவுக்கியம்; வளக்கம்போலதாம்" என்றார்.

அப்புறம், திடீரென்று ஞாபகம் வந்தவராய், ஞாபகம் வந்த மகிழ்ச்சியில், "யோவ், ஓம்ம புள்ளிக்காரி, மண்டையப் போட்டுட்டா!" என்றார்.

யாரைச் சொல்லுகிறார்?

"யாரு காமுவா?"

"ஆமாம்."

செய்திகேட்ட எனக்கு வருத்தமாக இருந்தது என்று சொல்ல முடியாது.

இதே மொட்டையக் கவுண்டர் என்னைப்போல் வெளியூரில் இருந்து வந்திருந்தாலும், நானும் அவரைப் பார்த்தால் இதேபோலத்தான் சொல்லியிருப்பேன்.

'காமம்மா' என்ற பெயருடைய அந்தப் 'புள்ளிக்காரி' யாருக்கும் சொந்தமில்லை. அதேசமயத்தில், எல்லாருக்குமெ ஊரில் ஒருவகையில் – அது எந்தவகையிலானாலும் சரியே – நெருக்கமானவள்தான்.

"என்ன செஞ்சது?"

"வயசாச்சில்லியா?" என்றார், முகத்தை ஒருமாதிரி வைத்துக் கொண்டு. அவர் சொல்லுகிற வயசுக் கணக்குப்படி பார்த்தால், அவரும் நானும் எப்பவோ மண்டையைப் போட்டிருக்க வேணும்!

அவர் சொன்னது வேற...

அவள், கடேசியில் யாருக்குமெ வேண்டாதவளாகிவிட்டாள்; தனக்குக்கூடவே.

அடடா; எப்பேர்க்கொத்த மகராசி அவள்!

அப்படியும் ஒரு பெண்ணுக்கு இரக்க சித்தம் இருக்குமா?

நினைத்துப் பார்க்கவே முடியாது யாராலும்.

பசி என்று போனால் போதும்; வயிறு ரொம்பித்தான் அங்கிருந்து திரும்பமுடியும். வயித்துப் பசியை எந்த இரக்கமுள்ள பெண்ணும் போக்கிவிட முடியும். 'மற்ற' அந்தப் பசியை யாரால் தீர்க்க இயலும்? அதையும் தீர்த்துவைக்க எப்பேர்க்கொத்த இரக்க சித்தம் வேணும். அது எவ்வளவு பெரிய்ய தொண்டு!

அந்தவகையில், ஊரிலுள்ள இளவட்டுகள் மட்டுமென்ன, புகல் கிடைக்காத வயசாளிகள்வரை காமுவுக்கு கடமைப் பட்டவர்கள்தான். இதற்காக அவளை 'வேசி' என்று யாராலும் சொல்லமுடியாது. பலனை எதிர்பாராத பரோபகாரமாகத்தான்

அவள் நடந்துகொண்டாள். வயிறு குளிர்ந்தது போலவே மனசும் குளிர்ந்து அவளிடமிருந்து திரும்புவார்கள். 'திபுதிபு' என்று விரகத்தால் எரிந்துகொண்டு போனவன், உடல் குளிர்ந்து திரும்புகிறான் என்றால், அது எப்பேர்ப்பட்ட புண்ணியம்!

ஆனால், யார் அப்படி நினைத்தார்கள்? யாருமே இல்லை!

அவளை ஒரு 'பைத்தியக்காரி' என்றும் 'பொகல்கெட்டவள்' என்றும்தான் நினைத்தார்கள்.

ஒருவேளை அவள் காசு வாங்கியிருந்தால் அப்படி நினைக்க மாட்டார்களோ?

செல்லையனாசாரி சொல்லுவார்:

"அந்தப் பட்டறையில் படிக்காத நம்மூர்ப் பிள்ளைகள் யார்?" என்று.

இளவெட்டுகளுக்கு அவள் புத்தி சொல்லுவாள்:

"சரி; தம்பியாபுள்ள, போ. போயி காலாகாலத்துல ஒரு கலியாணத்த முடி; இப்பிடி அலையாதெ. பெரிய குடும்பத்துப் பிள்ளைக்கு இது அளகில்ல. கிளம்பு!" என்பாள் கராலாக.

ராமதுரை, ஒருநாள் கேட்டான் அவளிடம்:

"அந்தக் கிழட்டுப் பய என்னத்துக்கு வாராம் இங்க?"

"ச்சீ, வாய மூடு. ஒனக்கு அவரு சித்தப்பா. பாவம்! சம்சாரம் தவறிப் போயிட்டது; என்ன பண்ணுவாரு?"

ஊர்ப்பெண்டுகள் இவளை மோசமாகத்தான் பேசினார்கள். முகத்துக்கு எதிரே மட்டும் மரியாதை தந்ததுக்குக் காரணம் காமம்மாவின் கையில் 'பசை' இருந்தது.

ஊரில் எந்த வீட்டு விசேஷமானாலும் காமம்மா முதல் ஆளாக நிற்பாள். அங்கே உள்ள கடினமான வேலையைத் தன் பொறுப்பில் எடுத்துக்கொண்டு மாடாய் உழைப்பாள். அவர்களும் அவளிடம் செழும்பற வேலை வாங்கிக்கொண்டு முகஸ்துதியுடன் விடைகொடுத்து அனுப்பிவிட்டு, அவள் தலை மறைந்தவுடன் குந்தக்கேடாகப் பேசி மகிழ்வார்கள். மோசமாகத் திட்டுவார்கள்.

“படுக்காளிச் சிறுக்கி; இவ வல்லைன்னு இங்க யாரு அழுதா?” என்பார்கள்.

சாவு வீடுகளில் வீட்டுச் சொந்தக்காரர்களைவிட, காமம்மாவின் அழுகுரல்தான் சத்தமாகக் கேட்கும். ஒப்புசொல்லிக் கேவிக்கேவி அப்படி மனம்விட்டு அழுவாள். எதெதெற்கோ, யாராருக்கோ அவள் கதறி அழுததை நான் பலமுறை பாத்திருக்கிறேன்.

சமூகம் தன்னை வித்தியாசமாகப் பார்க்கிறது, தன் முதுகுக்குப் பின்னால் பொறணி பேசுகிறது என்பதெல்லாம் அவளுக்குத் தெரியும்.

இளந்த மனசுடையவள்; கூப்பிட்டக் குரலுக்கு ஓடிவரும் சுபாவமுள்ள காமம்மாவுக்கு ஊர் கொடுத்தப் பட்டப்பெயர் ‘புள்ளிக்காரி’!

பஸ்ஸில் ஏறி உட்கார்ந்ததும், ‘யாராவது ஊர்க்காரர்கள் தட்டுப் படுகிறார்களா?’ என்று பார்த்தேன். மொட்டைக் கவுண்டரோடு வேறு சிலரும் பேசிக்கொண்டிருந்தார்கள். பார்த்ததும் என்னை விசாரித்தார்கள்; நானும் அவர்களை விசாரித்தேன். அவரவர் கவலை அவரவர்க்கு!

பஸ் புறப்பட்டு ஓடத்தொடங்கியது. ஊரை நெருங்க நெருங்க, காமம்மாவின் நினைப்பே முழுசாக ஆக்கிரமித்தது. கரிசலின் வெக்கை. முள்மரங்களின் காட்சி. வறண்ட பூமி. இப்படியான இந்த ஊருக்கு காமம்மா வந்து சேர்ந்ததே வித்தியாசமான கதை.

அவள் பிறந்து வளர்ந்தது கரிசல் அல்ல; செழுமையான வண்டல் மண். நஞ்சையும் தோப்பும் துரவும் அரணித்த பூமி. அந்த மண்ணில் பிறந்ததனாலோ என்னவோ, அவளிடம் அப்படி ஒரு தயாள குணம். மற்றவர்க்கு ஈந்து, அவர்களையும் மகிழ்வித்து தானும் மகிழ்ந்தாள். பார்த்ததுமே தெரியும்; அவளின் நிறமும் அழகும் ஜாடையும் ‘அவள் இந்த மண்காரி இல்லை’ என்று.

விதிதான் – வேற எப்படிச் சொல்ல? – அவளை இங்கே கொண்டுவந்து உருட்டிவிட்டது.

பொண்ணு வண்டியிலிருந்து, முதல்முதலில் அவள் இந்தத் தரையில் காலடி எடுத்து வைத்தபோது எங்கள் மதினியார்தான் அவளுடைய கையைப் பிடித்து அழைத்துக்கொண்டு வந்தது.

பிறகு மதினி சொன்னது:

"காமம்மாவோட உள்ளங்கையில ஈரம் இருக்கு!" என்று.

"பெண்களுக்கு அப்படி இருப்பதில் ஏதேனும் விசேஷம் உண்டா?" என்று நான் மதினியாரிடம் கேட்டதுக்கு,

"உன்னிடம் நா... சொல்லமாட்டேன்; அது பொம்பளை விசயம்!"

அப்படிச் சொன்னதனாலேயே அதைப்பற்றித் தெரிந்துகொள்ளும் ஆவல் அதிகமாயிற்று. பின்னர்தான் தெரிந்தது; அது ஒரு பாலியல் சமாச்சாரம் என்று!

காமம்மாவின் புருசனோட பெயரைச் சொல்லி, மதினியார் அப்போது, "அவங் கொடுத்து வச்சவந்தாம்!" என்றும் குறிப்பிட்டது, பிறகு ஞாபகத்துக்கு வந்தது.

ஆனால், அவனுக்குக் கொடுத்துவைக்கவே இல்லை; குளத்தில் 'கால்'கழுவப் போனவன், காக்காவலிப்பு வந்து தண்ணீரில் விழுந்து, செத்தேபோனான்!

பதினாறாம் நாள் 'விசேஷ'த்தின்போது காமம்மா புரட்சிக்கொடி உயர்த்தினாள்; ஊரே திகைத்தது!

"கண்டாங்கிச்சேலைதான் உடுத்துவேன்; வெள்ளைச்சேலையை உடுத்தவே மாட்டேன்!" என்று உறுதியாகச் சொல்லிவிட்டாள். ஊரே கலங்கியது.

நாங்கள் சிலபேர்கள் மட்டுந்தான், 'காமம்மா சொல்லுவது சரிதான்' என்றோம். பெண்டுகளில் வயசானவர்கள் தவிர, இளம் விதவைகள் உட்பட மற்றவர்கள் யார் பக்கமும் சேராமல் நடுநிலைமை வகித்தார்கள். பிரச்சினையைத் தீர்க்கமுடியாமல் கம்மாய்க்கரையில் ரொம்பநேரம் திணறினார்கள். வீடு திரும்பத் தாமதப்பட்டது. காகங்களுக்கு இன்னும் சோறு வைக்கப்படவில்லை. 'கர்ப்பிணிகளும் குழந்தைகளும் பசியோடு இருக்கிறார்கள்' என்று காமம்மாவிடம் சொல்லப்பட்டது.

ஒரு நிபந்தனையின்பேரில் காமம்மா விட்டுக்கொடுத்தாள். 'கரையில் இன்றுமட்டும் வெள்ளை உடுத்துகிறேன்' என்றாள்.

அதன்பிறகு, அவள் வெள்ளைச்சீலை உடுத்தவே இல்லை.

பின்னாட்களில், நண்பர்களோடு இவள் பேச்சு வரும் போதெல்லாம் நாங்கள் சொல்வது, "காமம்மா ஓரடி எடுத்து முன் வைத்தாள். சரிதான்; இன்னொரு அடியும் முன்னெடுத்து வைத்து, அவள் மறுமணமும் செய்துகொண்டிருக்க வேண்டும்!"

இப்படியான விசயங்கள்பற்றி வெறும் விவாதங்கள் செய்யத்தான் இந்த ஜென்மங்களுக்குப் பொழுது இருந்ததே தவிர காரியார்த்தம் என்பது இல்லை.

யாராவது முன்னே வந்து, "நாங் கட்டிகிடுறேன் அவள..." என்று சொல்லி, அவள் மறுத்தாளா..?

ஈ கடிக்காமல் தேன் எடுக்கவே விரும்பினார்கள், அனைவருமே!

வாழ்க்கை வண்டி ஒரே சீராக ஓடிக்கொண்டிருப்பதில்லை.

மழை பொய்த்து மகசூல் வராதபோதெல்லாம் கரிசல் அல்லோல கல்லோலமாகிவிடும். இந்த நிலை பல வருசங்கள் – சிலசமயம் – தொடர்ந்து நீடிக்கும். 'சிட்டுக்குருவி போல' சேர்த்து வைத்திருந்ததெல்லாம் இதில் கரைந்துவிடும்.

காமம்மாவின் நிலையும் இப்படி ஆயிற்று. தன்னைச் சமாளித்துக் கொள்ள அவள் ஒரு சிறிய காப்பிக்கடை ஆரம்பித்தாள்.

அப்போது இரண்டாம் உலகப்போர் நடந்துகொண்டிருந்த நேரம். இந்திய சுதந்திரப்போராட்டம் கடுமையாகச் சூடுபிடித்த காலம்.

அப்போதைய வெள்ளை அரசு, நாட்டை நிர்வகிக்கவும், போருக்கு ஒத்துழைக்கும்படியும், தலைவர்களையும் மக்களையும் கேட்டுக்கொண்டது, இவர்கள் மறுத்துவிட்டதோடு, எந்தவிதத்திலும் அரசுக்கு ஒத்துழைப்பதில்லை என்பதோடு நிற்காமல் மக்களிடம் போர் எதிர்ப்புப் பிரசாரமும் செய்தது, அவனுக்கு மூக்குமுட்டக் கோபம் ஏற்பட்டிருந்தது. இதனால்

அரசியல் அல்லாத சாதாரணக் கிரிமினல் குற்றங்களைக்கூட கண்மண் தெரியாமல் பயங்கரமாக ஒடுக்கி, அடக்கி வந்தது.

கிராமங்களில் எங்காவது எப்பவாவது அபூர்வமாக ஒரு கொலை விழும். குற்றத்தைக் கண்டுபிடிப்பதையோ, கொலையாளியைத் தேடுவதையோ விட்டுவிட்டு, ரிசர்வ் போலீஸ் படையைக் கொண்டுவந்து ஊரையே வளைத்துக்கொண்டு கண்ணில் தட்டுப்படுகிறவர்களையெல்லாம் லத்தியால் அடிப்பார்கள். வீட்டைச் சோதனை செய்கிறேன் என்கிற சாக்கில் குலுக்கையிலுள்ள தானியத்தை எடுத்துக் கொட்டிக் கலந்து நாசம் பண்ணுவார்கள். பெண்டுகளை மானபங்கப்படுத்துவார்கள். கொலையாளி அவனாக வந்து சரண் அடையும்வரை அல்லது அகப்படும்வரை அந்த ஊரில் இந்தப் போலீஸ்படை வாரக் கணக்கில் தங்கியிருப்பதோடு, அங்குள்ள கோழிகள் ஆடுகள் யாவும் பட்சணமாகிவிடும். முக்கியமாக, காங்கிரஸ் கட்சி எந்தக் கிராமத்தில் வேர் ஊன்றியிருக்கிறதோ – கதர்க்கொடி எந்தக் கிராமத்தில் பறந்துகொண்டிருக்கிறதோ – அந்தக் கிராமத்தை, உண்டு இல்லை என்று ஆக்கிச் சொல்லொண்ணாத் துயரத்தில் ஆழ்த்துவதில் போலீஸுக்குப் பரம சந்தோஷம்.

எங்கள் ஊரில் அப்போது காங்கிரஸ் கட்சி தீவிரமாக இருந்தது. (காங்கிரஸ் கட்சி என்றுதான் கண்ணில்படுமே தவிர, அதனுள் பல கட்சிகள், சோஷலிஸ்டுகள், கம்யூனிஸ்டுகள், ராயிஸ்டுகள் இப்படி கூட்டணிகொண்டிருந்தது இப்போது பலருக்குத் தெரியாது.)

அந்தச் சமயத்தில்தான், எங்கள் ஊரில் அந்தக் கொலை விழுந்தது!

கொலையுண்டவன் பெரிய போக்கிரி; சமூகக் குற்றவாளி; பல தடவைகள் சிறைக்குச் சென்று வந்தவன். அவனாலும் அவனுடைய குடும்பத்தாலும் கிராமத்துக்கும் சம்சாரித்தனத்துக்கும் ஏற்பட்ட அழிவுக்கு எல்லையே கிடையாது. அவன் இப்படி இறந்ததை, ஞாயப்படி அரசே விழா எடுத்து மக்களோடு சேர்ந்து கொண்டாடியிருக்க வேண்டும்.

இவனை – இந்தத் தேட்டாள புத்திரனை – யார் கொன்றார்கள் என்று தெரியவில்லை. அது எங்களுக்கு மர்மமாக இருந்தது. அவனுடைய பகையாளிகள் யாராவது அவனைக் கொன்று

இங்கே கொண்டுவந்து போட்டுவிட்டுப் போயிருப்பார்களா? என்றும் தெரியவில்லை.

காலையில் எழுந்திருந்து பார்த்தபோது, கண்மாய்க்கரை மரத்தடியில் ரத்தக் காயங்களோடு குப்புற விழுந்து செத்துக்கிடந்தான்.

நாட்டாமைக்காரர், முக்கியமானவர்களைக் கூப்பிட்டுக் கலந்தார். "என்னப்பா இது, எவ... செஞ்ச வேலைன்னுட்டுத் தெரியலையே. இப்ப கொஞ்சநேரத்துல ரிசர்வ் போலீஸ் பட்டாளம் வந்து சகட்டு மேனிக்கு அடிச்சு நொறுக்கி எடுத்துருவானே, இப்ப என்னப்பா செய்ய....?" என்று கேட்டார்.

பக்கத்து ஊரில், அந்தச் சமயத்தில் ஒரு கொலை விழுந்தபோது தற்செயலாக அந்த ஊருக்குப் போயிருந்த நாட்டாமைக்கு போலீஸ் கொடுத்த 'ஒத்தடம்' பற்றியும் அவர் சொன்னார்.

மாவட்டப் போலீஸ் அதிகாரியாக அப்போது ஓர் ஆங்கிலோ இந்தியன் இருந்தான். மக்களை வம்படியாக அடித்து நொறுக்குவதில் அப்படி ஒரு இன்பம் அவனுக்கு.

நாட்டாமையும் மற்ற முக்கியஸ்தர்களும் அவசரமாக எடுத்த முடிவின்படி, பெண்டுகளையும் குழந்தைகளையும் தெற்கே குண்டூறணிக் காட்டுக்கு உடனே அனுப்பிவிடுவது – அங்கேதான் தாகத்துக்குக் குடிக்க ஒரு மடக்காவது தண்ணீர் கிடைக்கும் – என்று தீர்மானித்து, அதுக்கான ஏதுகாரங்களைச் செய்யச் சொன்னார்கள்.

பெண்டுகள் பேசிக்கொண்டே நின்றார்களே தவிர, புறப்படுவதாகக் காணோம். புறப்பட்டதும் பல சந்தேகங்கள். எண்ணங்களில் அல்லாடிக்கொண்டிருந்தபோது நேரம் ரொம்ப ஆகிவிட்டது. இவர்களைத் திட்டித்திரட்டி கூறுபண்ணி நடத்திக்கொண்டுபோய்ச் சேர்க்கிற பொறுப்பை ஏற்றுக்கொண்டவர் பாடு திண்டாடிப்போய்விட்டது. இவர்கள் இப்போதைக்குள் புறப்படமாட்டார்கள்போலத் தெரிந்தது. அதுக்குள் தகவலும்தெரிந்துவிட்டது, போலீஸ் லாரி வந்து கொண்டிருக்கிறது என்று. கப்சிப் ஆகிவிட்டார்கள்; பேச்சு மூச்சில்லை. ஒருத்தி அழவும், அதைப் பார்த்தபிறகுதான் மற்றவர்க்கும் அழ வேண்டும் என்ற உணர்வே வந்தது.

கம்மாக்கரை பிள்ளையார் கோயில், அரசமரத்தின் உச்சியில் ஆடு மேய்க்கும் சின்னான் ஏறி இருந்துகொண்டு, போலீஸ் லாரி வருதா என்று கவனிக்கச் சொல்லி ஏற்பாடு பண்ணியிருந்தார்கள்.

மேலே இருந்துகொண்டு அவன் சொன்னது கேட்டது:

"இப்பதான் அந்த லாரி, ரோட்டைவிட்டு இறங்கி நம்ம ஊரெப் பாத்து வந்துக்கிட்டிருக்கு. வேகமாத்தாம் வருது. கொஞ்ச நேரத்துக்குள்ளார வந்துரும்!"

நாட்டாமைக்கும் முக்கியஸ்தர்களுக்கும் இதைக் கேட்டதும் கையும் ஓடலை, காலும் ஓடலை. அந்த நேரத்தில் பொன்னையா பிள்ளையின் மூளை வேகமாக வேலை செய்தது. நாட்டாமையைத் தனியாகக் கூப்பிட்டார். காதில் ஏதோ சொல்லி, "இப்படிச் செஞ்சா என்ன?" என்று கேட்டார்.

நாட்டாமை அதிசயமாகப் பார்த்தார்; 'பிள்ளைவாள் மூளையே தனி' என்பதுபோல். இது சரியா வருமா என்பதுபோலக் கொஞ்சம் திகைத்தார்.

"ஒரு யோசனையும் பண்ணவேண்டாம்ன்னேன். நாஞ் சொல்றபடி பண்ணுங்க; போங்க!" என்று உத்தரவு போடும் தோரணையில் சொன்னார் பிள்ளை.

காமம்மாவின் காப்பிக்கடையைப் பார்த்து ஓடாத குறையாக அவ்வளவு வேகமாகப் போனார் நாட்டாமை.

"வாங்க சின்னையா."

"உன்னால ஒரு காரியம் ஆகணும்."

"காப்பி சாப்புடுங்க முதல்ல..."

"அதுக்கெல்லாம் இப்ப நேரமில்லம்ம; ஓங்கிட்ட அவசரமா ஒரு காரியத்துக்காக ஓடியாந்தேன்" என்று விசயத்தைச் சொல்லிவிட்டு, "இந்தப் பொம்பளைப் புள்ளெகளையும் கொழந்தைகளையும் காட்டுக்குக் கொண்டுபோயிச் சேர்க்கந்தண்டியும், நீதான் அவனுகளத் தாயக்காட்டணும். என்ன செய்வியோ ஏது செய்வியோ, எனக்குத் தெரியாது. ஊருக்குச் செய்யிற ஓவகாரமா இத நீதா... செய்யணுந் தாயீ!" என்றார்.

அந்த வினாடியில் காமம்மாவுக்கு, தான் ஒரு தேவதையின் சிலையாக உயர்ந்து நிற்பதாகப்பட்டது.

ஒரு வினாடி யோசித்தாள்.

"சரி, சின்னையா கவலைய விடுங்க. நானாச்சி இதுக்கு. நம்ம ஊருக்காக நா இதுகூடச் செய்யலைன்னா இருந்துதாம் என்னத்துக்கு..?" என்றாள் உணர்ச்சியுடன்.

பஸ்ஸை விட்டிறங்கி, நடந்து ஊருக்குள் நான் நுழையும்போது நேரம் செங்கமங்கலாகி விட்டது.

காமம்மாவின் வீட்டுக்கு முன்பாகத்தான் நான் கடந்துபோக வேண்டும்.

அந்த வீட்டை எட்டிப் பார்க்கிறேன்...

வீட்டின் முன்தாழ்வாரக் கூரை, இடிந்து சரிந்து, வாசலையே மூடியிருக்கிறது. அந்த வீட்டுக்கு, இந்த ஊரைப் பார்க்கவே இஷ்டமில்லை என்பதுபோல் இருந்தது அது!

குமுதம்
அக்டோபர் - 1991

கோடாங்கிப் பேய்

முதலிரவு அன்று.

முதலில் கையைப் பிடித்ததும், பிடித்த கையைக் கடித்தது அந்தப் பெண்பேய்!

சும்மாதானாக்கும் என்று சிரித்துக்கொண்டே சேர்த்துக் கட்டிப்பிடித்தான். மார்பில் பலமாகவே கடித்துவிட்டது! பத்த்தில் திணறிப்போனான்.

விலகி நின்று அவளைக் கவனித்தபோது, பெருமூச்சு சூடாக – துருத்தியிலிருந்து அடிப்பது போல – வந்துகொண்டிருந்தது. கண்ணு முழி பிதுங்கி வெளியே வந்துவிடும்போலப் பார்த்தாள் அவனை.

என்ன இது என்று தெரியாமல் திகைத்தாலும் அனுபவம், கேள்வி ஞானம் எல்லாம் சமயத்தில் வந்து கைகொடுத்தது.

இப்படியாப்பட்டச் சமயங்களில் கொஞ்சம் விட்டுத்தான் பிடிக்கணும் என்று விலகிக் கொண்டான்.

இது ஒரு ‘கழுத்தாகாத பாயும் மாடு’ என்று தெரிந்திருந்தால், எருது கட்டுவில் காளையை அணைக்கிறவனைப்போல எச்சரிக்கையாக அணுகியிருக்கலாம் என்று தோன்றியது.

அடுத்தப் பிடியை எப்படிப் போடலாம் என்று அவன் விலகி நின்றுகொண்டு யோசித்தபோது அவளுக்கு உடல் நடுங்குவதைக் கவனித்தான். நிதானப்படுத்த அவளருகே போனபோது நாகம்போல் சீறினாள்.

'சரி, இது கேள்விப்படாத புதுசாகத்தானிருக்கு. அவசரப்பட வேணாம்' என்று நினைத்து, கல்யாணப் பாயை எடுத்துக்கொண்டு தூரத் தள்ளி விரித்து, நீட்டி நிமுந்து படுத்துவிட்டான்.

அவள், தரையில் உட்கார்ந்தபடியே ரெண்டு கைகளையும் முன்பக்கம் ஊன்றிக்கொண்டு, தன்னை ஆசுவாசப்படுத்திக் கொள்ளவோ என்னவோ – தலையை முன்னும்பின்னுமாக ஆட்டிக்கொண்டிருந்தாள்.

'கதை இன்னைக்கு இம்புட்டுத்தாம்' என்ற நினைப்பு வந்ததும் ஒரு குறுஞ்சிரிப்பாணி உதட்டில் வந்து எட்டிப் பார்த்துவிட்டுப் போனது அவனுக்கு.

திரும்பி சுவரைப் பார்த்துப் படுத்துக்கொண்டான்.

'சவம், தூக்கமும் வராதுபோலுக்கெ' என்று தனக்குள் சொல்லிக் கொண்டான்.

அவனுக்குத் தனது முந்திய முதல் இரவு அனுபவம் ஞாபகத்துக்கு வந்தது. கலியாணத்துக்கு முந்தியே அவளைக் 'கழுத்தாக்கி' இருந்ததனால் இந்தச் சீண்றம் இல்லை. சூடு ஆற விசுறவேண்டிய தேவையில்லை. ஆறிய சோத்தைக் கூசாமல் பிணைந்து சாப்பிடுவதைப்போல அது. 'அடாடா, பூமாரியைப்போல இனி தனக்கு யார் மனைவியாக வாய்க்கமுடியும்?' என்று நினைத்தான்.

பூமாரி, இவனுக்கு என்றே பிறந்து வளர்ந்தவள். இவன்பேரில்தான் அவளுக்கு எவ்வளவு பிரியம், பரிவு, பாசம், சின்னஞ் சிறுசிலிருந்தே 'ஒண்ணடிமண்ணடி'யாகப் பழகியதாலோ என்னமோ அந்நியம் என்று தோணவே செய்யாது.

அவள் திரண்டு நல்லா பழுத்தபிறகுதான் கலியாணம் நடந்தது. என்றாலும், கலியாணமெல்லாம் ஒரு அத்துகுத்தானெ; படைச்ச பிறகுதான் சாப்பிடணும் என்று இருக்கு. சமைக்கும்போதே ருசி பார்க்காமல் எப்படி இருக்கிறது!

மாம்பழத்தில் நல்லா பழுத்த பழமும் ருசிதான். ஓதப்பழமும் ஒரு ருசிதான். ஓதக்காயும்கூட ஒரு ருசிதான். பிஞ்சின் ருசியே தனி.

எதை ருசித்தாலும் வயணமாக – முறையாக – கூறுகெட்டதனம் இல்லாமல் ருசிக்கணும் என்று நினைத்தான். பூமாரி, சிறுசில் ஒருநாள் இவனுக்கு மாங்காய் கொண்டுவந்தாள். கூடவே உப்பும் மிளகாயும். அவளே செய்தும் காட்டினாள்.

பாறையை ஊதி சுத்தமாக்கிவிட்டு மாங்காயைத் தேய்க்கச் சொன்னாள். பிறகு மிளகாயும் உப்பும்.

அளவோடு கலந்தால் ருசியான பண்டம் கிடைக்கும்.

"கிடைத்தது. கிடைத்தது என்று குருட்டுக்கோழிபோல எடுத்து விழுங்காமல், துளித்துளியாக எடுத்து நாக்கில் தேய்க்கவேணும்!" என்று சொல்லித் தந்தாள் பூமாரி.

'கலியாணம் முடிந்ததும், மூணு நாலு வருசத்துக்குக் குழந்தையே வேணாம்' என்றுதான் பூமாரி சொன்னாள். இவனுக்குத்தான், 'முதலில் ஒரு குழந்தையைப் பெத்துக்கிடுவோம்' என்று இணங்க வைத்தான். பிறகுதான் தெரிந்தது.. அப்படி அவசரப் பட்டிருக்க வேணாம் என்று! 'விதியைப் பிடிக்க யாரால முடியும்?' என்று நினைத்துக்கொண்டான். வளைகாப்பு முடிந்து தாய் வீட்டுக்கு அனுப்பிவைத்தார்கள். உள்ளூரில் ஒரு தெருவைத் தாண்டினால் தாய்வீடுதான். நினைப்பு அவளுக்கோ இவனுக்கோ வந்துவிட்டால் தெருவின் குறுக்காக ஒரே தாவலில் போய்விடலாம், ஒம்பதாவது மாசம். ஒரு நாள் மத்தியானம், திடீரென்று நெனைப்பு வந்துவிட்டது.... போய் நின்றான்.

"வருவேன்னு தெரியும்!"

"ங்.. ஓம் மூஞ்சி!"

"அப்பிடியா; பாக்கலாமா?"

"பாக்கலாம்."

"சரி."

"என்ன செரி?"

"கிட்ட வராதெ!"

“வருவெம்.”

“கூடாதுன்னா கூடாது!”

“எவஞ்சொன்னாம் கூடாதுன்னுட்டு?”

“என்னத்துக்காக அம்மாவீட்டுக்கு அனுப்பிச்சிருக்காங்க; கூடாதுன்னுட்டுத்தானே.”

முற்றத்தில் என்ன வாய்ச்சத்தம் என்று பார்க்க மாமியா மேல வந்தாள்.

“வாங்க மருமகனே..!”

“ஆமா அத்த...”

மகளைப் பார்த்து அன்போடு கடிந்து, “அடீ வெறுவாக்கலங்கெட்ட பொண்ணே; மாப்பிள்ளைய உள்ளே கூட்டிட்டுப் போய் பேசுடீ.“

அம்மாவுக்குத் தெரியாமல் அவனுக்கு வலிப்புக் காட்டினாள்.

இருவரும் உள்ளே வந்ததும் அவன், “மொதக் காரியம், இந்த வாயைக் கிழிச்சி, நல்ல தைக்கணும்” என்றான்.

அவர்களை உள்ளே அனுப்பிவிட்டு மாமியா, முட்டைக் கோழியைத் தேடி கோழிக்கூண்டைப் பார்க்கப்போனாள்.

அவளை உற்றுப் பார்த்தான். ஒம்பது மாசமும் முடிந்து, கனத்த வயிறு சரிந்திருந்தது.

அவள் சொன்னாள்: “வராம இருந்துராதீரும்.”

“ஒம்பது மாசத்துக்குமேலெ ஆயிட்டது; வராம இருக்கதுதாம் நல்லது.”

“யாரு சொன்னா? சொகமாப் பிரசவம் ஆகணும்னா அதெல்லாம் வரலாமாம்!”

“யாரு சொன்னது?”

“பாட்டிதாம் சொல்லுச்சி.”

சிரிப்பு வந்துவிட்டது.

ஆனால், பிரசவம் இவர்கள் நினைத்துபோல இல்லை. தலைப்பிரசவம். ஆஸ்பத்திரிக்குப் போகணுமே என்கிறதெல்லாம் அந்தக்காலத்தில் கிடையாது.

பிரசவத்தின்போது குழந்தை 'படிவாசலை' விட்டு இறங்கவே இல்லை. அப்படியே நின்றுவிட்டது. மூன்று நாட்களாகிவிட்டது. நாட்டு மருந்துவச்சிகள் கைவிட்டதுக்குப் பிறகு, ஆஸ்பத்திரிக்கு வண்டியில் கொண்டுபோனார்கள். பெரிய உசுரும் போய்விட்டது.

"காலாகாலத்தில் வந்திருந்தால் வயத்தைக் கீறி பிள்ளையையும் காப்பாத்தி, தாயையும் காப்பாத்தி இருக்கலாமே!" என்றார்கள்.

"விதியைப் பிடிக்க யாரால் முடியும்?" என்று சொல்லிச் சமாதானப்பட்டுக்கொண்டார்கள்.

நேத்துப்போல இருந்தாலும், பூமாரி போய் ஐந்து வருஷம் ஆகிவிட்டது.

குடும்பத்துக்கும், சம்சாரி சோலிக்கும், நேரத்துக்கு ஒரு கஞ்சி காய்ச்சி வைக்கவும் வீட்டில் ஒரு பொண்ணடி இல்லாமல் முடியுமா? பக்கத்து ஊரிலுள்ள நடுவுள்ள மாமன் மகள் வெள்ளை அப்பதான் பூத்தாள். ஆள் ஒங்குதாங்காக அழகாக இருப்பாள். சடங்கோடு சேர்த்து கலியாணத்தையும் முடித்து வைத்துவிட்டார்கள் இவனுக்கு.

இந்த 'ரெண்டாவது முதலிரவு' மாமியார் வீட்டில்தான் நடந்தது. வெள்ளை, இந்தக் கூத்து பண்ணுவாள் என்று அவன் நினைக்கவேயில்லை. அவள் ஆடிக்கொண்டிருக்கும்விதம் அவனுக்குச் சந்தேகமாய் இருந்தது. பார்த்துக்கொண்டேயிருந்தான். 'எங்கயோ பயந்திருக்கா' முதலில் முன்னும்பின்னும் ஆடிக் கொண்டிருந்த தலை, இப்போ ஆட்டுரலில் குழவி ஆடுவதுபோல வட்டமாக ஆட ஆரம்பித்திருந்தது.

'செ! குடிகெட்டுப் போச்சி' என்று, பாயை உதறித் தூக்கிக் கிடாசிவிட்டு மச்சுவீட்டுக் கதவைத் திறந்துகொண்டு வெளியே வந்தான். வாசப்படியில்தான் மாமியா தலைவைத்துப் படுத்திருக்கிறாள். கொஞ்சம் கவனம் பிசகியிருந்தாலும் அவள் குரல்வளையில் மிதித்திருப்பான்.

பதறியடித்து எழுந்தாள்; "என்ன ராசா, என்ன?" என்று கேட்டுக்கொண்டே.

“உள்ளே போயிப் பாருங்க அத்த... ஓங்க மக பண்றக் கூத்த” என்று சொல்லிவிட்டு தடதடவென்று வெளியே ஓடினான்.

பார்த்ததுமே தெரிந்துபோய்விட்டது அம்மாக்காரிக்கு – இது கருப்புக் கோளாறுதான் என்று. தொழுவத்தில் கிடந்து தேய்ந்துபோன கட்டை விளக்குமாறை எடுத்துக்கொண்டு வந்து ஓங்கி வெள்ளையின் உச்சந்தலையிலேயே போடு போடு என்று போட்டாள்.

“ஓடிப்போ, ஓடிப்போ. எம் பிள்ளையோட வாழ்வெக் கெடுக்க வந்தியா ஓடிப்போ” என்று சொல்லிக்கொண்டே போட்டாள்.

வெள்ளை மயங்கி தரையில் சாய்ந்தாள்.

பெத்தவள் ஒப்புசொல்லி அழத்தொடங்கினாள். கூட்டம் கூடி விட்டது என்னமோ ஏதோ என்று.

“செவ்வாய்க்கிழமையும் அதுவுமா தலை நிறைய பூவை வெச்சுக்கிட்டு சொள்ளமாடங்கோயிலுக்கு எதுக்க – கன்னிகழியாத பொண்ணு போகப்படுமா?”

“சொன்னோம்... கேட்டாத்தானே.”

“நம்ம பேச்செ யாரு கேக்கா?” – வெள்ளையின் பாட்டியும் புலம்பினாள்.

கோடாங்கிக்காரனுக்கு ஆள் அனுப்பினார்கள்.

கையில் உடுக்கோடும் கை நிறைய எருக்கமிளாறுகளுமாக கோடாங்கிக்காரன் வந்து சேர்ந்தான்.

பூசை தொடங்கியது ஆர்ப்பாட்டமாய், உடுக்கை எடுத்து அடித்தான் கோடாங்கி.

ஒவ்வொரு அடியும் மனிதநரம்புகளைச் சுண்டுவதுபோல் ஒலித்தது. உயர்ந்துகொண்டே வரும் உடுக்கோசை மனசுகளை என்னவோ செய்தது. உடுக்கோடு இசைந்து குரலெடுத்துப் பாடி, உலகத்திலுள்ள அத்தனை தேவதைகளையும் தனக்குத் துணைக்கு வரும்படி அழைத்தான்.

கொஞ்சநேரத்தில், அவர்கள் அத்தனை பேரும் அவனுக்கு முன்னால் வந்து நின்றுவிட்டதுபோல அவன் முகம் சொன்னது. அவர்களைப் போற்றி வாழ்த்திப் பாடினான்.

இப்போது உடுக்கின் ஓசை சுதிமாறி ஒலித்தது. வெள்ளையின் தலை சுழன்று சுழன்று கதி ஓசைக்குத் தக்கபடி ஆடியது. ஆடிய வேகத்தில் கூந்தல் அவிழ்ந்து முகத்தை மூடியது.

பாடி அலுத்ததும், ஆடி அலுத்ததும் உடுக்கின் ஓசையை சற்றே நிறுத்தி அன்போடு கேட்டான்:

"தாயி, நீ யாரு தாயி?"

பேயிடமிருந்து பதில் இல்லை. அது ஆடிக்கொண்டுதான் இருந்தது. திரும்பவும் அதேபோல் கேட்டு,

"நீ யாருன்னு சொன்னாத்தானே தெரியும்.... பச்சை மண்ணைப் பிடிச்சி இப்பிடி ஆட்டுதயே, தாயி நீ யாருன்னு சொல்லிரு?" என்று கேட்டான்.

அதுக்கும் அந்தப் பேய் பதில் பேசாமல் ஆடிக்கொண்டே இருந்தது.

"தாயி, ஒனக்கு என்ன வேணும்னாவது வாயத் தொறந்து சொல்லு. சொன்னாத்தானே தெரியும்" என்று கேட்டுவிட்டு, உடுக்கில் மெல் ஓசை எழுப்பிக்கொண்டே பாடினான்:

பட்டுத் துணியணி வேணுமோ? - ஒனக்கு
பாங்கான வளவிவக வேணுமோ?
நகை நட்டெல்லாம் தருவமே - நீ
யாருன்னு சொல்லீரு தாயே....

பெண்டுகளே கேட்டு ஆசைப்படும்படியாக நகைவகைகளின் லாவண்யத்தை வர்ணித்தான்.

அந்தப் பேய்க்கு நகைகள் பேரில் ஆசையில்லை போலிருக்கு. அமைதியாக இருந்தது.

உணவுவகைகள், பலகார பட்சணங்கள், புலவுவகைகளை வர்ணித்தான். அதுக்கும் அசையவில்லை.

பார்த்தவர்களெல்லாம் வருத்தப்பட்டார்கள். 'இந்தக் கொட்டுக் கெல்லாம் அந்தப் பேய் ஆடாது' என்கிற சொலவடைதான் ஞாபகத்துக்கு வந்தது.

கோடாங்கி தனது கடேசி ஆயுதமான எருக்கமிளாறை எடுத்தான். பெண்டுகளின் கூட்டம் மிரண்டு விலகியது. ஆங்காரமாய்க் கத்திக்கொண்டே அவளை அடி விளாசினான். அடி பொறுக்கமாட்டாமல் எருக்கமிளாறுகள் சில்லுச்சில்லாய்த் தெறித்து ஓடின!

பகவதியின்மேல் ஆணைவைத்துக் கேட்டான். ஐக்கம்மாபேரில் ஆணைவைத்துக் கேட்டான். கிணுங்கவில்லை பேய்!

அன்றைக்குப் பூசை அத்தோடு முடிந்தது. பெண்டுகள் கலைந்து அவரவர் வீடுகளுக்குப் புறப்பட்டார்கள்.

"என்ன அதிசயமான பேயா இருக்கம்மா; கொஞ்சங்கூட 'ஏம்'ன்னே கேக்கமாட்டேங்கெ!" என்று மூக்கில் விரல்வைத்துப் பேசிக்கொண்டே போனார்கள்.

மறுபூசை தொடங்குவதற்கு முன்னால்...

அன்று பகலில் கோடாங்கி, வெள்ளையின் அம்மையிடம் வெள்ளையைப் பற்றிய பல விசயங்கள் கேட்டுத் தெரிந்து கொண்டான். கோடாங்கிக்கு மதிய விருந்து பலமாக இருந்தது.

வெள்ளை, தலை முழுகிவிட்டு முற்றத்தில் நின்றுகொண்டு தலை முடியைக் கோதி ஆறவிட்டுக்கொண்டிருந்தாள். கூந்தல் இரு தோள்கள் வழிய இறங்கி இடுப்புக்கும் கீழே பரவியிருந்தது. விரித்த கூந்தலுக்கு இடையே தெரிந்த அவளுடைய அழகிய முகத்தையே வைத்த கண் வாங்காமல் பார்த்தான் கோடாங்கி.

'இன்றைக்கு ராத்திரி எப்படியாவது அவள் தலையில் கல்யேத்தி விடணும்' என்று தீர்மானம் பண்ணிக்கொண்டான்.

'ஆயிரம் கோழி தின்ற வெருகு' அவன்.

மடங்காத பேயை எல்லாம் மடக்கி பச்சை மண்கலயத்தில் அடக்கி பூமியின் கீழே தோண்டிப் புதைத்திருக்கிறான். பேய் பிடித்து, அடங்காமல் கூத்தாடிய பெண்கள் பலர் தலையில்

கல்சுமந்து கொண்டுபோய் போட்டுவிட்டு, அவனோடு திரும்பி வருகிறபோது 'பேய்க் களை' மாறி, முகத்தில் சிரிப்பும் நாணமுமாகத் திரும்பியிருக்கிறார்கள்.

"என்னிட்டையா பூச்சி காட்டுதெ. இரு இரு ராத்திரி பாத்துக்கிடுதேம் உன்னே" என்று வெள்ளையைப் பார்த்துக் கறுவிக்கொண்டான்.

நடுராத்திரியில் பூசை தொடங்கியது.

'உடுக்குச் சத்தம் எப்பக் கேக்கும்?' என்று காத்துக்கொண்டிருந்த பெண்டுகளின் கூட்டம் மொலுமொலு என்று வந்து கூடிவிட்டது.

குழந்தைகள் அயர்ந்து தூங்கிக்கொண்டிருந்தார்கள். பக்கத்து வீடுகளில் ஆண்கள் கோடாங்கிக்காரனை நினைத்து முணுமுணுத்தார்கள். பேயின் ஆட்டம் பலமாகத்தானிருந்தது.

கடைசியில் கோடாங்கிக்காரனின் இம்சையைத் தாளமுடியாமல் பணிந்து வந்து, தான் யார் என்பதையும் தனது கதை என்ன என்பதையும் ஆடிக்கொண்டே... உடுக்கடி இசைக்கு ஏற்ப பாடிக்கொண்டே சொல்லிக்கொண்டு வந்தது.

ஒப்புசொல்லி அழுவதைப்போன்ற குரலில் பாடிச் சொன்ன கதையை, பெண்டுகள் ஆர்வத்தோடு கவனித்துக் கேட்டார்கள்.

முதல் அதிர்ச்சி – அது ஒரு பெண்பேய் இல்லை என்பது. ஒருவர் முகத்தை ஒருவர் வியப்போடு பார்த்துக்கொண்டார்கள்.

முதலில் அந்தப் பேய் ஒற்றைக்கால் மண்டபத்தின் சீரைப் புகழ்ந்து பாடியது. அதன்பிறகு ஒரு பெண்ணின் அழகை வர்ணித்துப் பாடியது. அந்தப் பெண் எப்படித் தன் மனசைக் கொள்ளை கொண்டாள் என்று சொன்னது. பிறகு அது குலுங்கி அழ ஆரம்பித்தது. அவள் எப்படித் தன்னை ஏமாற்றி மோசம் செய்தாள் என்று சொன்னது.

சத்தியம் செய்து கொடுத்துவிட்டு இன்னொருவனைப் போய் கலியாணம் செய்துகொண்டதை, தாங்கமுடியாத அநியாயத்தை அழுதுகொண்டே சொன்னது.

முந்தானைய இழுத்து மூடி வாய்பொத்திக் கேட்டுக்கொண்டிருந்த பெண்டுகள் கண்ணீர் சிந்தினார்கள். மூக்கு ஒழுகலை முந்தானையில்

சத்தமில்லாமல் துடைத்துக்கொண்டு கவனித்தார்கள். குறைந்த ஸ்தாயியில் உடுக்கு ஒலித்துக்கொண்டிருந்தது.

பேய் தொடர்ந்தது.

வாழ்வு வெறுத்துப்போய் ஒற்றைக்கால் மண்டபத்தின் அருகே நின்ற புளியமரத்தில் ஏறி கழுத்தில் கயிறு போட்டுக்கொண்டு 'நாண்டு' கொண்டதையும் சொன்னது. பேயாக ஆகி, ஒற்றைக்கால் மண்டபத்தையும் அந்தப் புளியமரத்தையும் சுற்றிச்சுற்றி வாழ்ந்துகொண்டிருந்ததையும், அப்போது இவள் அங்கே தனிமையில் புளியம் பிஞ்சுகளைப் பறித்துத் தின்ன வந்தபோது பிடித்துக்கொண்டேன் என்றது.

"இப்போ அந்த இடத்துலயே கொண்டுபோயி விட்டுறதேம்; போறயா?" என்று கேட்டு எருக்கமிளாறைக் கையில் எடுத்ததும், "போறேம்... போறேம்!" என்று ஒப்புக்கொண்டது.

இருட்டு தொடங்கியது. பேயின் தலையில் ஒரு தேய்ந்த கனமான அம்மிக்கல்லைத் தூக்கி வைத்து, "கிளம்பு" என்றான் கோடாங்கி.

தலையில் அம்மிக்கல்லைப் பிடித்துக்கொண்டு தலைவிரி கோலமாகப் புறப்பட்டது பேய். அந்தக் கூமிருட்டில் கோடாங்கியும் பேயும் சுடலைக்காட்டிலிருந்த ஒற்றைக்கால் மண்டபம் புளியமரத்தைப் பார்த்துப்போனார்கள்.

பேயைக் கொண்டுபோய் விடும்போது மற்றவர் யாரும் பின்தொடர்ந்து போவது வழக்கமில்லை என்பதால் அவர்கள் இருவர் மட்டுமே போனார்கள். மோசமான பாதை, பள்ளங்களும் திடீர் மேடுகளுமாக.

அவர்களை அனுப்பிவிட்டு, மந்தையிலும் ஊர்மடத்திலும் வருகைக்காக வீட்டாரும் ஊராரும் காத்துக்கொண்டிருந்தார்கள் தயாராக. வெகுநேரமாகியும் குலவைச் சத்தம் கேட்கவில்லை. விடிந்துகொண்டு வந்தது.

சுப்பனாசாரி சொன்னார்:

"என்ன தாட்டோட்டுன்னு தெரியலையே..!" என்று சொல்லிவிட்டு, "கூந்தலைப் பிடிச்சு இழுத்து மரத்துல ஒட்டவைச்சி இரும்புக் கொண்டியை அறைஞ்சிட்டு, கல்லே

வீசி எறிஞ்சிட்டுத் திரும்பிப் பாக்காம வரவேண்டியதுதானே" என்றார்.

நன்றாக விடிந்துவிட்டது.

கிராம முக்கியஸ்தர்களும் கொண்டிக்காவல்காரரும் சுடலைக் காட்டுக்குத் தேடிப்போனார்கள்.

கொஞ்சதூரத்திலேயே தெரிந்தது....

அம்மிக்கல் அந்த மரத்தின் கீழே விழுந்து கிடந்தது! உடுக்கும் எருக்கவிளாறும் தனியே உருண்டு அநாதையாகக் கிடந்தது. கோடாங்கிக்காரன் மண்டை உடைந்து, நைந்து, மூளை பிதுங்கி, மட்டமல்லாந்து, கண்கள் நிலைகுத்தி, வாய்பிளந்து கிடந்தான்!

எங்கே வெள்ளை? காணலை அவளை!

ஒற்றைக்கால் மண்டப புளியமரத்தில், அந்த வட்டாரப் பேய்களுக்கெல்லாம் தலைவனாக கோடாங்கிப்பேய் இருப்பதாக ஊர் பேசத் தொடங்கியது!

ஆனந்த விகடன்
14.2.1993

திரிபு

புதுவை நகரில் ஒரு பங்களாத் தெரு. ஒரு பங்களாவின் முன்வீடு அது. பங்களா எப்பவும் பூட்டியே இருக்கும். அதன் சொந்தக்காரர் ★'தெகோல்'லில் இருக்கிறார்.

ரெண்டு வருசத்துக்கு ஒருக்க, நினைத்தால் வந்து கொஞ்சநாள் தங்கிவிட்டுப் போய்விடுவார்.

முன்வீடு, வீதிக்குப் பக்கத்தில் அந்த பங்களாவை ஒட்டி அமைந்திருந்தது. ஆரல்சுவரில் பெரிய்ய கிரில்கேட். அதில் ஒரு சிறிய கதவு. முன்வீட்டில் இருப்பவர்களுக்கு அது போதும். மூன்றே பேர்கள்; அம்மா, அப்பா, ஒரு குழந்தை. குழந்தைக்கு எட்டுமாசம் இருக்கலாம்.

வீட்டின் முன்னால் அடர்ந்த வேப்பமரம். அதன் நிழலில் குழந்தை – தூங்கும் நேரம்தவிர – தனியாக விளையாடிக்கொண்டிருக்கும். தெருவில் இறங்கிவிடாமலிருக்க அந்த 'கேட்' பாதுகாப்பாக இருந்தது. அதைப் பிடித்து நின்றுகொண்டே குழந்தை தெருவை வேடிக்கை பார்த்துக்கொண்டே இருக்கும்.

வெறிச்சோடிக்கிடக்கும் தெருவுக்கு ஞாயிற்றுக் கிழமையும் வியாழக்கிழமையும் உயிர் வந்துவிடும்.

★ **தெகோல்:** ஃபிரான்ஸ் நாடு. (புதுவை வட்டாரவழக்கு.)

வாரத்தின் அந்த ரெண்டு நாட்களும் பள்ளிக்கூட விடுமுறை நாட்கள். தெருவே ரெண்டுபடும்!

தெருவைக் கடந்து செல்கிறவர்கள் யாராய் இருந்தாலும் அந்தக் குழந்தையைத் திரும்பிப் பார்க்காமல் போகமுடியாது; அப்படி இருக்கும் பார்க்க.

குழந்தைக்குத் தெரிந்தவர்களெல்லாம் அதை "பப்புலு" என்று அழைத்தார்கள் பிரியத்தோடு. பிரியம் அதிகமாகும்போது அந்தப் பெயர் இப்படி ஆகிவிடும்,

"பப்"

"பப்பூ"

"பப்போ"

"பாப்பீ"

பப்புலுவைப் பார்க்கிறவர்களுக்கு முதல் பார்வையில் தெரிவது அதன் அழகான சுருள்சுருளானத் தலைமுடிதான். அடுத்தது அதன் கண்கள். பப்புலுவின் முகம் சிரிக்கிறதா, சிரிப்பதுபோல் அமைந்திருக்கிறதா என்று சொல்லுவது சிரமம்.

பப்புலுக்குட்டியைச் சாப்பிட வைப்பதற்கு அதன் அம்மா ரொம்பப் பிரயாசைப்பட வேண்டியதிருந்தது. பிராக்குக் காட்டிக்கொண்டே ஊட்டவேண்டும்.

தெருவழியாக தலைநரைத்த கிழவர் போனால் அவரைப் பார்த்துவிட்டு அம்மாவைப் பார்க்கும்; அது யாரு என்பதுபோல, அம்மா மெதுவான குரலில் "தாத்தா" என்று சொல்லுவாள். குழந்தையும் அப்படிச் சொல்லிப்பார்க்கும்.

அதே தோற்றமுடைய பெண் போனால், 'ஆயா'. கொஞ்ச வயது என்றால் 'அக்கா'. கொஞ்சம் பெரியவள் 'அத்தை'. கொஞ்சம் பெரியவர் 'மாமா'. இப்படியாக அந்தக் குழந்தை, போகிற வருகிறவர்களின் வயசை வைத்து உறவுசொல்லிக் கூப்பிடத் தெரிந்துகொண்டது.

அம்மா சொல்லித் தந்ததைச் சரிபார்க்க வேண்டாமா; அதனால் அப்படிச் சொல்லிப்பார்க்கும். அவர்கள் திரும்பிப் பார்த்து

மகிழ்ச்சியுடன் தலையசைப்பார்கள்; கை ஆட்டிவிட்டுப் போவார்கள். சிலர் ரெண்டு வார்த்தை பேசிவிட்டுப் போவார்கள்.

ரொம்பவும் வயசாளி ஒருத்தர் ஒருநாள்; தனக்குத்தானே பேசிக் கொண்டுவந்தார். வாழ்க்கையில் ரொம்ப நொம்பலப்பட்டவர் போலிருக்கு. எல்லா உறவுகளுமே அவரைக் கைவிட்டிருக்கலாம். அவரைப் பார்த்ததும் பப்புலு, "தாத்தா" என்றாள். 'எங்கிருந்து குரல் வருகிறது; அது தன்னைத்தானே அழைத்தது' என்று சுற்றிலும் பார்த்தார் அந்தத் தாத்தா.

திரும்பவும் பப்புலு, "தாத்தா" என்று அழகாக அழைத்தாள். குரல் வந்த திக்கைக் கண்டுகொண்டார். அடடா என்றிருந்தது. அந்த வினாடியில் அவள் ஒரு தேவதையைப்போலத் தெரிந்தாள். பரவசமாகிவிட்டார்.

"இந்தத் தாத்தாவத் தெரியுமா அம்மா ஒனக்கு?" என்று கேட்டார், உணர்ச்சிவயப்பட்டவராய்.

குழந்தை பின்வாங்கியது. அவள் பார்த்த யாரும் இப்படித் தங்கள் முகத்தை வைத்துக்கொண்டதில்லை.

கிழவர் தெருவில் சுற்றுமுற்றும் பார்த்தார். யாரோ ஒருத்தர் வந்துகொண்டிருப்பது தெரிந்தது. அவரிடம், "தாத்தான்னு சொல்லுரா!" என்றார். வந்தவரோ அவர் பாட்டுக்குப் போனார். என்றாலும், தாத்தா அதையே சொல்லிச் சந்தோசப்பட்டார். நடந்துகொண்டே, அதிசயத்துடன், "தாத்தான்னு சொல்றாளே; ம், தாத்தான்னு சொல்றாளே" என்று சொல்லிக்கொண்டே கடந்துபோய்விட்டார்.

ஏமாற்றமாக இருந்தது பப்புலுவுக்கு. அழுகை வரும்போல இருந்தது.

நல்லவேளையாக அந்த நேரம் அப்பா 'மொபட்'டில் வந்து இறங்கினார். அப்பாவைப் பார்த்ததுமே பழைய பப்புலுவாகி விட்டாள்.

பப்புலுவின் அப்பாவுக்கு என்ன வேலை என்று தெரியலை; அடிக்கடி, நாள் ஒன்றுக்கு 'முப்பத்திரெண்டு தடவை' மொபட்டில் வந்து இறங்குவதும் போவதுமாக இருப்பார்.

புறப்படும்போது அதிஞாபகமாய் குழந்தையிடம், "டாட்டா சொல்லு; அப்பாவுக்கு டாட்டா சொல்லு" என்று கேட்பார். அம்மாவும் சொல்லச் சொல்லுவாள்.

ஆரம்பத்தில் குழந்தையை டாட்டாவுக்குப் பழக்கப் பெரும் பாடாக இருந்தது. என்றாலும் தாய்தந்தையரின் விடாமுயற்சியின் காரணமாக, சர்க்கஸில் மிருகத்தைப் பழக்குவதுபோல் குழந்தையைப் பழக்கிவிட்டார்கள்.

'குழந்தைப் பெறுவதே என்னத்துக்கு, டாட்டா சொல்லுவதற்குத் தானே' என்பதுபோல இருக்கும். 'கடவுள் அருளால் பப்புலு பிறந்தாள்; இல்லையென்றால், டாட்டா சொல்லக்கூட நமக்கு ஒரு குழந்தையில்லையே' என்று ஏங்க வேண்டியதிருந்திருக்கும்.

சமத்துக்குட்டி பப்புலு. டாட்டா மாத்திரமில்லை, காற்றுவழி முத்தம் (ஃபிளையிங் கிஸ்) தரவும் பழகிவிட்டாள். 'அப்பாவுக்குத் தரும் ஃபிளையிங் கிஸ் எங்களுக்கும் வேண்டும்' என்று மற்றப் பிள்ளைகள் அவளிடம் கேட்பார்கள். கடனே என்று தருவாள்! அதைப் பார்க்கவே நன்றாக இருக்கும்.

பள்ளிவிடுமுறை நாட்களில் பப்புலுவைத் தூக்கி வைத்துக்கொள்ள பெரிய பெண்குழந்தைகளிடம் பலத்த போட்டி இருக்கும். அவர்கள், அவளைத் தங்கள் தங்கள் வீடுகளுக்குத் தூக்கிக்கொண்டு போவார்கள். போகும்போதே, தெரிந்தவர்களுக்கெல்லாம் ஏர்கிஸ் தரும்படியும் டாட்டா சொல்லும்படியும் செய்வார்கள். யார் கைநீட்டி அழைத்தாலும் பாய்ந்துசென்று அவர்களோடு ஒட்டிக்கொள்வாள் பப்புலு. அவளுடைய 'மந்திரப் புன்னகை' எல்லோரையுமே கவர்ந்துவிடும்.

இப்போது பப்புலுவுக்கு ஒரு வயசு முடிந்துவிட்டது. முதலாம் ஆண்டு நிறைவுவிழா அட்டகாசமாக கலகலப்பாய் நடந்து முடிந்தது.

இனி மொட்டை போடணும்.

அந்தநாள் நெருங்க நெருங்க, குழந்தையின் தலையலங்காரம் வித விதமாக இருந்தது. இப்படியெல்லாங்கூட தலைமுடியை சிங்காரிக்கவும் முடியுமா என்பதுபோல் அது இருந்தது.

கோவிலுக்குக் கிளம்பினார்கள் மொட்டைபோட. சுற்றமும் நட்பும் உடன் சென்றது. இவர்கள் போய்ச் சேர்ந்ததும்

அங்கே ஒரு குழந்தைக்குக் கதறக்கதற மொட்டைபோட்டுக் கொண்டிருந்தார்கள். அந்த அழுகையும் கூப்பாடும் பப்புலுவைக் கலக்கியது.

'வீட்டுக்குப் போவோம்; இங்கே வேண்டாம்' என்று பப்புலு முரண்டுபிடிக்க ஆரம்பித்தாள். அவளைத் தாமரிக்க ரொம்பப் பிரயாசைப்பட வேண்டியதிருந்தது. சுற்றமும் நட்பும் அதைக் கண்டு சிரிப்பது பப்புலுவுக்குப் பிடிக்கவில்லை. அவளுக்கு ஆதரவாக யாரும் இல்லை; அம்மா உட்பட.

மொட்டைபோடும் நேரம் நெருங்கியது. எப்படித் தப்பிக்க என்று தெரியலை அவளுக்கு. அவளைப் பார்த்து மற்றவர் சிரிப்பதில் ஒரு வித்தியாசம் தெரிந்தது. அதில் ஒரு குரூரம் இருப்பதுபோல் பட்டது.

கோவிலுக்குப் புறப்படும்போதே குழந்தை, தனக்கு ஏதோ நிகழப்போகிறது என்பதுபோல நடந்துகொண்டது. மற்றவர்கள் அவளைக் கொஞ்சியதில் வித்தியாசம் இருந்தது. 'வா வா இன்னைக்குத்தான் இருக்கு ஒனக்கு' என்பதுபோல இருந்தது, அவளைப் பார்த்துச் சிரித்ததும் நடந்துகொண்டவிதமும்.

'முதலில் மொட்டைபோட்ட குழந்தையின் அழுகை இவளைத் தொற்றிக்கொள்ளுமோ' என்று நினைத்து அப்பாவும் அம்மாவும் ஒரு போலிச் சிரிப்புடன், "ஒன்னுமில்ல... ஒன்னுமில்ல பப்புலு..." என்று சொன்னவிதம் ஏற்புடையதாக இல்லை குழந்தைக்கு.

அந்நேரம் பார்த்து, அங்கே வந்த பலூன்காரனிடமும் மிட்டாய்க்காரனிடமும் 'சொன்ன விலை' தந்து வாங்கிக்கொடுத்து அவளைக் கொஞ்சநேரம் பிராக்குக் காட்டினார்கள். கவனத்தைத் திசை திருப்பினார்கள். பிறகு மொட்டைபோடும் நேரத்துக்குக் கொண்டு வந்தார்கள்.

மொட்டை போடுகிறவன் கத்தியைத் தீட்டிக்கொண்டிருந்தான். அவன், பப்புலுவைப் பார்த்ததும் சிரித்தான். அவனுக்கு மேல்வரிசையில் பற்கள் ஒரு பக்கம் பூராவும் இல்லை. கிட்டெ நெருங்கினால் ஒரே பீடிநாத்தம். அவனைப் பார்க்கவே பிடிக்கவில்லை.

தன் தலையில் தண்ணீர் எடுத்துவைத்த அவனுடைய கையை பப்புலு வேகமாகத் தள்ளினாள். அவன் சிரித்தான்.

சிரிக்கும்போது அவனுடைய தொண்டையில் கோழைச்சளியின் சத்தமும் சேர்ந்து கேட்டது.

பப்புலுவின் கைகளை மற்றவர்கள் இறுகப் பிடித்துக்கொள்ள, தலையில் எண்ணெய் தேய்ப்பதுபோல தண்ணீரைவிட்டுத் தேய்த்தான். பப்புலு நெளிந்தாள்; உரத்த குரலில் அழுது ஆட்சேபம் தெரிவித்தாள். தன் பக்கத்துக்கு அம்மாவை அழைத்தாள். தன்னை இறுக்கிப் பிடித்துக்கொண்டிருப்பவர்களில் அப்பாவும் இருந்தார். அந்த இக்கட்டிலிருந்து தன்னை உடனே விடுவிக்குமாறு கூப்பாடு போட்டு அழுதாள்.

"ஒன்னுமில்லேம்மா ஒன்னுமில்லெ; கொஞ்சநேரம்தாம், கொஞ்ச நேரந்தாம்" என்று அப்பா மாறிமாறி அதையே திருப்பித் திருப்பிச் சொன்னார்.

தலையில் கத்தி விழுந்துவிடுமோ என்று பயமாக இருந்தது. பிடி இறுகஇறுக பப்புலு கத்தினாள். எந்தவகையிலும் இது நியாயமே இல்லை என்பது போலிருந்தது அவள் கத்தல்.

இப்படி ஓர் எதிர்பாரா அவஸ்தை அவள் வாழ்நாளில் ஏற்பட்டதே இல்லை. அவள் பார்த்ததெல்லாம் சந்தோசமான முகங்கள், பிரியமான தடவுதல்கள், இனிமையான பார்வைகள் இவைதாம்.

இந்த வலுவந்தத்துக்கு தன்னைப் பெற்ற அம்மாவும் அப்பாவுமே உடந்தையாக இருப்பதை குழந்தையால் செரித்துக்கொள்ள முடியவில்லை. மண்ணில், அவளுடைய கண்ணீரோடு சுருள் முடிகள் கொத்துக்கொத்தாக விழுந்தன.

குழந்தையின் மனசு உடைந்து, கண்ணீர் வற்றி ஏங்கி ஏங்கிக் கேவியது. அதைப் பார்த்துத் தாங்காமல் அவள் தாயாரும் கண்ணீர் வடித்தாள்.

மொட்டைபோட்டு முடிந்தது ஒருமட்டும். "இவ்வளவுதாம் இவ்வளவுதாம்" என்று எல்லாரும் மேல்தொண்டையில் சொன்னார்கள். அவர்கள் சொன்னதெல்லாம் பொய் என்பதுபோல வந்தார் பத்தர், காது குத்த.

காதுகளில் அடையாளப் புள்ளி வைத்துக்கொடுக்க தாயாரைக் கூப்பிட்டார்கள். வெற்றிலைக்காம்பினால் சுண்ணாம்பில்

தொட்டு அடையாளமிட்டாள் தாயார். அப்போது தன்னைத் தூக்கிக்கொள்ளும்படி கெஞ்சியது குழந்தை.

பப்புலுவின் மொட்டைத்தலையை யாரோ இறுக்கிப் பிடித்துக்கொண்டார்கள். பெண்குழந்தை என்பதால் முதலில் இடதுகாதில் குத்தி தரிப்பு இட்டார் பத்தர். வலதுகாதைச் சரியாகக் குத்தமுடியலை; சிறிது இடம் மாறிவிட்டது தொளை.

அந்த இரண்டாவது 'தாக்குதலினால்' அரண்டுவிட்டது குழந்தை. அதுக்குப்பிறகு, அது யாருடைய அனுசரணையையோ கொஞ்சலையோ ஏற்கவில்லை.

தலைக்குளிப்பும் சந்தனத் தப்பளமும் சேர்ந்து சொகமான தூக்கம் வந்துவிட்டது. அந்தத் தூக்கத்திலும் கேவல் பெருமூச்சு விட்டது குழந்தை.

வெயில் காலமாதலால் பெரியவர்களும் அலுத்துப் போனார்கள். தூளியில் குழந்தை அயர்ந்து தூங்கிக்கொண்டிருந்தது. வந்த சுற்றமும் நட்பும் பொங்கல், பொரியல் என்று சாப்பிட்டு முடித்து, கண் அசந்த வேளை. திடீரென்று குழந்தை தூக்கத்தில் பயந்து அலறித் துடித்து வீறிட்டு அழுதது. தாயார் எழுந்துபோய் தூளியைக் குலுக்கி ஆட்டி சமாதானம் சொன்னாள். குழந்தை அமைதி கொள்ளவில்லை.

"பசியமத்திப் படுக்கப்போடு" என்று ஒரு பாட்டி சொன்னாள். தூளியிலிருந்து எடுத்து, தாயார் மறைவிடத்துக்குக் கொண்டு போனாள்.

தூளியிலிருந்து தன்னை எடுத்தது அம்மாதான் என்று கவனித்தது. அம்மா என்று தெரிந்துகொண்டதுமே கழுத்தைச் சேர்த்துக் கட்டிக்கொண்டு குழந்தை அழுதவிதம் தாயாரையும் கண்ணீர்விட வைத்தது.

அந்த மொட்டை சம்பவத்துக்குப் பிறகு, அந்தக் குழந்தையிடம் ஒரு வித்தியாசமான மாற்றம் தெரிந்தது.

முன்பு போல அந்நியர்களை அது முறைசொல்லிக் கூப்பிடுவதில்லை. கைநீட்டி அழைப்பவரிடம் பாய்வதில்லை. அந்த 'மாயப்புன்னகை' மறைந்து, வேற்றுமுகம் விழுந்துவிட்டது!

மே - 1993

விளைவு

பாவய்யாவின் பூர்வீகம் சரியாகத் தெரியவில்லை. அவனை 'கீகாட்டுக்காரன்' என்று சொல்லுவார்கள். கிழக்கே விளாத்திக்குளம் பக்கத்தில் ஏதோ ஒரு ஊர். இந்தக் கிராமத்துக்குப் பஞ்சம் பிழைக்க வந்தவர்கள் போகும்போது இவனை, 'இங்கேயே கிட' என்று சொல்லிவிட்டுப் போய்விட்டார்களாம்.

பயலுக்கு அப்பொழுது நாலைஞ்சி வயசிருக்கும். இடுப்பில் அரணாக்கயிறு ஒன்றுதான்; உருட்டைக்கட்டைப்போல இருப்பான். நல்ல கரிசல் நிறம். பிரகாசமான பெரிய்ய கண்கள். யாருக்கும் அவனைப் பார்த்தவுடனேயே பிடித்துவிடும். முகராசியான பயல். என்ன கஞ்சி ஊத்தினாலும் கழிக்காமல் சாப்பிடுவான். பச்சை மிளகாய், வெங்காயம் எது கொடுத்தாலும் வாயில்ப்போட்டு ஆற அமர மென்று கஞ்சியை எடுத்துக் கும்பாவிலிருந்து 'உருட் உருட்' என்று உறுஞ்சிச் சாப்பிடும்போது, பார்க்கிறவர்களுக்கு நாக்கில் நீர் ஊறும்; நாமும் அப்படிச் சாப்பிட்டால் என்ன என்று தோணும்.

கிராமத்தில், சதா நச்சு நச்சு என்று அழும் குழந்தைகள், சாப்பிடாமல் முரண்டுபண்ணும் குழந்தைகளின் பெற்றோர்கள், தங்களின் குழந்தைகளிடம் 'பாவய்யாவைப் பார், எப்படிச் சமத்தா அழாமல் நன்றாகச் சாப்பிடுகிறான்!'

என்று சொல்லுவார்கள். ஆனால், அந்த அசட்டுக் குழந்தைகளோ, தங்களுக்குக் கிடைக்கும் தின்பண்டங்களைக்கூட ஒருத்தருக்கும் தெரியாமல் பாவய்யாவிடம் கொண்டுபோய்க் கொடுத்து, எப்படி அவன் அதை ஆவலோடு சாப்பிடுகிறான் என்று பார்த்து அதிசயமும் ஆனந்தமும் படுவார்கள்!

அவனிடம் ஒரு குணம்; எது கொடுத்தாலும் வேண்டாம் என்று சொல்லாமல் வாங்கிச் சாப்பிட்டுக்கொண்டே இருப்பான். கொடுக்கிறவர்கள் பார்த்து நிறுத்தினால்தான் உண்டு,

எட்டாவது வயசில், பாவய்யாவின் அரணாக்கயிற்றில் ஒரு கோவணம் – நாலுவிரல் அகலத்தில் ஒருமுழ நீளத்தில் – தென்பட ஆரம்பித்தது. அப்போது அவன் மணியம் நாயக்கர் வீட்டில் மாடு மேய்க்க ஆரம்பித்திருந்தான். வீட்டில் பொம்பிளைகள் சண்டைக்கு வருவார்களே என்றுதான் அவன் அந்தக் கோவணத்தை வைத்துக்கொண்டான். மாடுகளைப் பத்திக்கொண்டு, ஊருக்குக் கொஞ்சதூரம் வெளியே வருவதற்குள் கோவணத்தை உருவி, தலையில் கட்டிக்கொண்டு விடுவான்.

'என்னலே பாவய்யா, கோமணம் தலைக்குப் போய்விட்டது!' என்று அவனோடு மாடு மேய்க்கும் பையன்கள் கேட்டால்,

'எளவு, சீய்யின்னு இருக்கு' என்பான்.

அரணாக்கயிற்றுக்கு மட்டும் பழகிப்போன அவனது 'அரை', கோவணத்திற்குப் பழகவில்லை இன்னும்.

சாயந்திரம் ஊருக்குள் நுழையும்போதுதான் தலையிலிருந்த கோவணம் திரும்பவும் 'அரை'க்கு வரும்.

பாவய்யாவிடம் சில, 'கிறுக்குத் தாளங்கள்' உண்டு. வருஷத்தில் சில நாட்கள், ஊர் மடத்தில் வந்து பேசாமல் குப்புற அடித்துப் படுத்துக்கொள்வான். சாப்பிடாமலும் யாருடனும் பேசாமலும் நாள் கணக்கில் படுத்துக்கொண்டே கிடப்பான்.

ராத்திரிக்கு ஊர் மடத்தில் படுத்துக்கொள்ள வருபவர்களில் இளவட்டங்களும் உண்டு. அவர்களில் சிலர் பாவய்யாவைச் சீண்டுவார்கள். இப்படிப்பட்ட சமயங்களில் அவனைப் பேசவைக்கிறதே பெரும்பாடாக இருக்கும்.

யாராவது அகதிகள் அகாலநேரத்தில் வந்து ஊர்மடத்தில் படுத்திருப்பார்கள். அவர்களை இளவட்டங்கள் 'யாரு எந்த ஊரு' என்ற கேட்டு, 'சாப்பிட்டாச்சா' என்று விசாரிப்பார்கள். 'இல்லை' என்று அவர்கள் சொன்னால் இளவட்டங்களே நாலு வீடுகள் போய் 'தருமச்சோறு' கேட்டு வாங்கிக்கொண்டு வந்து அவர்களுக்குப் படைத்துச் சாப்பிடச் சொல்லுவார்கள். சிலசமயம், எடுத்துக்கொண்டு வந்த சோறு மிஞ்சிப்போகும். பாவய்யாவை எழுப்புவார்கள் சாப்பிடச் சொல்ல; ஆனால் பாவய்யா விழித்துக்கொண்டுதான் கிடப்பான். அவனை எழுப்பி உட்கார வைப்பதற்குள் அவர்கள் படும்பாடு!

அவனை, சாப்பாட்டில் கைவைக்கச் செய்ய இவர்கள் ரொம்பப் பிரயாசைப்படுவார்கள். ஒரு இளவட்டம் அவனை சிரிக்கவைக்க ஒரு நகைச்சுவை மிகுந்த கெட்டவார்த்தைக் கதையைச் சொல்ல ஆரம்பிப்பான். அப்போது பாவய்யா சிரிப்பை மறைப்பதற்கு உதடுகளால் பற்கள் தெரியாமல் இருக்க இறுக்கி மூடுவான். 'ஓ...பாவய்யா சிரிச்சிட்டான்; சிரிச்சிட்டான்டோய்' என்று கூப்பாடு போட்டு, அதில் ஒருத்தன் தரையில் படுத்து உருளுவான். அவ்வளவுதான்; பாவய்யா சமாதானமாகி மனம்விட்டு நிஜமாகவே – கொஞ்சம் பொய்க் கோபத்துடன் பிகுபண்ணி – சிரித்துச் சாப்பாட்டில் கைவைத்துச் சாப்பிடத் தொடங்கிவிடுவான்.

அப்படி அவன் சமாதானமாகிச் சாப்பிடும்போது இளவட்டங்கள், பதிலுக்குப் பழி வாங்குவதுபோல, பாவய்யாவின் முதுகில் கையைப் பொத்திக்கொண்டு ஓசை வரும்படியாக 'பொய் அடி' கொடுப்பார்கள். மத்தியில் நிஜமான அடிகளும் ரெண்டு விழும். பாவய்யாவின் அகலமான முதுகுக்கு இந்த அடிகளெல்லாம் கொசுக்கடி மாதிரி.

பாவய்யா குணத்துக்கு வந்துவிட்டான் என்று கேள்விப்பட்டதும், மறுநாள் காலையில் ஊர்க்காவல் நாயக்கர் மடத்துக்கு வந்து "பாவய்யா" என்று கூப்பிடுவார். விசுவாசமுள்ள நாய்க்குட்டி மாதிரி அவன் மறுபேச்சு சொல்லாமல் அவருக்குப் பின்னால் போவான். பிறகு, அவர் சொல்லுகிற ஏதாவது ஒரு வீட்டில் அவன் பழையபடியும் மாடு மேய்க்கத் தொடங்கிவிடுவான்.

பாவய்யா இப்பொழுது வளர்ந்துவிட்டான். கொண்டிக்காவல்கார நாயக்கர் சொன்னமாதிரி, பயலுக்கு கக்கத்தில் ரோமம் முளைத்து

விட்டது. ஆனால் அவன், அதே கோவணந்தான். வேட்டியை இடுப்பில் கட்டிக்கொள்வதற்குப் பதில் போர்த்திக்கொள்வான். உச்சந்தலையில் அப்பளம் அகலத்துக்கு வட்டமாக ஒரு விரல் கடை உயரத்துக்கு விட்டு தலைமுடி, சுற்றிலும் நன்றாக மழிக்கப்பட்டிருக்கும்.

வேலை செய்யும் நேரங்களில்மட்டும் போர்த்திக்கொள்ளும் வேட்டியை எடுத்துத் தலையில் கட்டிக்கொள்வான். யாராவது 'பாவய்யா, கொஞ்சம் கோமணத்தை சரியாக – இறுக்கலாக – வச்சிக்கோ' என்று சொல்வார்கள். அதுக்குக் கொண்டிக்காவல் நாயக்கர் சொல்லும் பதில்.

"சர்த்தாங்கெ; வேலைக்காரன் இது வெளியிலெ'ங்கிற பளமொளி தெரியாதா உனக்கு? அதுபாட்டுக்குக் கிடந்துட்டுப் போகுது, நீ அதைக் கண்டுக்காதே!"

ஒருநாள், காட்டில் மாடு மேய்த்துக்கொண்டிருக்கும்போது பாவய்யா, கொண்டிக்காவல்காரரிடம் தன்னுடைய உடம்பில் ஊருகிற ஒரு பேன் ஒன்றை எடுத்துக் காட்டினான். அந்தப் பேன், தலையிலுள்ள மாதிரி இல்லாமல் வட்டமாக இருந்தது!

"*அடப் பாவிப்பயலே!*" என்று சொல்லிச் சிரித்துவிட்டு "*சரி சரி; இன்னைக்கு கம்மாயிலே மாட்டைப் போட கரைக்கு வருவெயில்லெ? அப்பொ, குடிமகன்ட்டெ சொல்லி உடம்பு பூராவும் நல்லா வளிச்சி விட்டுரச் சொல்வோம்*" என்று சொன்னார்.

அன்று திங்கட்கிழமை, கண்மாய்க்கரையில் குடிமகனைச் சுற்றிக் கூட்டம் இருந்தது. கொண்டிக்காவல் நாயக்கர், பாவய்யாவை குடிமகனிடம் 'தள்ளிக்கொண்டு போய்' விசயத்தைச் சொன்னார். அவன், "*அதுக்குத் தேங்காய் பழம் கால் ரூவாய் தட்சணை எல்லாம் வேணுமே?*" என்று சொல்லி எகத்தாளமாய்ச் சிரித்தான். அப்பொழுது அவன் ஒரு பெரியவருக்கு மழித்துவிட்டுக் கொண்டிருந்தான். அவர் பின்பக்கம் இரண்டு கைகளையும் தரையில் ஊன்றிச் சாய்ந்து கொண்டு கால்களை அகட்டிக் கொடுத்துக்கொண்டிருந்தார். குடிமகனின் பேச்சைக் கேட்டு அந்தப் பெரியவர் உள்பட எல்லாரும் சிரித்தார்கள்.

பாவய்யா கொஞ்சம் பின்வாங்கினான்!

"அட, அவன் அப்படித்தான் சொல்லுவான், நீ ஓம் பாட்டுக்கு இரு!" என்று இளவட்டங்கள் சொன்னார்கள்.

பெரியவர் எழுந்து வேட்டியை உதறிக் கட்டிக்கொண்டார். எல்லாரும் ஒருமனதாக பாவய்யாவை அந்த இடத்தில் அமர்த்தினார்கள். இப்பொழுது கூட்டத்தில் ஒரு சின்னக் குஷி பரவியது.

முதலில் தலை; அப்புறம் கக்கம், முடிந்தது. குடிமகன் இடது கையை, நனைப்பதற்காகத் தண்ணீர் கிண்ணத்தில் முக்கினான். பாவய்யாவினால் சிரிப்பை அடக்கமுடியவில்லை; உடம்பெல்லாம் கூச்சத்தினால் நெளிந்தது. குடிமகன் தன்னுடைய சிரிப்பை மறைக்க, கூடி நின்றவர்களிடம் கோபப்படுவதுபோல் பேசினான்!

"போங்களே அந்தப் பக்கம்; பார்த்ததே இல்லையாக்கும்!" பேசிக்கொண்டே குடிமகன் தொழிலைச் செய்தான். பேச்சு அவன் தொழிலுக்கு வெஞ்சனம்!

"பாவய்யா, உமக்கு உம்ம பொண்டாட்டி அடங்கி இருப்பா. எப்படி வாய்ச்சி இருக்கின்னு பாரும்! சரியான ஆளுதான் நீரு!" என்று சொல்லிவிட்டு, சிரிக்கும் கூட்டத்தைப் பார்த்து ஒரு பொய்ச்சீறல் சீறினான்.

பாவய்யாவினால் சரியாக இருக்க முடியவில்லை. கூச்சத்தினால் உளத்தினான். "இந்தா, உளத்தாதீரும்... சொல்லிட்டேன்; கத்தி விழுந்துரும். பிறகு அவ்வளவுதான்... கலியாணம் செய்ய முடியாது!" என்று அதட்டினான்.

கூச்சத்தை அவனால் பொறுத்துக்கொள்ள முடியவில்லை. சிரிப்பதன்மூலம் அதைக் குறைத்துக்கொள்ளப் பார்த்தான். அப்படி இடைவிடாமல் சிரிப்பதனால் அவன் வாயிலிருந்து ஜொள்ளு வடிந்தது.

இப்படிச் சமயங்களில், சவரம் செய்துகொள்பவர்களை, குடிமகன் தன் கத்தியை மாற்றிப் பிடித்துக்கொண்டு அவர்களுடைய கணுக்கால் எலும்பில் 'கணார்' என்று ஒரு குடுப்புக் கொடுப்பான்! அந்தத் தாங்கமுடியாத வலி, அவர்களை ஒரு நிதானத்துக்குக் கொண்டுவரும்!

இப்படியாகப் பாவய்யாவுக்கு, கொண்டிக்காவல்காரர் சொன்ன மாதிரி பயலுக்கு 'பிறந்தமுடி' இறக்கப்பட்டது. கம்மாய்க்கரையில் எப்பவாவது நிகழும் இந்த 'முதல் பகல்' நிகழ்ச்சி ஒரே கலகலப்பாய் அமையும்.

கம்மாய்க்கரை நிகழ்ச்சிக்கு அப்புறம் பாவய்யா கொஞ்சம் 'ஒரு மாதிரியாக' இருந்தான்.

வழக்கம்போல இவனிடம், வயசுக்குவந்த பெண்கள் விளையாட்டுக்கு வாயாடுவார்கள். இவனால் அவள்களுக்குப் பதிலடி கொடுக்க இயலாது. அதோடு ரகர தகர உச்சரிப்புகள் இவனுக்குச் சரியாக வராது. உணர்ச்சிவசப்படும்போது வாய்வேறு திக்கும். ஆகவே, உதட்டை இழுத்து இறுக்கி மூடி சிரித்துக்கொண்டே நழுவிவிடுவான்.

அன்று மறுநாள். அதிகாலையில் நல்லதண்ணீர் எடுக்க ஊர்க்கிணற்றில் சுற்றிலும் பெண்களும் ஆண்களுமாக நல்ல கூட்டம். பாவய்யாவுக்குப் பக்கத்தில் சுப்பாலு. அவளுடைய தோழிகள் தண்ணி இறைத்துக்கொண்டு இருந்தார்கள்.

சுப்பாலு ஒரு வாயாடிப் பெண். அந்தக் கிராமத்தின் பெருந்தனக்காரரின் செல்லமகள். தான் பெரிய்ய பணக்காரி என்கிற அகம்பாவம் அவளுக்கு உண்டு. அதனால், அவள் யாரையுமே மதிக்கிறதில்லை. எப்பப் பார்த்தாலும் பாவய்யாவை விரட்டிக்கொண்டே திரிவாள். இதில் அவளுடைய தோழிகளின் சிரிப்பு, அவளை மேலும் உற்சாகமடையச் செய்யும்.

அவள் அன்றும் தனது தோழியரின் ஆதரவுடன் அங்கே பாவய்யாவைச் சீண்ட ஆரம்பித்தாள். அவனோ ஒதுங்கி ஒதுங்கிப் போனான். அவளை அன்று ஏதோ ஒன்று குறுகுறுக்கச் செய்தது. அவன் விலகிப் போகப்போக இவளை மேலும் அதிகப்படியாக அவனை விரட்டச் செய்தது. 'ஓடுகிற நாயைக் கண்டால், விரட்டுகிற நாய்க்குத் தொக்கு' என்பதுபோல.

பாவய்யா குடத்தை வேகமாக நிரப்பினான். தலையில் கட்டியிருந்த வேட்டியைத் திரும்பவும் ஒருதரம் இறுக்கிக் கட்டினான். குடத்தை எடுத்துத் தலைக்குக் கொண்டுபோகக் குனிந்தான்; அவ்வளவுதான் இமை தட்டுவதற்குள் அந்தச் செயல் நடந்துவிட்டது!

அவனுடைய மௌனம், அவளின் வாயாடித்தனத்தை அவமானப் படுத்துவதுபோல் அவளுக்குப் பட்டதோ என்னவோ. அவளால் அதைத் தாளமுடியவில்லையோ என்னமோ, அவன் குடத்தை எடுக்கக் குனிந்தபோது, அவனுக்குப் பின்பக்கம் அரணாக்கயிற்றில் சொருகி இருந்த கோவணத்தின் நுனியை மட்டும் லேசாக உருவினாள். ஆனால் இப்படி ஆகும் என்று அவள் எதிர்பார்க்கவில்லை; கோவணம் பூராவுமே கையோடு வந்து தரையில் விழுந்துவிட்டது.

அவ்வளவுதான்; கிணறே வாய்விட்டுச் சிரித்தது. திடுக்கிட்டவர்கள் சுப்பாலுவும் பாவய்யாவும்தான்.

அவன் அப்படியே நின்றது, பெண்களுக்குமுன் ஆண்களுக்கு நாணமாகவும், ஆண்களுக்குமுன் பெண்களுக்கு நாணமாகவும் இருந்தது!

இளவட்டங்கள் 'டேய் தலைவேட்டியை எடுத்து இடுப்பில் கட்டிக்கோ' என்று குரல் கொடுத்தார்கள். பாவய்யாவுக்கு அது கேட்கவில்லை. அவனுடைய கண்கள்தான் சிவப்பாகின.

பெண்கள் சிரித்துக்கொண்டே அந்த இடத்தைவிட்டு ஓட்டம் பிடித்தார்கள். ஆண்களுக்கு சிரித்து வயிற்றை வலித்தது; பாவய்யா அப்படியே அதே மேனியில் நின்றுகொண்டிருந்தான். ஒரு பெரியவர் அவன்கிட்டை வந்து, கீழே விழுந்து நனைந்து கிடந்த கோவணத் துணியை எடுத்து அவனிடம் நீட்டினார். அவன் அவரையும் அந்தத் துணியையும் மேலும் கீழும் பார்த்தானே தவிர வாங்கி அணிந்து கொள்ளவில்லை.

"டேய், இந்தா வாங்கிக் கட்டிக்கோ" – அந்தக் குரலில் கொஞ்சம் அதட்டல் அதிகமாகவே இருந்தது.

பாவய்யா அதற்குத் தீர்க்கமாக பதில் சொன்னான்;

"ம்மு...மு... முடியாடு!"

அவர் அவனை அதிசயத்தோடு பார்த்து,

"ஏண்டா?"

"அ... அ... அப்படிட்டாண்; முடியாடு!"

“எனக்கென்ன போ!” – அவர் அதை எறிந்துவிட்டுப் போய் விட்டார்.

கொஞ்சநேரத்தில், அங்கே ஒரு பெரியவர் வந்தார். பாவய்யாவிடம் இது நல்லாயில்லை என்றும், அவனுடைய தலைவேட்டியை எடுத்து அவரே அவனுடைய இடுப்பில் சுற்றி ‘கட்டிக்கோப்பா’ என்றும் சொன்னார். ஆனால், அவனோ வேட்டியை உருவிப் பந்துபோல் சுருட்டி எறிந்துவிட்டான்.

“என்னடா இது; வம்பா பண்ரே! பொம்பளைகள், பிள்ளைகள் வந்து தண்ணி எடுக்கிற இடத்தில் இப்படி நின்னா என்னடா அர்த்தம்?”

பாவய்யா இப்போது நிதானமாக அவருக்குப் பதில் சொன்னான்;

“ம்.... மாமா, என்பேடில் ஒடு டப்பும் இள்ள, இண்டா இவுகட்டே வேணும்ணாளும் கெ... கேட்டுப்பாடுங்கெ... நானா கொ... கோமணட்டுணியெ எடுட்டு எடுஞ்சிடளே...”

“சரி, சரி; இப்பொ அதுக்கு என்னடா செய்யணும்னு சொல்றே?”

“கொ.... கோமணட்டை எடுட்டு நா வச்சிக்கிடமாட்டேன். அவடாணே அவடாணே அவுட்டா; அவடாண் வண்டு வச்சி விடணும்!”

இதைக் கேட்ட இளவட்டங்கள், ‘ஓஹோ ஹோ...’ என்று ஆர்ப்பரித்தார்கள்.

“இது நல்ல வழக்குடா அப்பா!” என்று, அந்தப் பெரியவர் அவனை முறச்சுப் பார்த்துக்கொண்டே நடையைக்கட்டினார். கொஞ்சநேரத்தில் ஊருக்குள் ஒரு பெரிய்ய பரபரப்பே உண்டாகிவிட்டது.

பெரும்பாலானவர்கள் பாவய்யாவைத்தான் தப்பு சொன்னார்கள்.

“அவன் என்ன கோமணமா வச்சிருந்தான்! அதைவிட பேசாமல் இருக்கிறது எவ்வளவோ மேல்!”

“அது சரி. அவன் எப்படி வச்சிருந்தா இவளுக்கு என்ன? இந்தக் கோட்டிக் கழுதை அதைப்போயி என்ன மயித்துக்கு நோண்டணும்?”

"சரி... நோண்டீட்டாய்யா... வச்சிக்கிடுவோம். அவ வந்துதான் எனக்கு கோமணத்தை வச்சிவிடணும்னு இவன் சொல்றது மப்புதானே?"

இப்படிப் பலமாதிரியாக ஜனங்கள் தர்க்கித்துக்கொண்டு இருக்கையில், சுப்பாலுவின் சித்தப்பா, ஒரே கோபாவேசமாக பாவய்யாவைப் பார்த்து வந்தார்.

வந்தவர் அவனைப் பார்த்து, கெட்டவார்த்தைகள் கலந்து, "அனாதைப்பயலே, வந்தட்டிப்பயலே..." அது இது என்று தாறுமாறாக ஏசினார். அவருடைய ஏச்சும் ஆத்திரமும் பாவய்யாமீதுகூட அவ்வளவு காரம் இருப்பதாகத் தோன்றவில்லை. அவன் இப்படி நடந்துகொள்ள பின் தூண்டுதலாக யாரோ இருப்பதாகக் குற்றம்சாட்டினார்.

"ஒன்னை இப்போ செருப்பைக் களத்தி அடிக்கேன்; தூண்டிவிட்ட ஊர்ப்பய புள்ளைகள்ளெ எவன் வந்து இப்பொ ஒனக்கு உதவுதான்னு பாப்போம்!" என்று ஓங்கினார்.

ஓங்கிய அந்தக் கையை வந்து ஒருகை பிடித்துக்கொண்டது. அப்படிப் பிடித்துக்கொண்ட அந்தக் கைக்கு உடையவர் கேட்டார்;

"நீரு செய்யிறது, ஒமக்கே நல்லாயிருக்கா? நீரு பெரிய்ய பணக்காரருன்னா அது ஓம்மோட இருக்கட்டும். அதை விட்டுவிட்டு ஊர்க்காரன்தான் இதுக்குக் காரணம்ன்னு சொன்னா, அதை உம்மாலே புரூப் பண்ணமுடியுமா? முந்தி இப்படித்தான், பாவம் அனந்தப்ப நாயக்கர்தான் கோழி பிடிச்சான்னு சொல்லி, அநியாயமா உம்ம மகளும் நீரும் அவரு குடும்பத்தையே ஊரைவிட்டு துரத்திட்டீஹ; இப்பொ என்னடான்னா ஊர்க்காரங்கதான் இப்படித் தூண்டிவிட்டாங்கன்னு சொல்றீரு. சும்மா இப்படி வாய் புளிச்சதோ மாங்காய்ப் புளிச்சதோன்னு பேசாதீரும். இப்பொ உம்ம மகள் செய்த ஏழைக் குறும்புமட்டும் ஞாயமா?"

இதைக்கேட்ட சுப்பாலுவின் சித்தப்பாவுக்கு உடம்பெல்லாம் வெடவெட என்று ஆடியது. "டேய் வெங்கம்பய புள்ளைகளா, இருங்க உங்களைப் பார்த்துக்கிறோம்" என்று சொல்லிக்கொண்டே அங்கிருந்து கிளம்பினார். உடனே அங்கிருந்த விடலைகளின்

எக்காள ஒலி, அவரைத் திரும்பிப் பார்க்காதபடி வழியனுப்பி வைத்தது!

'ஊர்க்காரர்களின் தூண்டுதலால்தான் பாவய்யா இப்படி நடந்து கொண்டான்' என்ற சுப்பாலு சித்தப்பாவின் பேச்சு, இப்பொழுது ஊருக்குள் பாவய்யாவுக்கு ஆதரவாகத் திரும்பியது. இளவட்டங்கள், பாவய்யாவின் நிலையை பலமாக ஆதரித்துப்பேசி ஒரு மின்னல்வேகப் பிரச்சாரத்தையே முடுக்கிவிட்டார்கள்.

'சுப்பாலு வந்துதான் பாவய்யாவுக்குக் கோவணத்தை வைத்துவிடணும்' என்று அவர்கள் கோஷம்தான் போடவில்லை! நேரம் ஆகிக்கொண்டே போனது.

சம்சாரிகளுக்கு இதுவா வேலை? அவர்கள் சீக்கிரம் தண்ணீர் எடுக்கணும்; கஞ்சி குடிக்கணும்; காட்டுக்குப் போகணும்; இப்படி எத்தனையோ வேலைகள் காத்துக்கொண்டிருக்கிறது. இத்தனைக்கும் இடைஞ்சலாக 'இந்த சனியம்பிடிச்ச சங்கதி வந்து சேர்ந்திட்டதே' என்ற முகச்சுளிப்பு ஒரு பக்கம்.

இந்தமாதிரி, பாவய்யா சொல்லிக்கொண்டு கிணற்றடியில் இன்னும் அதேபடியாக நின்றுகொண்டிருக்கிறான் என்று கேள்விப்பட்டதிலிருந்து சுப்பாலுவேறு அழுகையாய் அழுதுகொண்டிருந்தாள்.

விஷயம், மணியம் நாயக்கர் காதுவரைக்கும் போய் எட்டிவிட்டது. அவருக்குச் சத்தம் போட்டுத்தான் எதையும் சொல்லணும்; காது அப்படி! நடந்ததைக் கேட்டு அறிந்துகொண்ட அவர் 'நல்லகூத்துதான் போ!' என்று சொல்லிச் சிரித்தார். அப்புறம் சுப்பாலுவின் சித்தப்பா வந்து சொன்னதைக் கேள்விப்பட்டதும் அவர் சிரிப்பதை நிறுத்திக்கொண்டார். நிறுத்திக்கொண்டதோடு மட்டுமில்லாமல் தலையை ஆட்டினார். கிழவர் ஓணான்மாதிரி தலையை ஆட்டினார் என்றால் பழி வாங்காமல் விடமாட்டார் என்று அர்த்தம். ஒரு காலத்தில் இவர் ஊரிலேயே செழிப்பான புள்ளியாக வாழ்ந்து இப்போது பொருளாதாரத்தில் மிகவும் நொடித்துப்போனவர். என்றாலும் இன்னும் அவருக்கு கிராமத்தில் சொல்சக்தி குறைந்துவிடவில்லை.

இதை ஒரு முடிவுக்குக் கொண்டுவரவேண்டும் என்று மணியம் நாயக்கர், இன்னும் சில ஊர்ப்பெரியவர்களுடன் கிணற்றடிக்குப்

போனார். அங்கே உள்ளவர்களிடம், நடந்தது என்ன என்பதைப் பற்றித் தீர விசாரித்தார்கள். பிறகு, அந்தப் பெண்ணையும் அவளுடைய தகப்பனாரையும் கூட்டத்துக்கு வரவழைத்தார்கள்.

“தப்பிதம் பூராவும் சுப்பாலுவின் பேரில்தான் இருக்கிறது. அவள் ஒரு ஆணை, ஒரு தண்ணீர்த்துறையில் பலபேருக்கு முன்னால் பகிரங்கமாக வைத்து இப்படி பெரும் அவமானப்படுத்திய தப்பிதத்துக்காக, அவளேதான் அவனுக்குக் கோவணம் வைத்துவிட வேண்டும்!” என்று மணியம் நாயக்கர் உள்பட பெரியாட்கள் தீர்ப்புச் சொன்னார்கள்.

இதைக் கேட்டதும் பெண்டுகள் திடுக்கிட்டார்கள். கூட்டத்தில் சலசலப்பு உண்டானது. சுப்பாலு ஓவென்று அழுதாள். மீசைக்கார சிங்கப்பூர் நாயக்கர், அவள் அழுவதைப் பார்த்து, அவள் மாதிரியே உதடு கோணலாக வைத்துக்கொண்டு அழகு காட்டிவிட்டு “சீ! அழுகை வேறையா உனக்கு? இது முதல்லெயில்லெ தெரிஞ்சிருக்கணும் பொம்பளெ; அழுறா...போ; போ!”

சுப்பாலு தயங்கினாள். என்ன செய்வதென்று தெரியலை. தனது கண்ணீரால் மன்றாடினாள், அங்குள்ளவர்களை. அந்தக் கொடுமையான ‘வாயாடிக்’காரிக்கு இதுதான் சரி என்று அங்கிருந்த விடலைப் பிள்ளைகள் மனசுக்குள் கறுவிக் கொண்டார்கள்.

சுப்பாலு அழுதுகொண்டே கிணற்றடிக்குப் போனாள். கூட்டம் அவளைப் பின்தொடராமல் இருக்க கொண்டிக்காவல்காரரும் தலையாரியும் தடுத்து நிறுத்தியும்கூட பலர் அங்கே கூடிவிட்டார்கள்.

முகத்தில் கண்ணீர் வடிய, அவள் கிணற்றடிக்குப் படி ஏறி நடந்து போவதையே ஊர் கவனித்துக்கொண்டிருந்தது. அவள் குனிந்து கீழே நனைந்து கிடந்த அந்தக் கோவணத் துணியை இடது கையின் இரண்டு விரல்களால் பிடித்து எடுத்து தன் முகத்தை மறுபுறம் திருப்பிக்கொண்டு பாவய்யாவிடம் நீட்டினாள்.

பாவய்யா அசையாமல் அப்படியே நின்றுகொண்டிருந்தான். அவளும் முகத்தை மறுபக்கம் திருப்பியபடி கோவணத்துணியை நீட்டிக்கொண்டிருந்தாள்.

திடீரென்று, அசரீரி மாதிரி எங்கிருந்தோ ஒரு இளவட்டத்தின் வாயிலிருந்து அந்தச் சொல் வந்தது;

"பாவய்யா... வாங்கிக்கோ!"

உடனே, சொல்லி வைத்தமாதிரி அங்கிருந்த பலர் அதை வாங்கி எதிரொலித்தனர்.

"வாங்கிக்கோ; வாங்கிக்கோ பாவய்யா!"

முதலில் கூட்டத்தில் ஒரு குறுஞ்சிரிப்புப் படர்ந்து, அது வளர்ந்து பெரிசாகிக்கொண்டே வந்தது. பாவய்யா பற்களை உதடுகளால் இழுத்து மூடிக்கொண்டு, தன் கோவணத்தை வாங்கிக்கொள்ள சுப்பாலுவிடம் கையை நீட்டினான், கூட்டம் இப்பொழுது சந்தோஷ ஆரவாரமே செய்தது. மறுபக்கம் முகத்தைத் திருப்பிக்கொண்டிருந்த சுப்பாலுவும் சிரித்தாள். அவள் உடம்பை நாணத்தோடு ஆட்டிச் சிரித்தது அழகாகவே இருந்தது.

'அப்பாடா; ஒரு மட்டுக்கும் முடிந்ததே' என்று நினைத்தார்கள்.

'அது முடிவு இல்லை; ஒன்றின் ஆரம்பம்!' என்பது பலருக்குத் தெரியாது!

வேள்வி
ஏப்ரல் - 1974

ஜீவன்

கிராமத்திலுள்ள குமரிப்பெண்டுகளுக்கு அங்குப் பிள்ளையைக் கண்டுவிட்டாலே ஒருவித குஷி வந்துவிடும்.

ஒவ்வொரு வார்த்தைக்குமே ஜாடை செய்து 'ஒனக்கு (அங்குப் பிள்ளையைக் காட்டி) கலியாணம் (தாலி கட்டுவதைப் போல கழுத்துப் பக்கம் கைகளைக் கொண்டுபோய்) எப்போ? (விரல்களை முஷ்டி மடக்கிக் குலுக்கவேண்டும்.)'

– இந்த 'அபிநய முத்திரை'களோடு முகபாவமும் சேர்ந்துகொள்ளும்.

ஊமைகளோடு 'பேசுவது' என்பது எல்லாருக்கும் அவ்வளவு லேசு இல்லை. வேத்துமொழி தெரிந்தவன்தான் அதைப் பேசமுடியும் என்பதுபோல 'ஊமை பாஷை' தெரிந்தவன்தான் அவர்களோடு சரளமாகப் பேசமுடியும்.

'பெண்' என்று சொல்லவேண்டுமானால் மஞ்சள் பூசுகிறதைப்போலக் கன்னத்தில் தேய்த்துக் காண்பித்து, வலது ஆள்கட்டி விரலால் நாடியைத் தொடவேண்டும் அல்லது விரலால் மூக்கின்மேல் தொட்டுக் காண்பித்து மூக்குத்தியைத் தெரியப்படுத்தவேண்டும். பருவப்பெண்ணைக் குறிப்பிட வேண்டுமென்றால், விரல்களைக் குவித்து மாரில் வைக்கவேண்டும்.

ஊமைகள் நம்மிடம் பேசும்போது அவர்களுடைய நாக்குக்குப் பதில் முகமே பாவங்களால் பேசும். அதோடு கைஜாடைகள் ஒத்துழைக்கும். தொண்டையிலிருந்து வாய் வழியாகவும், மூக்கின் வழியாகவும் முக்கல் கலந்த ஒருவித ஒலி அவர்கள் நம்மோடு 'பேசும்'போது கசிந்து கொண்டிருக்கும்.

கால்பேச்சு, அரைக்கால்பேச்சு ஊமைகளும் உண்டு. நம்முடைய அங்குப் பிள்ளை 'அரைக்கால் பேச்சுஊமை'. என்னை அவன் 'ஹாமா' என்று தெளிவில்லாத தேய்ந்த ஒலியால் குறிப்பிடுவான். இதற்கு 'மாமா' என்று அர்த்தம்!

என்னைக் கண்டுவிட்டால் அங்குவுக்கு ரொம்ப மகிழ்ச்சியாக இருக்கும். 'ஹாமா' என்று சொல்லிக்கொண்டே பக்கத்தில் வருவான். பிரகாசத்தால் கண்கள் மின்னும்.

அவன், எப்பவும் துவைத்து நிழலில் உலர்த்திய, ஒரு புழுங்க வாடையுள்ள பழுப்புநிற வேட்டியையே உடுத்திக் கொண்டிருப்பான். துண்டுக்குப் பதிலாக மேலே போர்த்திக் கொண்டிருப்பதும் ஒரு வேட்டிதான். அதை ரெண்டாக மடித்துக் குறுக்கு வசத்தில் மேலே போட்டு, இடது கக்கத்துக்குள் அதன் மல்கோடிகளை இடுக்கிக்கொண்டிருப்பான். தங்கப்பூண் கட்டிய ஒற்றை ருத்ராட்சக்கொட்டை சிவப்புக் கயிற்றில் கோர்த்துக் கட்டப்பட்டுள்ள கழுத்து. அணிலின் முதுகிலுள்ள வெண்கோடுகளைப்போலுள்ள மூன்று திருநீர்க் கீற்றுகளும், அர்ச்சனைக் குங்குமமும் அணிந்த குறுகிய நெற்றி. முன்நெற்றியில் சிரைக்கப்பட்டு கமான் வளைவு வைத்த விட்டல் கிராப். சிறு வயசிலேயே தலை முழுவதும் பரவிய பித்தநரை. எப்பவும் மயிர் கலையாமல் பின்பக்கம் சீவியமாதிரியே இருக்கும். அடிக்கடி அதனை அறியாமலேயே சரிசெய்து கொள்வதுமாதிரி இடதுகை, தலையை தடவிவிட்டுக்கொண்டே இருக்கும்.

அவனுக்கு நான்கு முன்னத்தம் பற்கள் மிகவும் நீளம். பெரியவர்களின் பக்கத்தில் உட்கார்ந்திருக்கும்போது பற்கள் தெரியாமல் மரியாதைக்காக மூடிக்கொள்ளவேண்டும் என்று நினைத்து உதடுகளால் மறைத்துக்கொண்டு 'ஊ' என்று இருப்பதைப் பார்க்கப் பரிதாபமாக இருக்கும். இதைப் பார்த்து யாராவது சிரித்தால் 'ம், சிரிக்காதே. மாமா அடிப்பார்' என்று ஜாடையால் சொல்லுவான். எங்கள் அப்பா பக்கத்தில் அவன் இருக்கும்போது இந்தக் காட்சியை அடிக்கடி பார்க்கலாம்.

கிராம முன்சீப் பிள்ளையின் வீட்டில் மூத்த மகன் அங்குப் பிள்ளை இளையவன் ஆதிலிங்கம் பிள்ளை. தம்பியைத் 'தப்பி' என்று சொல்லுவான் அங்கு. தம்பிக்குத்தான் விசேஷ சலுகை வீட்டில். அங்குவைக் கண்டால் வீட்டில் யாருக்கும் பிடிக்காது; பெற்ற தாய்க்கும்கூட. சாப்பாட்டு நேரம் மட்டிலும் அவனைச் சாப்பிட அனுமதிப்பார்கள். பிறகு போ போ என்று ஜாடை செய்து வெளியே துரத்திவிடுவார்கள்.

தங்கள் வீட்டில் ஒரு ஊமை இருப்பது அவர்களுக்குக் கௌரவக் குறைச்சலாகப்பட்டது. 'எங்க பரம்பரையிலேயே ஊமை என்று யாரும் கிடையாது. இவன் எங்கிருந்து பிறந்தானோ' என்று சொல்லுவார்கள். ஆனால், ஊருக்குள் மற்ற எல்லார் வீடுகளிலும் அவனும் ஒரு பிள்ளை என்று நினைத்து நடத்திவந்தார்கள். நாயக்கமார்களின் வீடுகளில் எவ்வளவு பசியோடு இருந்தாலும் அவன் கை நனைக்கமாட்டான். அவனுக்குத் தன் ஜாதி உசத்தி என்ற நினைப்பு. அதோடு அவர்கள் சைவம்.

"இன்னைக்கு எங்க வீட்லெ, (பறவை தானியத்தை தரையில் கொத்துவதுபோல சைகை காட்டி) கோழிக் கறி சாப்பிடுறியா?" என்று என் தம்பி கேட்பான். உடனே அங்குப் பிள்ளைக்கு சிரிப்புக் கலந்த பொய்க்கோபம் வந்து, அவனை அடிக்கப்போவதுபோல பாவனை செய்வான். அப்புறம் எங்களைப் பார்த்து 'இவன் சுத்த மோசம்; சுத்த மோசம்' என்று முகத்தை வெறுப்பாக வைத்துக்கொண்டு, விரல்களைத் தண்ணீரில் நனைத்து உதறுவதுபோல உதறி உதறிக் காட்டுவான்.

இதே கேள்வியை எங்கள் தங்கச்சி கேட்டிருந்தால், 'அய்' என்று மூக்கைப் பிடித்துக்கொண்டு அருவெருப்படைவதுபோல் முகத்தை மட்டும் சுளிப்பான்.

குமரிப்பெண்டுகள் தனியாக் கூடியிருக்கும் இடங்களில் அங்குப் பிள்ளை வந்து சிக்கிக்கொண்டால், அவர்கள் அவனிடம் கேட்கும் முதல் கேள்வி,

"எனக்குத் தாலி கட்டுகிறாயா?" என்று அபிநயித்துக் கேட்பார்கள்!

அங்கு, அதற்குச் சட்டென்று மறுத்துவிடுவான்.

"சரி; இவளை?"

அவன், தனது தோளைத் தட்டிக் காண்பித்து, 'அவள் எனக்குத் தங்கச்சி, அப்படிச் சொல்லாதே' என்று கண்களால் ஆட்சேபிப்பான். (ஊமை பாஷையில் தோள்களைத் தொட்டுக் காண்பித்தால், உடன் பிறப்பு, சகோதரம் என்று அர்த்தம்).

அந்த ஊரிலுள்ள பிள்ளைமார், செட்டியார், நாயக்கமார்களோடு சம்மந்தவழி செய்துகொள்ளாவிட்டாலும், ஒருவருக்கு ஒருவர் பெரியப்பா, சித்தப்பா, மாமா என்றெல்லாம் உறவுமுறை கொண்டாடிவந்தார்கள். ஊமையான அங்குப் பிள்ளை அந்த ஊரில் தனக்கு யார் யார் அண்ணன் தம்பி முறை, சம்மந்தகார முறை என்று தெளிவாகத் தெரிந்துவைத்துக்கொண்டிருந்தது ஆச்சரியம்தான்.

நல்ல இளவட்டமான அங்குவை, குமரிப்பெண்டுகள் விஷமில்லாத தண்ணிப்பாம்புபோல் நினைத்து நடத்தி வந்தார்கள்.

ஒருநாள், நான் மாடியில் உட்கார்ந்து எழுதிக்கொண்டிருந்தேன். கீழே ஒரே கலகலப்பு. பெண்டுகளின் கெக்கொலி அலைஅலையாக வந்து துளைத்துக்கொண்டிருந்தது. அன்று எங்கள் வீட்டில் புதுமணத்தம்பதிக்கு விருந்து. ஊரை அழைத்திருந்தோம், இதில் ஆண்களுக்கு அவ்வளவாக உற்சாகமிராது. பெண் எப்படி இருக்கிறாள்; என்ன புடவை; என்னென்ன நகை போட்டுக்கொண்டிருக்கிறாள் என்பதிலெல்லாம் ஊர்ப் பெண்களுக்குத்தான் அக்கறை. இந்தமாதிரிக் காரியங்களுக்கு அழையாமலேயே வந்து கூடிவிடுவார்கள். ஆனால், இவ்வளவு கலகலப்புக்கு என்ன காரணம் என்றுதான் முதலில் விளங்கவில்லை எனக்கு. திடீரென்று 'ஹாமா, ஹாமா' என்ற அங்குவின் அபயக்குரல் கேட்டதும்தான், 'சரி பயல் வந்து மாட்டிக்கிட்டான் போலிருக்கு' என்று நினைத்துக் கொண்டேன்.

மொள்ளக் கீழே இறங்கி அவனை அவர்கள் படுத்துகிறதைப் பார்க்கவேண்டும் என்று போனேன்.

பக்கத்து அறைக்குள் புகுந்து அடைத்துக்கொண்டு, ஊடுசுவரின் ஒரு ஜன்னல் கதவைத் திறந்து ஒருச்சாய்த்து வைத்துக்கொண்டு பார்த்தேன். நானிருந்த அறைக்குள் வெளிச்சம் இல்லாததால் அவர்கள் யாரும் என்னைப் பார்க்கமுடியவில்லை.

தடிச்சி சுப்பு அவனை வெளியேவிடாமல் வழியை மறித்துக் கொண்டு அவனைப்பார்த்து ஜாடை செய்து கேட்கிறாள்;

"என்னைக் கல்யாணம் பண்ணிக்கோ?" என்று.

'உனக்குத்தான் கலியாணம் ஆய்விட்டதே' என்று ஜாடைகாட்டி, அவளுடைய கழுத்தில் கிடக்கும் கயிற்றைக் காண்பிக்கிறான்.

அவள் தன் பக்கத்தில் நின்றிருந்த இளம் விதவை வெங்கடம்மாளைக் காட்டி,

"அப்போ இவளைக் கட்டிக்கோ?" என்று சொல்லுகிறாள்.

அங்கு, மேலே கையைக் காட்டி, 'அப்படிச் சொல்லாதே... சாமி, கண்ணுமுழியைத் தோண்டிவிடுவார்!' என்கிறான்.

'சரி, தள்ளிக்கோ, வழியைவிடு நான் போகணும் என்கிறான்' அவன்.

அவளோ நிலையில் சாய்ந்துகொண்டு ஒரு காலை நீட்டி நிலையின் மறுபக்கத்தில் மிதித்துக்கொண்டு அவனுக்குப்போக வழிவிடாமல்,

"என்னைக் கட்டிக்கோ; உன்னைப் பிரியமா வச்சிக்கிடறேன்!" என்று சொல்லுகிறாள்.

உடனே, அங்கு அவள் மீது ஒரு 'குண்டு' போடுகிறான்!

'உனக்குத்தான் – மீசையைத் திருகுவதுபோல் செய்து காட்டி – இரண்டு புருஷன்கள் இருக்கிறார்களே... அது போதாதா! நான் வேறு வேணுமா உனக்கு?' என்று சொல்லவும், பாயில் உட்கார்ந்துகொண்டிருந்த பெண்டுகள் கூட்டம் தரையில் உருண்டு புரண்டு சிரிக்கிறது.

'இது' வெல்லாம் இவனுக்கு எப்படித் தெரிந்தது!' என்று அங்குள்ளவர் ஒருவருக்கொருவர் பார்த்து புருவத்தை மேலே ஏற்றிச் சிரிக்கிறார்கள். நானும் அசந்து போனேன்! அவள் மீசைக்கார நாயக்கரைத் தொடுப்பாக வைத்துக்கொண்டிருப்பது இவன் எப்படி அறிந்தான்?

'ஊருக்குள் நடப்பது ஊமைக்குத் தெரியும்' என்பது சொலவடை.

ஆனால், சுப்பி விடுவதாக இல்லை. அவள், 'நிறையக் குளிச்சாக் கூதல் இல்லை' என்பதைச் சேர்ந்தவள். "எனக்கு ரெண்டு காணாது: மூணு வேணும்!" என்று சொல்லுகிறாள்.

ஆர்ப்பாட்டத்துக்குக் கேக்கணுமா. ஒருத்தி மற்றவளின் முதுகில் 'படார் படார்' என்று அடித்துக்கொண்டே சிரித்தாள்; அடி வாங்கியவள், அடித்தவளின் புஜத்தைப் பற்றிக் கீழே தள்ளிவிட்டுச் சிரித்தாள்.

அங்குவைக் கோபமும் அவமானமும் பிடுங்கியது. அந்தக் கூட்டத்தில் மூத்த, வயதான பெண்கள் இருக்கிறார்களா என்று கண்களால் தேடுகிறான்; அவர்களிடம் இந்தக் 'கொடுமை'யைப் பற்றி ஆவலாதி சொல்லவேண்டும் என்று. ஆனால், அப்படிப்பட்டவர்கள் யாரும் அங்கே இல்லை. அவன் மாடி இருக்கும் திசையில் மேலே பார்த்து 'ஹாமா' 'ஹாமா' என்று கூவுகிறான்.

தற்செயலாய் அப்பாவின் 'நிழல்' அந்தப் பக்கம் தெரிந்தது. பூவரசுமரத்தில் அந்திநேரத்தில் கூடும் ஊர்க்குருவிகளின் கெச்சட்டம், ஒரு கைதட்டால் அடங்குவதுபோல அடங்கிவிட்டது, பெண்டுகளின் கெக்கலிப்பு!

சுப்பியைக் கோபமாகப் பார்த்து, அவள் மாருக்கு நேராக ஒரு விரலை நீட்டி இளநியைப்போல கைகளைக் குவித்துக் காட்டி, 'பன்னறுவாளால் கறகறவென்று அறுக்கவேண்டும்' என்று ஒரு கையின்மீது மற்றொரு கையை வைத்து கடுமையாக அறுத்துக் காட்டிவிட்டு ஒரே தாவில் வெளியே பாய்ந்து ஓட்டம் பிடித்தான்.

ஊரிலிருந்து எங்கள் மாமனார் வந்திருந்தார். அவர் வந்துவிட்டால் அங்குப் பிள்ளை எங்கேயும் பிதுங்கமாட்டான். சாப்பிடுகிற நேரம்தவிர சதா எங்கள் வீட்டில்தான் கிடப்பான். சாப்பிட்டாச்சா? என்று கேட்டால், தன் கையை நம் மூக்குக்கு அருகே கொண்டுவந்து வாசம் காட்டுவான். அப்படிக் காட்டும் போதெல்லாம் ரசத்தின் வாசனை ஜம்மென்று அடிக்கும்.

அங்குவுக்கு மோரின் மணம் பிடிக்காது. கடுங்காப்பிதான் சாப்பிடுவான். பிரிவு தெரியாததற்கு முன்னால் தாய்ப்பால் சாப்பிட்டிருப்பானோ என்னவோ!

விசேஷ நாட்களில்கூடச் சாப்பிட மறுத்துவிடுவான். அப்பா சொன்னால் மட்டும் ஒரு மடக்கு கடுங்காப்பி குடிப்பான்.

எங்கள் தொழுவுக்கு முன்னுள்ள வேப்பமரத்தடியில் மாமா ஈஸிசேரில் சாய்ந்துகொண்டிருந்தார். அது கோடைக்காலம். தரையெல்லாம் வேப்பம்பூக்கள் உதிர்ந்திருந்தன. கோழிகளுக்கு அம்மா இரை போட்டுக்கொண்டிருந்தாள். அண்ணா மாடுகளில் பால் கறந்துகொண்டிருந்தான்.

அங்கு, ரொம்ப பவ்யமாக மாமாவின் பக்கத்தில் நின்று கொண்டிருந்தான். அப்படி அவன் நிற்கும்போதெல்லாம் தொடைகளுக்குள் வேட்டியை அமுக்கி அமுக்கிச் சொருகிக் கொள்வான். அது மரியாதைக்கு அடையாளம்.

மாமா, ஈஸிசேரில் படுத்து கைகளைத் தலைக்குமேலே வைத்துக்கொண்டு கால்களை வேகமாக ஆட்டிக்கொண்டே அங்குவை குறும்புக் கண்களால் பார்த்துக்கொண்டிருந்தார்.

பெண்கள் ஜன்னல் வழியாக மாமாவிடம், 'அதைக் கேளுங்கள்; அதைக் கேளுங்கள்' என்று தூண்டிக்கொண்டிருந்தனர். என்னத்தைக் கேட்க? ஆயிரம் தடவை கேட்ட பழைய கேள்விதான். மாமா மட்டும் அதை ஒரு நூறு தரமாவது அங்குவிடம் கேட்டிருப்பார்.

அக்கா, ஜடையைப் பின்னிக்கொண்டே அது சரியாக விழுந்திருக்கிறதா என்று பார்த்துக்கொண்டே ஜன்னல் அருகே வந்து 'அதைக் கேளுங்களேன்' என்று சொன்ன பிறகு மாமா கேட்டார், அங்குவிடம்;

"கல்யாணம் எப்போ உனக்கு?"

அங்குவுக்கு முதலில் வெட்கம் வந்தது. அப்புறம் ஒரு சந்தோசம். பிறகு வழக்கம்போல் பதில். முதலில் வடக்கே தொலைவில் கையைக் காண்பிக்கிறான்; சாத்தூர். அந்த ஊரில் தனக்குச் சொந்தமுள்ள 'ஹாமா' என்று ஒரு மாமனார் இருக்கிறார். அப்புறம் கன்னத்தில் மஞ்சள் பூசுகிறதுமாதிரிக் காட்டி, விரல்களைக் குவித்து மார்பில் ஒட்ட வைத்து, முகத்தில் நாணத்தைக் காட்டி, அந்தப் பெண்ணைத்தான் நான் கட்டிக்கொள்ளவேண்டும் என்று சொல்கிறான்.

ஜன்னலுக்கு அந்தண்டை நிற்கும் பெண்டுகள் ஒருவரை மற்றவர் முழங்கையால் இடித்துப் புன்னகைக்கிறார்கள்.

"கல்யாணம் செய்தா, எப்படி பெண்டாட்டி பிள்ளைகளுக்குச் சாப்பாடு போடுவே?" மாமனார் ஜாடையால் தொடர்கிறார்.

'நான் மாவு ஆட்டிக்கொடுப்பேன். அவள் தோசை சுட்டுக் கொடுப்பாள். நான் பெட்டியில் எடுத்துக்கொண்டுபோய் விற்று துட்டு சம்பாதித்துக்கொண்டு வந்து அவளிடம் கொடுப்பேன்'.

'ஊமையனாக இருந்தாலும் எவ்வளவு வினயம் இருக்கிறது!' என்று மாமா வியக்கிறார்.

புஸ்தகம் பிரித்து வைத்துக்கொள்வதுமாதிரிக் காட்டி, அதில் எழுதுவதுபோல் செய்துகாட்டி, "நீ கிராம முன்சீப் வேலை பார்க்கலையா?" என்று கேட்கிறார்.

'இல்லை, தம்பி நல்லாப் படிக்கிறான்' என்று பரம திருப்தியோடு சொல்லுகிறான். அங்குப் பிள்ளை, தான் ஊமையாக இருப்பதால் அந்த வேலை பார்க்கமுடியாது என்று தெரிந்தே வைத்திருக்கிறான்.

அங்கு, எவ்வளவுக்கு சாதுவோ அவ்வளவுக்கு மூர்க்கமானவன். அவனை 'ஊமையாக இருக்கிறாயே நீ' என்று கேலி செய்யக்கூடாது. மூக்கைச் சொறிந்து காட்டினால் இப்படி அர்த்தம். ஒரு தடவை தலையாரித் தேவரின் மகன் தெரியாத்தனமாய் அங்குப்பிள்ளைக்கு எதிரில் மூக்கைச் சொறிந்து காண்பித்துவிட்டான். அவ்வளவுதான். விறகுக் கம்பால் ஒரே போடு, பையன் பிழைத்தது மறு பிழைப்பு. அதிலிருந்து யாரும் மறந்தும் மூக்கை அவன் எதிரில் ஊறல் – எடுத்தாலும்கூட! – சொறிந்துகொள்ளமாட்டார்கள்.

'வடக்கே, இப்படி ஓர் ஊரில் தனக்கு வாக்கப்பட ஒரு பொண்ணு இருக்கிறாள்' என்ற விபரம், அங்குப் பிள்ளையின் தம்பி கல்யாணம் வரைக்கும் நாங்கள் உண்மை என்றே முச்சூடும் நம்பி இருந்தோம், அங்குப் பிள்ளையைப் போலவே.

தம்பி ஆதிலிங்கம் பிள்ளையின் கலியாணத்தின்போதுதான் அது இல்லை என்று தெரியவந்தது. அங்குவின் சிறிய வயசில் அவனுடைய தகப்பனார் கற்பனையாக அவனுக்கு

வேடிக்கைக்காகச் சொன்னது அது! அதை அவன் உண்மை என்றே மனதார நம்பிவிட்டான்.

ஆதிலிங்கத்துக்குக் கலியாணம் என்றபோது தனக்கும் சேர்த்தே கலியாணம் என்று நம்பி இருந்தான் அங்கு.

கல்யாண ஏற்பாடுகள் நடந்துகொண்டிருந்தபோது எங்கள் அப்பாவிடம் வந்த அங்கு, 'தனக்குக் கலியாணம்' என்று பெருமையோடு சொன்னான். நாங்கள் எல்லோரும் அது நிஜம் என்றே நினைத்தோம். (ஆனால் பொதுவாக ஊமைகள் யாருக்கும் அநேகமாக கல்யாணம் ஆவது இல்லை.)

அப்பா, அம்மாவிடம் பெரிய கிராம முன்சீப் பிள்ளையை ரொம்ப சிலாகித்துப் பேசினார். 'பிராயம் அடைந்தபிறகு ஆண் ஆனாலும், பெண் ஆனாலும் கலியாணம் ஆகாமல் இறந்துபோவது இந்த உலகத்தில் பெரிய பாவம்! ஆணுக்கும் கன்னிகழிந்த பிறகே மரணம் சம்பவிக்கவேண்டும்!' என்று சொன்னார்.

அப்பா இப்படிப் பேசியது அம்மாவுக்குப் பிடிக்கவில்லை. அவர் சொன்ன விஷயத்தின் முற்பகுதி அவளுக்கு உடன்பாடுதான். ஆனால் அச்சானியமாக, சாவு அது இது என்று அவர் சொல்லியிருக்க வேண்டாம். ஆனால், அம்மா முகத்தைத் தொங்கப் போட்டுக்கொண்டிருந்தது, இதுக்காக இல்லை என்று யூகித்தேன். ஒருவேளை அங்குவைக் கல்யாணம் செய்யப்போகும் பொண்ணுக்குப் பரிதாபப்பட்டு அப்படி இருந்திருக்கலாம். ஆனால், அம்மா அடிக்கடி சொல்லுவாள், 'அப்பாவுக்குக் கறுநாக்கு' என்று. அது சரியாகிவிட்டது.

கிராம முன்சீப் பெரிய பிள்ளை, கல்யாண சம்மந்தமான ஏதோ ஒரு விஷயமாக அவசரமாக அப்பாவைப் பார்க்க வந்திருந்தார். அப்போது பெரிய பிள்ளையை அப்பா பாராட்டினார். அதைக் கேட்ட பிள்ளைவாள் முகத்தில் ஒரு கலவரம் பரவி பிறகு, அது சிரிப்பாக வந்தது. "அந்தக் கோட்டிச் சுடுகாட்டுக்கு அது ஒண்ணுதான் குறைச்சல்" என்று சொல்லிவிட்டுப் போய்விட்டார்.

கல்யாணவீட்டு வாசலில் ஒரு பெட்டி வண்டி வந்து நின்றது. அதிலிருந்து ஒரு பெண்தான் இறங்கியது; இரண்டு இல்லை!

அங்கு, அவனுடைய தகப்பனாரிடம்போய், 'என்ன விஷயம்... ஒரு பொண்ணுதான் வந்திருக்கிறதே' என்று விசாரித்தான்.

"போடா உள்ளே, மூச்சுக்காட்டினால் அறைஞ்சு தள்ளிடுவேன்" என்று கையை ஓங்கினார்.

அங்கு, அம்மாவிடம் போய் விசாரித்துத் தெரிந்துகொண்டான். தனக்குக் கல்யாணம் இல்லை; தம்பிக்கு மட்டும்தான் என்று.

'வடக்கே ஊரிலிருக்கும் மாமாவின் பொண்ணு என்னாச்சு?' என்று கோபமாய்க் கேட்டான். அப்போதுதான் அந்தத் தாய் திடுக்கிட்டாள். அவளுக்கு ஒருபக்கம் துக்கம் பொங்கிவந்தது. குடும்பத்தோடு சேர்ந்து செய்த தப்பிதங்களுக்காகப் பச்சாதாபப்பட்டாள்.

அங்கு, அந்தக் குடும்பத்தில் பிறந்த பாவம் ஒன்றுதான். அவன் ஊமை என்று தெரிந்த நாளிலிருந்து வெளியூருக்குக்கூட அவனைக் கூட்டிக்கொண்டு போகமாட்டார்கள். ஊருக்குச் சொன்னபடி கேட்டான். தேருக்கும், திருவிழாவுக்கும், நடந்து போயே திரும்பி வந்துவிடுகிற வெளியூர்களுக்கெல்லாம் மற்ற குடும்பத்தாரோடேயேதான் போய்வந்தான்.

எவ்வளவுக்கெவ்வளவு அவனுடைய குடும்பத்தார் அவனை அலட்சியப்படுத்தினார்களோ, தள்ளிவைத்தார்களோ அவ்வளவுக்கு அவன் தன் குடும்பத்தாரை நேசித்தான், போற்றினான், விசுவாசமாக இருந்தான்.

அங்கு, அழுதுகொண்டே எங்கள் அப்பாவிடம் ஓடி வந்தான். இதற்கு முன்னால் ஊமைகள் அழுது நான் பார்த்ததில்லை. அவன் தொண்டையிலிருந்து சப்தமே வெளிவரவில்லை. வெறும் காற்றுதான் வந்துகொண்டிருந்தது; சிலசமயம் ஒரு கோரமான ஒலி வெளிவந்தது. ஆவென்று வாயைத் திறந்துகொண்டு கண்களை இறுக்க மூடிக்கொண்டே அழுதான். அவனைச் சுற்றி ஒரு வேடிக்கை பார்க்கும் கூட்டம். அது எங்கள் அப்பாவுக்கு பயந்துகொண்டு தெருவோடு நின்றுகொண்டது. எங்கள் அம்மாவைப் பார்த்ததும் அங்குவின் அழுகை அதிகமாயிற்று.

அப்பாவுக்கு என்ன செய்கிறதென்று தெரியவில்லை. அவர் அம்மாவைப் பரிதாபத்தோடு பார்த்தார். அம்மா முந்தானையால் தன் கண்களைத் துடைத்துக்கொண்டாள்.

அப்பா, அங்குவிடம் ஜாடை செய்து, "அழாதே; அழாதே!" என்றார். "நீ அங்கே போகவேண்டாம். அவர்கள் சுத்த மோசம்... இங்கேயே, என் வீட்டில் இரு" என்று சொன்னார்.

"உனக்குக் கலியாணம் நான் செஞ்சிவைக்கிறேன்; வருத்தப்படாதே. அழாதே, கோட்டிப்பிள்ளை, இதுக்கு ஏன் அப்படி அழுறே?" என்றெல்லாம் சொன்னார்.

ஆதரவோடு அவனுடைய புஜத்தைத் தடவிக்கொடுத்த எங்கள் அப்பாவின் கையை அவன் அலட்சியமாகத் தள்ளினான். 'என்னைத் தொடாதே!' என்கிறமாதிரிப் பார்த்தான். 'நீயும் எங்க அப்பாவோடு சேர்ந்தவன்தான், தெரியும் எனக்கு' என்று சொல்லுகிறது போலிருந்தது.

அழுதுகொண்டேயிருந்தவன், அவனாகவே சட்டென்று அழுகையைப் பாதியிலேயே நிறுத்திவிட்டு, முகத்தைத் துடைத்துக்கொண்டு, எங்கள் யாரிடமும் சொல்லாமல், யாரையுமே பார்க்காமல் 'விறு விறு' என்று புறப்பட்டுவிட்டான்.

அப்பா, என்னைப் பார்த்து தலை அசைத்து அவர் அருகே கூப்பிட்டார். "அவன் கூடவே போ. அவனைத் தனியே விட்டுராதே!" என்று வேகமாகவும் மெதுவாகவும் சொன்னார்.

அங்கு, ஒரேசீராய் நடந்து போய்க்கொண்டிருந்தான். தரையில் அவன் எடுத்து வைத்த காலடி வழக்கமாக இல்லாமல், பதித்து நடந்த மாதிரி இருந்தது.

அவர்கள் வீட்டுக்குள் நுழைந்ததும் அங்கு, ஒரு பெரிய தடியான விறகுக்கட்டையை எடுத்துக்கொண்டு சமையல் பிறை, சட்டிபானைகளையெல்லாம் அடித்து நொறுக்க ஆரம்பித்தான். பெண்டுகள் பயந்து கூப்பாடு போட்டுக்கொண்டு வெளியே ஓடினார்கள்.

அங்குவின் தகப்பனார் – பெரிய பிள்ளை ஓடிவந்தார். 'கிட்டே வந்தாயோ ஒரே போடுதான்' என்று அவரிடம் விறகுக்கட்டையைக் காண்பித்தான் அவன்.

நான் போய் அவனைப் பிடித்தேன். ஒரே தள்ளு, தூரப் போய் விழுந்தேன். 'அடே பாவி; எவ்வளவு பலம் இருக்கிறது இவன் உடம்பில்!'

கல்யாண வீடு கலக வீடாகிவிட்டது. ஒரு நிமிட்டில், கிராமத்து இளவட்டங்களில் சிலபேர் வந்து அங்குவை லாகவமாகப் பிடித்துத் தூக்கிக்கொண்டு வந்தார்கள். அவன் கையிலுள்ள விறகுக்கட்டையைத் திருக்கிப் பிடுங்கக் கொஞ்சம் சிரமப்பட்டார்கள். அப்படியே அவனை ஒரு அறைக்குள் தள்ளிக் கதவைப் பூட்டிவிட்டார்கள்.

கல்யாணம் சுபமாக முடிந்தது. முகூர்த்தத்துக்கு வந்திருந்த அப்பாவிடம் தனியாக நான் நடந்ததையெல்லாம் சொன்னேன். அப்பா திடுக்கிட்டுப்போனார். "இப்போ அவன் எங்கே?" என்று அவசரமாய்க் கேட்டார். ரூமுக்குள் அடைப்பட்டிருப்பதைக் காட்டினேன். அப்பாவின் முகம் வாடிவிட்டது.

பெரிய பிள்ளையைக் கூப்பிட்டு கதவைத் திறக்கச் சொன்னார். அங்கு, அலங்கோலமாகத் தரையில் விழுந்து கிடந்தான். அவன் இறந்து போய்விட்டானா, மயங்கிக்கிடக்கிறானா என்று தெரியவில்லை. வேட்டி பூராவும் முன்பக்கத்தில் ரத்தத்தால் நனைந்து இருந்தது. உடம்பில் எங்கும் காயம் தட்டுப்படவில்லை எங்களுக்கு.

கொஞ்சம் விலகியிருந்த நனைந்த வேட்டியை நீக்கிப் பார்த்தபோதுதான் தெரிந்தது... ஏதோ ஒரு கழிப்பட்ட இரும்புத் தகட்டினால் அங்கு தன்னுடைய 'உயிர்த்தல'த்தை அறுத்துவிட்டான்.

"பாவீ... கெடுத்திட்டியேடா காரியத்தை" என்று பதறினார் அப்பா.

அவர் அப்படிச் சொன்னது அங்குவைப் பார்த்தா..? பெரிய பிள்ளையைப் பார்த்தா?

பெரிய பிள்ளையைப் பார்த்துச் சொன்னதாகத்தான் பட்டது, எனக்கு.

அக் - ஜூன், 1972

கோமதி

கோமதி செட்டியாருக்கு வயசு முப்பது. அவனது பெற்றோர்கள் அவனுக்கு, பெண்குழந்தை என்று நினைத்துத்தான் கோமதி என்று பெயர் வைத்தார்கள். அவனுக்குமுன் பிறந்த ஏழும் அசல் பெண்கள். இவனுக்கு, சிறு பிராயத்திலிருந்தே ஜடைபோட்டு பூ வைத்துக்கொள்வதிலும், வளை அணிந்துகொள்வதிலும் கொள்ளை ஆசை. உருவம் ஆணாக இருந்தாலும், இயல்பு அச்சு அசல் பெண்ணாகவே வளர்ந்து வந்தான். நீட்டி, நீட்டி தலை அசைத்துப் பேசுவது அவனுக்கு குழந்தையாக இருக்கும்போதுதான் பொருத்தமாக இருந்தது. பெண்குழந்தைகளோடுதான் விருப்பமாக விளையாடப் போவான். ஆண்களோடு விளையாடவேண்டியது ஏற்பட்டு விட்டால் வீடுகட்டி, கல்யாணம் பண்ணி விளையாடும் விளையாட்டில்தான் பிரியம் அதிகம். அதிலும், மணப்பெண்ணாக தன்னை வைப்பதென்றால்தான், விளையாட வரச் சம்மதிப்பான்.

வயசு ஆக ஆக அவன் ஆண்களோடு சேர்ந்து பழகுவதையே விட்டுவிட்டான். பெண்கள் இருக்கும் இடங்களில்தான் சதா அவனைப் பார்க்கலாம். ஏதாவது அதிசயமான சங்கதியைக் கேள்விப்பட்டால், பட்டென்று கையைத்தட்டி, இடதுகை மணிக்கட்டின் மேல் வலது முழங்கையை ஊன்றி, ஆள்காட்டி விரலைக்

கொக்கிபோல் வளைத்து தன் மூக்கின்மேல் ஒட்டவைத்துக் கொள்வான். அகலமான கருஞ்சாந்துப்பொட்டை வைத்து வெற்றிலை போட்டுக்கொண்டு கீழ் உதட்டைத் துறுத்தியும், நாக்கை நாக்கை நீட்டியும் 'சிவப்பாகப் பிடித்திருக்கிறதா' என்று அடிக்கடி பார்த்துக்கொள்வான். தலைமுடியை அள்ளிச் சொருகி 'கொப்பு' வைத்து பூ வைத்துக்கொள்ளுவான். அவன் அணிந்திருக்கும் பாடி, பெண்கள் அணிந்துகொள்ளும் ஜம்பரின் மாடலில் அமைந்திருக்கும். மேலே போட்டுக்கொள்ளும் துண்டை, அடிக்கடி மாராப்பை சரி பண்ணுவதுபோல் இழுத்து இழுத்து விட்டுக்கொண்டு, இடுப்பை இடதும் வலதும் ஆட்டி அசல் பெண்களைப்போல் கையை ஒய்யாரமாக வீசி நடப்பான். யவ்வன புருஷர்களைக் கண்டுவிட்டால் கோமதிக்கு எங்கோ இல்லாத வெட்கம் வந்துவிடும்.

பெண்கள், இவனை வித்தியாசமாகவே நினைப்பது இல்லை; நடத்துவதும் இல்லை. இவன் எங்கு சென்றாலும் இவனைப் பிரியமாக வைத்துக்கொள்வார்கள். ஆண் – பெண் சம்பந்தமான பால் உணர்ச்சி கதைகளைச் சொல்லி அவர்களை மகிழ்விப்பான். மனசைத் தொடும்படியான ஒப்பாரிகளைப் பாடி அவர்களின் கண்ணீரை வரவழைப்பான். ஆனால், ஒரு இடத்தில் நிலைத்து இருக்கமாட்டான். ஒரு வீட்டில் சிலநாள் இருப்பான்; திடீரென்று சொல்லாமல் கொள்ளாமல் இன்னொரு வீட்டிற்குப் போய்விடுவான்.

இவனுக்கு ஒரே ஒரு கலை அற்புதமாகக் கைவந்திருந்தது. சமையல் பண்ணுவதில் இவனுக்கு நிகர் இவனேதான். விருந்து நாட்களில் 'கோமதி கோமதி' என்று இவனுக்கு ஏகப்பட்ட கிராக்கி.

ஒருதடவை, தூரத்து ஊரிலுள்ள தனது பந்துக்கள் வீட்டுக் கல்யாணத்துக்குப் போகும்படி நேர்ந்தது இவனுக்கு. கல்யாணவீட்டுக்கு வந்திருந்த பெண்களில், பிரசித்தி பெற்ற ரகுபதி நாயக்கரின் வீட்டுப் பெண்களும் வந்திருந்தார்கள். அவர்களுடைய அழகையும் நகை ஆபரணங்களையும் உடைகளையும் உல்லாசமான பேச்சுகளையும் கண்டு கோமதி அப்படியே சொக்கிப்போய்விட்டான்!

ரகுபதி நாயக்கரின் இளையபேத்தி குமாரி சுலோ இவனைக் கண்டதும், இவனுடைய அங்க அசைவுகளையும் தளுக்கையும்

கண்டு, தன் வைர வளையல் குலுங்கக் கைகொட்டிக் கலகலவெனச் சிரித்தாள். அந்தச் சிரிப்பில் கோமதி தன் மனசைப் பறிகொடுத்தான். அவளால் தன் சிரிப்பை அடக்கமுடியாமல் கண்களில் பொங்கிய கண்ணீரைத் துடைத்துக்கொண்டாள். சிரிப்பை அடக்க, அவள் அவனோடு பேச்சுக் கொடுத்தாள். ரகுபதி நாயக்கரின் வீட்டுப் பெண்களுக்கு, இவனைப் பற்றி அங்கிருந்த ஒருத்தி விஸ்தாரமாகச் சொல்லி அறிமுகம் செய்துவைத்தாள்.

பெண்கள் விலகி உட்கார்ந்து, அவனைத் தங்கள் அருகே உட்கார வைத்துக்கொண்டார்கள். பட்டுச்சேலைகளின் சரசரப்பும் வியர்வையோடு கலந்த மல்லிகைப்பூவின் சுகந்த நெடியும் கோமதியைக் கிறங்க அடித்தது. பெண்கள் ஒருவருக்கொருவர் காதோடு காதாக பேசிக்கொண்டு சிரிக்கும் ஒலி, வளையல் ஒலியோடு போட்டியிட்டது. கோமதி ஏதோ வாய்திறந்து பேச ஆரம்பித்தபோது, சுலோ குனிந்து தன் காதை, அவன் வாய் அருகே நீட்டினாள்.

"யக்கா, இந்தச் சேலை என்ன விலை?"

சுலோ சிரித்தாள். சிரித்துவிட்டு,

"இதா – இது ஐநூறு ரூபாய் விலை!"

– அவள் வாயிலிருந்து ஒரு மதுரமான வாடை வீசியது.

"யக்கா, உனக்கு இந்தச் சேலை ரொம்ப நல்லாயிருக்கு."

சுலோ மீண்டும் சிரித்தாள். பெண்மைக்கே உரிய நாணம் கலந்த சப்தமில்லாத குமிழ்ச்சிரிப்பு அவளைக் குலுக்கியது.

"நீ எங்க வீட்டுக்கு வாரையா... சமையல் செய்ய..?"

'சரி' என்ற பாவனையில் தலையை ஆட்டினான் கோமதி.

கோமதிக்கு, சுலோ தன் வலதுகை நிறைய அணிந்திருந்த வளையல்கள் மீதுதான் கண்ணாக இருந்தது. அந்த வளையல்கள்தான் அவளுடைய சங்குபோன்ற வெண்ணிறமான கைக்கு எவ்வளவு பொருத்தமாக இருக்கின்றன!

ரகுபதி நாயக்கரின் வீட்டுப்பெண்கள் எல்லாருமே அப்படித்தான்; ஒரு கையில் வைர வளையல்களும், ஒரு

கையில் கருவளையல்களும் அணிந்திருப்பார்கள். அந்த வீட்டுப் பெண்களை நினைத்தாலே சிவந்த உதடுகளும் வெண்மையான பற்களுமே ஞாபகத்துக்கு வரும்.

இப்போது இருக்கும் ரகுபதி நாயக்கரின் பேரன் ரகுபதி, தன் குடும்பத்திலுள்ள அழகை மேலும் மேலும் வளர்த்துச் செழுமைப்படுத்தினான். தன்னுடைய அழகுமிகுந்த நான்கு புத்திரர்களுக்கும், ஆந்திரதேசத்துக்குச் சென்று தங்கவிக்ரகங்களைப்போலுள்ள எட்டு ஸ்திரி ரத்தினங்களைக் கொண்டுவந்து ஆளுக்கு இரண்டு பேரை கல்யாணம்பண்ணி வைத்தார். தன் குடும்பத்திலிருந்து வெளியே கொடுக்கவேண்டிய பெண்களுக்கும் அவர் அழகுமிகுந்த மாப்பிள்ளைகளையே தேர்ந்தெடுப்பார். இந்த மாப்பிள்ளைகளுக்கு சொத்து இருக்கவேண்டும் என்று அவசியமில்லை. அழகுமிகுந்த பெண்ணையும் கொடுத்து அவனுக்கு வேண்டிய சொத்தையும் எழுதிவைப்பார். எவ்வளவு எடுத்துக் கொடுத்தாலும் குறைவுபடாத சம்பத்து இருந்தது அவர்கள் குடும்பத்திற்கு.

இப்பேர்ப்பட்ட ஒரு இடத்துக்குத்தான் கோமதி, சமையல் உத்தியோகத்துக்கு பெட்டி படுக்கையுடன் போய்ச் சேர்ந்தான். பக்கத்து வீட்டிலுள்ள பெண்களெல்லாம் இவனைப் பார்க்க வந்துவிட்டார்கள். இவனுடைய நடையையும், நீட்டிப்பேசுகிற பேச்சையும், அசைவுகளையும் கண்ட பெண்கள் சிரித்து ரஸித்தார்கள்; உற்சாகமூட்டினார்கள். அன்று எல்லாருக்கும் ஒரு பெரிய விருந்தே நடந்தது. அவன் படைத்த உணவை ருசிபார்த்தபின்தான் பெண்களுக்கு அவன் மீதுள்ள இளப்பம் ஓரளவு நீங்கியது. அவனைப் பரிவாகவும் இரங்கத்தக்க ஒரு ஜீவனாகவும், தங்களோடு, தங்கள் இனத்தோடு சேர்ந்த ஒரு ஆத்மாவாகவும் நடத்தினார்கள்.

சாப்பிட்டு முடித்த ரகுபதி நாயக்கர், இந்தப் புது சமையல்காரனை பார்க்கவேண்டுமென்று சொல்லி, மாடியிலுள்ள தன்பகுதிக்கு வரவழைத்தார். கோமதி பயந்து ஒரு பூனைபோல் மெல்ல நுழைந்து அவர் எதிரே வந்து நின்றான். இவனைப் பார்த்ததுதான் தாமதம். ரகுபதி நாயக்கர் ஆகாயத்தை நோக்கி கடகடவென்று சிரிக்க ஆரம்பித்துவிட்டார். அவருடைய வெண்ணிறமான மீசையோடு பற்களின் ஒளி போட்டியிட்டது. கோமதி உண்மையாகவே பயந்து போனான். அவனுடைய பயத்தைக் கண்டு ரகுபதி நாயக்கர் இன்னும் உரக்கச் சிரித்தார்.

வீட்டுப்பெண்கள் எல்லாரும் சிறிது தள்ளி நின்று இதை வேடிக்கை பார்த்தார்கள்.

"பலே, பலே; வா இங்கே. உன் பேர் என்ன?"

"கோமதி"

"கோமதியா! பேஷ் பேஷ்!" என்று முழங்காலில் கையால் தட்டிக்கொண்டு, மீண்டும் அந்த கடகடத்த சிரிப்பையும் அவிழ்த்து விட்டார் ரகுபதி நாயக்கர். எழுந்து தன் பீரோவைத் திறந்து ஒரு ஜோடி பட்டுக்கரை வேஷ்டிகளை எடுத்து, "இந்தா, பிடி." என்று கொடுத்தனுப்பினார்.

வேறு யாராவது இருந்தால் இந்த வெகுமதியைக் கண்டு மகிழ்ந்து போயிருப்பார்கள். ஆனால், கோமதி அந்த வேஷ்டிகளைக் கடைசி வரையும் உடுத்தவே இல்லை.

ஒருநாள், பகல் உணவுக்குப் பிறகு 'அந்தப்புரத்தில்' பெண்கள் எல்லாரும் சாவகாசமாக உட்கார்ந்திருந்தார்கள். சிலர் பதினைந்தாம் புலியும், சிலர் தாயமும் விளையாடிக் கொண்டிருந்தார்கள். கோமதி, ஒரு பெண்ணுக்குத் தலையில் பேன் பார்த்துக்கொண்டிருந்தான். அவனுக்கு திடீரென்று என்ன உற்சாகம் வந்ததோ தெரியவில்லை. தன் இனிமையான பெண் குரலில் சோகம் ததும்ப ஒரு ஒப்பாரியைப் பாடினான். உணர்ச்சியோடு பாடினான். விதவைக்கோலம் பூண்டுவிட்ட ஒரு பெண் சொல்லுவதாக பாவம்:

"கருப்பும் சிகப்புமாய்-நான்
கலந்துடுத்தும் நாளையிலே
சிவப்பும் கருப்புமாய்-நான்
சேர்ந்துடுத்தும் நாளையிலே
நீலமும் பச்சையுமாய்-நான்
நிரந்துடுத்தும் நாளையிலே
கைக்களையன் சேலையை-என்
கழுத்திலிட்டுப் போனியளே...
கைக்களையன் சேலை:-எந்தன்
கழுத்தை அறுக்காதோ
ஈழுவன் சேலை:-எந்தன்
இடுப்பை முறிக்காதோ"

அங்கிருந்த விதவைப்பெண்கள் இதைக் கேட்டவுடன் அழுதேவிட்டார்கள். சுமங்கலிகள் மௌனமாகக் கண்ணீர் வடித்தார்கள். உடனே கோமதி, கருவளையைப் பற்றிய ஒரு வேடிக்கையான நாடோடிப் பாடல் ஒன்றைப் பாடி அபிநயம் பிடிக்கத் தொடங்கினான்.

"சோளம் இடிக்கையிலே
சொன்னயடி ஒரு வார்த்தை – ஐயோ
கையைப் பிடிக்காதிங்கோ – என்
கருவளைவி சேதமாகும்...."

'கொல்'லென்று பெண்கள் சிரித்தார்கள்; வடித்த கண்ணீரைத் துடைத்துக்கொண்டே சிரித்தார்கள்.

அதிகாலையில், பரபரப்பாகவும் உற்சாகமாகவும் கோமதி வேலை செய்துகொண்டு இருந்தான். பெண்கள் குளிக்கும் அறைகளில் கொண்டுபோய் வெந்நீர் ரொப்புவதும், சோப்புகளும் துவாலைகளைக் கொண்டு கொடுப்பதும், அவர்களுக்கு முதுகு தேய்த்துவிடுவதுமாக வழக்கமான வேலைகளில் பம்பரமாகச் சுழன்றுகொண்டிருந்தான்.

அவனுடைய சுதாரிப்புக்கு ஒரு காரணமுண்டு. சுலோவின் அண்ணன் ரகு பட்டணத்திலிருந்து இன்று மாலை லீவுக்கு வருகிறான். தன் அண்ணனைப் பற்றி சுலோ, கோமதியிடம் பல சந்தர்ப்பங்களில் சொல்லக் கேட்டிருக்கிறான்... அவருக்கு என்னென்ன சமையல் வகைகள் பிடிக்கும் என்றெல்லாம் கேட்டுத் தெரிந்துகொண்டிருந்தான் கோமதி.

அந்த மாலைநேரம் இப்போதே வந்துவிடக்கூடாதா என்றிருந்தது. பிற்பகல் நத்தைபோல் ஊர்ந்து அந்த மாலைநேரமும் வந்தது. போர்டிகோவுக்குள் கார் வந்து நின்றதும் முன்பக்கம் பெண்களெல்லாம் வந்தார்கள். கோமதி மட்டும் கதவு இடுக்குவழியே ஒளிந்துகொண்டு பார்த்தான். சுலோ ஓடிச்சென்று காரின் பின்கதவைத் திறந்தாள். ஆணழகனான ரகு, ஆஜானுபாகுவாக இறங்கி 'ஜம்' என்று நின்றான். பெண்கள் அவனுக்கு திருஷ்டி சுற்றிக் கழித்து அவன் உள்ளே வர விலகி நின்றார்கள். ரகுவைப் பார்த்த கோமதிக்கு என்ன செய்வதென்றே தோன்றவில்லை. முதலில் அதிர்ச்சியாயிருந்தது. மளமளவென்று

கண்களை மூடித் திறந்தான். திடீரென்று எங்கேயும் இல்லாத வெட்கம்வந்து அவனைச் சூழ்ந்துகொண்டது. ஒருவரும் பார்ப்பதற்குள் உள்ளே ஓரே ஓட்டமாகப்போய் குளிப்பறைக்குள் போய் கதவைப் பூட்டிக்கொண்டான்!

இரவு சாப்பாட்டின்போது ரகுவுக்கு சுலோவே பரிமாறினாள். கோமதி மறைவில் நின்றுகொண்டு ரகு சுவைத்துச் சாப்பிடுவதையே வைத்த கண் வாங்காமல் பார்த்துக்கொண்டிருந்தான்.

"சாப்பாடெல்லாம் புதுமாதிரி இருக்கிறதே. இப்போது சமையலுக்கு யார் இருக்கிறார்கள்?" என்று கேட்டான்.

"புது ஆள் வந்திருக்கிறதண்ணா!" என்று சொல்லிக்கொண்டே பின்புறம் பார்த்தாள்.

கோமதி மறைந்துகொண்டு, 'தன்னைப் பற்றிச் சொல்லவேண்டாம்' என்று ஜாடை செய்தான். சுலோவும் சிரித்துக்கொண்டே ரகுவுக்குத் தோன்றாமல் வேறு பேச்சுக்கு மாற்றிவிட்டாள்.

ரகு மாடிக்குப் போனபிறகு, சுலோ கோமதியைக் கூப்பிட்டு, "அண்ணா உன்னைப் பார்த்தால் மிகவும் சந்தோஷப்படுவான்; மண்டு! நீ ஏன் வேண்டாம் என்று சொன்னாய்? பாலை எடுத்துக்கொண்டு வா!" என்று சொல்லிவிட்டு அண்ணாவின் அறைக்குப் போய்விட்டாள்.

கோமதிக்கு உடம்பெல்லாம் வேர்த்து படபடவென்று வந்தது. தன்னைச் சிறிது ஆசுவாசப்படுத்திக்கொண்டு, நிலைக்கண்ணாடியின் முன் போய் நின்று தன்னை நன்றாகப் பார்த்து, தலையிலுள்ள பூவை சரிப்படுத்திக்கொண்டான்.

பால் டம்ளரை ஒரு தட்டில் எடுத்துக்கொண்டு மாடியை நோக்கி இப்பொழுதுதான் புதுப்பெண் முதல் இரவுக்குப் போகிறதைப்போல அடிமேல் அடிவைத்து ஏறிச் சென்றான். தட்டோடு கை நடுங்கியதால் எங்கே பால் கொட்டிவிடுமோ என்று நினைத்து தம்ளரை ஒரு கையால் பிடித்துக்கொண்டே போனான்.

"கோமதி... கோமதி... உள்ளே வாயேன்" என்று சுலோ கூப்பிட்டாள்.

"யார் கோமதி?" என்று கேட்டான் ரகு.

"அதுதான்; நான் அப்போ சொல்லவில்லையா; சமையலுக்கு ஒரு புது ஆள் வந்திருக்கிறதென்று?"

"ஓஹோ; வரட்டும்" – தலையை ஆட்டிக் கொண்டான்.

'யாரோ பெண்பிள்ளை போலிருக்கிறது' என்று எண்ணிக்கொண்டு சுலோவைப் பார்த்தவாறு தன் பேச்சைத் தொடர்ந்தான்.

கோமதி மெதுவாகப் பக்கத்தில் வந்து நின்றான்.

"அண்ணா... பாலை எடுத்துக்கொள்!"

ரகு திரும்பிப் பார்த்தான்... உடனே, முகத்தைச் சுழித்தான்! இந்த ரஸவிஹாரத்தை அவன் ஆண்மை நிறைந்த உள்ளத்தால் தாங்கமுடியவில்லை. சுலோவை 'இதெல்லாம் என்ன?' என்ற முறையில் கோபத்தோடு பார்த்தான். சுலோ கலகலவென்று சிரித்தாள். கருங்கல் தரையில் கண்ணாடி வளையல்கள் தொடர்ந்து விழுந்து உடைவதுபோல் இருந்தது அவளுடைய சிரிப்பு.

இந்த இக்கட்டான நிலையில் என்ன செய்வதென்றே தெரியவில்லை கோமதிக்கு. அவமானம் தாங்கவில்லை. தட்டை மேஜைமீது வைத்துவிட்டு கையால் முகத்தை மூடிக்கொண்டு 'மூஸ்மூஸ்' என்று அழ ஆரம்பித்துவிட்டான். ரகு, கோமதியை நோக்கி "சீ! போ வெளியே" என்று கத்தினான். கோமதி துயரம் தாங்காமல் வெளியே ஓடுவதைப் பார்க்கப் பரிதாபமாக இருந்தது.

"என்ன காரியம் செய்து விட்டாயண்ணா?"

சுலோவுக்கு மனசு மிகவும் கஷ்டமாகப் போய்விட்டது. தான் விளையாட்டாக நினைத்தது இப்படி அண்ணாவுக்கு எரிச்சலை உண்டுபண்ணிவிடும் என்று அவள் எதிர்பார்க்கவில்லை. கோமதியை நினைத்து மிகவும் துக்கப்பட்டாள்.

"இரக்கப்படத் தகுந்த ஒரு ஜென்மத்திடம் இப்படிக் கொடுமையாக நடந்து கொள்ளலாமா?" என்று கேட்டாள், சுலோ.

ரகுவுக்கும், 'பாவம் நாம் ஏன் இப்படி நடந்துகொண்டோம்' என்று பட்டது.

"நான் இனிமேல் அவனிடம் சுமுகமாக நடந்துகொள்வேன்" என்று கூறினான்.

அன்றிரவு தனக்குச் சாப்பாடே வேண்டாம் என்று, வெறும் தரையில் படுத்துக்கொண்டான் கோமதி.

மறுநாள், சுலோ, கோமதிக்கு எவ்வளவோ சமாதானம் சொல்லவேண்டி இருந்தது. என்ன சொல்லியும் கோமதிக்கு மனசு சமாதானப்படவில்லை. ரகு வந்து, கோமதியிடம் சிரித்துப் பேசியதும் கோமதிக்கு எல்லாம் சரியாகப் போய்விட்டது; பழைய கோமதி ஆனான். குளிப்பறையில் ரகுவுக்கு தண்ணீர் எடுத்து வைத்தான். சோப்பும் துவாலையும் கொண்டு வைத்தான். ரகுவும் சந்தோஷமாகக் குளிக்க வந்தான்.

"சரி, நீ போகலாம்; நான் குளித்துக்கொள்கிறேன்" என்றான் ரகு.

"உங்களுக்கு நான் முதுகு தேய்க்கிறேனே..!" என்று குழைந்தான் கோமதி.

"வேண்டாம் வேண்டாம்; நானே தேய்த்துக்கொள்வேன்" என்று சொல்லி, பிடரியைப் பிடித்துத் தள்ளாத குறையாக கோமதியை வெளியேற்றி கதவைப் பூட்டிக்கொண்டான் ரகு. அந்தக் கதவுக்குமேல் ஒரு சிறு ஜன்னல் ஒன்றிருந்தது. பக்கத்திலிருந்த பெரிய ஆட்டுரல்மேல் ஏறி அந்த ஜன்னல் வழியாய் குளிப்பறைக்குள் திருட்டுத்தனமாக வேறு எதையோ பார்ப்பதுபோல் பார்த்துக் கொண்டிருந்தான் கோமதி. சுலோ, இந்த நாடகத்தையெல்லாம் ஒன்றுவிடாமல் பார்த்துக்கொண்டிருந்தாள். அவளால் சிரிப்பை அடக்க முடியவில்லை. கண்களில் பிதுங்கும் கண்ணீரைத் துடைத்துக்கொண்டே அப்பால் போய்விட்டாள்.

"சாப்பிடுங்கள்; இன்னுங்கொஞ்சம் வாங்கிக் கொள்ளுங்கள்" என்று, கோமதி பலமாக உபசரித்துக்கொண்டே ரகுவுக்குப் பரிமாறினான்.

"வேண்டாம்; வேண்டாம் போதும்; போதும்" என்று சொல்லும் வரை திணற அடித்தான். தன் மனதுக்குப் பிடித்தவர்களுக்கு தான் சமைத்ததை தன் கையாலேயே பரிமாறி, அவர்கள் உண்பதைக் காண்பதில் எப்பவுமே கோமதிக்கு பரம திருப்தி. அதோடு சுலோவும் சேர்ந்துகொண்டு ரகுவைத் திண்டாட வைத்து வேடிக்கை பார்த்தாள்.

“சுலோ, இந்தப் பயலுக்கு நீ ரொம்பவும் இளக்காரம் கொடுக்கிறாய், இவனைக் கண்டாலே எனக்குப் பிடிக்கவில்லை. நான் இவனை வெறுக்கிறேன்!” என்று, ரகு இங்கிலீஷில் சொன்னான்.

“ஐயோ பாவம்; அண்ணா, அப்படியெல்லாம் சொல்லாதே!” என்று பதிலுக்குச் சொன்னாள். சொல்லிவிட்டு சுலோ, கோமதியின் முகத்தைப் பார்த்துச் சிரித்தாள். இவர்கள் இரண்டுபேரும் பேசிக்கொண்டது கோமதிக்கு விளங்கவில்லை. ஆனாலும், தன் சமையலைப் பற்றியும் தன்னைப்பற்றியும்தான் தன் எஜமானர்கள் புகழ்ந்து பேசிக்கொள்கிறார்கள் என்று எண்ணி மகிழ்ந்தான் கோமதி.

அவர்கள் எல்லாரும் சாப்பிட்டு மாடிக்குப் போனபின், கோமதி பெண்களின் குளிப்பறைக்குப் பக்கத்தில் தனக்கென்று ஒதுக்கப்பட்டுள்ள தன்னுடைய தனித்த அறையில் வெற்றிலைப் பாக்கு, புகையிலைகளைப் போட்டு முழக்கிக்கொண்டிருந்தான். சந்தோஷத்தை அவனால் அடக்கமுடியவில்லை. குரலெடுத்துப் பாடவேண்டும்போல இருந்தது.

இரவுச் சாப்பாடு முடிந்தது. வழக்கம்போல் கோமதி, ரகுவுக்கு பால் எடுத்துக்கொண்டு போனான். ரகு தனியாக உட்கார்ந்து ஏதோ எழுதிக்கொண்டிருந்தான். பக்கத்தில் கொண்டுவந்து வைத்துவிட்டு எதிரேயுள்ள கண்ணாடியில் தன் முகத்தை இப்படியும் அப்படியுமாக ஒரு தடவை பார்த்துக்கொண்டான். ரகுவுக்குப் படுக்கையைத் தட்டிப் போட்டான். மீண்டும் பக்கத்தில் வந்து உராய்ந்து கொண்டு,

“பாலைச் சாப்பிடுங்கோன்னா; ஆறிப்போகிறது...” என்று கொஞ்சலாகச் சொன்னான்.

சொன்னதோடு அவன் நின்றிருந்தாலும் ரகுவிற்கு கோபம் வந்திருக்காது; நாடியை வேறு தொட்டுத் தாங்கினான். ரகு, பேனாவை எறிந்துவிட்டு அப்படியே கோமதியின் செவிட்டில் ஓங்கி ஒரு அறை விட்டான். இதை கோமதி எதிர்பார்க்கவில்லை. கன்னத்தைக் கையால் பொத்திக்கொண்டு ரகுவைப் பார்த்து சிரிக்க முயன்றான்; சிரிக்கமுடியவில்லை. பீதியும் சிரிப்பும் மாறிமாறி முகத்தில் தோன்றி இறுதியில் பீதி முற்றி பயங்கரமாக முகம் மாறியது. இது ரகுவுக்கு இன்னும் ஆவேசத்தை உண்டு

பண்ணியது. தன் வலதுகாலை உயர்த்தி ஓங்கி அவன் நெஞ்சில் உதைத்துத் தள்ளினான்.

"ஓ" என்று பயங்கர ஊளையுடன் 'தடால்' என்று தரையில் விழுந்தான் கோமதி. பக்கத்து அறையிலிருந்த சுலோ ஓடிவந்து ரகுவை தடுக்காவிட்டால் கோமதி என்னவாகி இருப்பானோ..?

அன்று இரவு, மூன்று பேர்களும் தூங்கவில்லை. குளிப்பறைக்குப் பக்கத்திலிருந்த அறையிலிருந்து இரவு பூராவும் ஒப்பாரி வைத்து அழும் சோகக்குரல் கேட்டுக்கொண்டே இருந்தது.

மறுநாள், ரகு ஏதோ அவசர ஜோலியாக பட்டணத்துக்குப் புறப்பட்டுவிட்டான். சுலோவின் முகத்தில் அருளே இல்லை. இதை ரகு கவனித்தான். கோமதி தன் அறையிலிருந்து வெளியே வரவே இல்லை.

எல்லோரிடமும் சொல்லிக்கொள்ள வந்தபோது, ஸ்திரிகள் கூட்டத்தில் கோமதி இல்லாதது கண்டு,

"அவன் எங்கே..? கோமதி!" என்று, தேடினான் ரகு.

"அவனுக்கு உடம்புக்கு சரியில்லைபோலிருக்கிறது. இன்று வெளியிலேயே காணோம்!" என்று சொன்னார்கள்.

சுலோ ஒன்றுமே தெரியாததுபோல் மௌனமாக இருந்தாள். ரகு கையில் ஒரு பொட்டலத்துடன் கோமதியின் இருப்பிடம் சென்றான்.

"கோமதி! யேய் கோமதி; கதவைத் திற" என்று அன்போடு கேட்டான். கோமதியும் கதவைத் திறந்தான். தலைவிரிகோலமாக கண்கள் வீங்கப் பார்க்கப் பாவமாக இருந்தான்.

"இந்தா இதை வைத்துக்கொள்" என்று அந்தப் பொட்டலத்தை கோமதியிடம் கொடுத்தான் ரகு. அதை தலைகுனிந்தவாறே மௌனமாக வாங்கிக்கொண்டான்.

"அதில் என்ன இருக்கிறது என்று பார்!"

கோமதி பொட்டலத்தை அவிழ்த்தான். நிறைய செவ்வந்தி பூக்களும், அருமையான கருவளைகளும் இருந்தன. பெண்களெல்லோரும் சிரித்தார்கள். கோமதியும் சிரித்தான்; அவன் கண்களில் கண்ணீர் வந்தது.

ரகு ஊருக்குச் சென்று பல நாட்கள் ஆகிவிட்டன. கோமதி எல்லா வேலைகளையும் முன்போலவே செய்கிறானென்றாலும், அவன் முன்புபோல கலகலப்பாக இல்லை. தனியாக ஏதாவது ஓரிடத்தில் இருந்துகொண்டு எதையோ பறிகொடுத்தவன்போல் பார்த்துக்கொண்டிருப்பான். மனதை அறுக்கும் பெருமூச்சுகளை அடிக்கடி விடுவான். உடம்பு மெலிந்துவிட்டது. சுலோ இதையெல்லாம் மௌனமாகக் கவனித்துக்கொண்டு வந்தாள்.

ஒருநாள், இரவு இரண்டுமணி இருக்கும். சுலோ தற்செயலாகக் கண் விழித்தாள். கீழே கோமதியின் அறையில் இன்னும் விளக்கு எரிந்து கொண்டிருந்தது. 'ஏன்?' என்று பார்க்கவேண்டும்போல் இருந்தது. மெதுவாக இறங்கி வந்தாள். பார்த்தாள். உள்ளே ஒரு பெண் மட்டும் தனியாக உட்கார்ந்து கொண்டிருப்பது தெரிந்தது. திகிலும் ஆச்சரியமாகவும் இருந்தது.

யார் இந்தப் பெண்! கோமதி எங்கே?

அரவமில்லாமல் சுலோ, பக்கவசத்திலிருந்த ஜன்னல் வழியாகப் போய்ப் பார்த்தாள். அந்தப் பெண் முழங்காலைக் கட்டிக்கொண்டு உட்கார்ந்திருந்தாள். கைகள் நிறைய கருவளைகள் போட்டுக்கொண்டிருந்தாள். தலையில் ஜடை நிறைய செவ்வந்திப்பூக்கள். எதிரே ரகுவின் போட்டோ படம் இருந்தது! சுலோ முகத்தைக் கூர்ந்து பார்த்தாள். அந்த பெண்ணின் கண்களிலிருந்து கண்ணீர் தாரை தாரையாக இறங்கிக்கொண்டிருந்தது. அவளுடைய கண்களின் நீர்ப்பட்டு அந்தக் கருவளைகள் நனைந்து, அதிலிருந்து பிரகாசமான வைரங்களைப்போல் கண்ணீர் சொட்டிக்கொண்டிருந்தது.

எதிரேயுள்ள ஜன்னல் வழியாக இப்பொழுது நன்றாகப் பார்க்க முடிந்தது சுலோவால். அடையாளம் கண்டுகொண்டாள். சேலையுடுத்திக்கொண்டிருந்த அது, வேறு யாருமில்லை... கோமதிதான்!

சுலோ திடுக்கிட்டுப் போனாள். பீதியால் நிலைகொள்ள முடியவில்லை. திரும்பி மாடிப்படி ஏற காலைத் தூக்கி வைக்க முயன்றாள் – முடியவில்லை, அப்படியே உட்கார்ந்துவிட்டாள்!

தீபம்
1964

கறிவேப்பிலைகள்

அந்த வங்கிழடு தம்பதியின் சொந்தப் பெயர்களை மறந்தே போய்விட்டது கிராமம், 'பப்புத் தாத்தா தம்பதி' என்று சொன்னால்தான் தெரியும். தனித்தனியாகச் சொல்வதென்றால், அந்தத் தொண்டுக்கிழவரை 'பப்புத் தாத்தா' என்றும், அந்தத் தொண்டுக்கிழவியை 'பப்புப் பாட்டி' என்றும் வயசானவர்களிலிருந்து குழந்தைகள் வரை அழைத்தார்கள்.

அவர்களைப் பார்க்கும்போது உலர்ந்த பழங்களின் ஞாபகம் வரும்.

பேரீச்சம்பழ நிறத்திலுள்ள அவர்களுடைய உடம்பின் தோல்களில் கணக்கில்லாத மச்சங்கள்; கருப்பு, சிவப்பு நிறத்திலும் கருநீலநிறத்திலும், உடம்பின் சில பகுதிகளில் வறண்ட பாலுண்ணிகள் நிறைந்திருந்தன. முகத்தில் சில இடங்களில் சிலந்தி வலையின் நிழலை ஞாபகப்படுத்தும் கோடுகள். தென்னம்பாளையின் காய்ந்த ஓட்டின் மேலுள்ளதைப் போன்ற நெருக்கமான நேர்கோடுகள்; பனைமரத்தின் சில்லாடையில் உள்ளதைப்போல் சதுரக்கட்டங்கள்; இப்படி, உடம்பெங்கிலும் வயோதிகத்தினால் விழுந்த கோடுகள் நிறைந்திருந்தன.

பப்புத் தாத்தா, இழவு – கல்யாண வீடுகளில் சாப்பிடும்போது பலதடவை பருப்புக் கறியையே

மாறி மாறி வாங்கி விரும்பிச் சாப்பிடுவார். அதிலிருந்து அவருக்கு 'பருப்புத் தாத்தா' என்று ஏற்பட்ட பெயர், நாளடைவில் குழந்தைகளின் மழலை உச்சரிப்பில் அந்தப் பெயர் 'பப்புத் தாத்தா' என்று ஆகிவிட்டது.

விடாமல் ஒரு குழந்தை அழுதுகொண்டே இருந்தால், அதனுடைய தாய் கடைசியில் 'பப்புத் தாத்தாவைக் கூப்பிடட்டுமா?' என்று கேட்பாள்.

அந்தத் தம்பதியர் பஞ்சம் பிழைப்பதற்காகக் கீகாட்டிலிருந்து இந்த ஊருக்கு வந்தவர்கள். அப்படியே இங்கேயே இருந்து விட்டார்கள்.

அவர்களைப் பொறுத்தமட்டில் அவர்கள் எங்கிருந்தாலும் ஒண்ணுதான். அவர்கள் கூலிவேலை செய்யும் விவசாயக் கூலிகள். எந்த உடமையும் அவர்களுக்குக் கிடையாது. கைகள்தான் அவர்களுடைய உடமை. அவைதான் அவர்களுடைய மூலதனம்.

தலைக்கோழி கூப்பிட எழுந்திருக்கணும். எதாவது ஒரு 'மகராஜனின்' வீட்டில்போய், பருத்திமாரால் தொழுவத்தைத் தூத்து, பெரிய கூடைக்கு ஒரு நாலைந்து கூடை குப்பையைக் கொண்டுபோய் குப்பைக்குழியில் தட்டணும். கடேசிக் கூடையைக் குப்பைக்குழியில் அப்படியே தட்டியமானைக்குக் கூடையை வைத்துவிட்டு, கோமணத்தை அவிழ்த்து அங்கேயே வெளிக்கு இருந்துவிட்டு, முதல் துப்புரவாக ஒரு கல்லை எடுத்துத் துடைத்து, கோமணத்தைக் கொஞ்சம் தொய்வாகப் பாய்ச்சிக் கொள்ளவேண்டியது. கூடையை எடுத்துக்கொண்டு நேரே கம்மாய்க்கரைக்குப் போய், போகும்போதே பல் குச்சி நீளத்துக்கு ஒரு கம்மந்தட்டையை எடுத்து, அதன் கணுவுக்கு மேலாக ஒரு விரல்விட்டு ஒடித்து, அதை மென்று பல்லைத் தேய்த்துக் கொண்டேபோய், கம்மாய்க்கரைக்குப்போய், கம்மாய்க்குள் அரை முழங்கால் அளவு தண்ணீரில் நின்றுகொண்டு, முதல் காரியமாய் 'கால்' கழுவிவிட்டு; பிறகு, வாய், மூஞ்சி, கைகால் கழுவிக்கொண்டு கூடையையும் சும்மாட்டுக்குப் பதிலாக மடித்துப் போட்டுக்கொண்ட சாக்கையும் எடுத்துக்கொண்டு தொழுவுக்கு வருவார்.

பருத்திக்கொட்டையை ஆட்டி மாடுகளுக்கெல்லாம் தண்ணீர் காட்டிவிட்டு, வீட்டுக்குப்போய் கஞ்சி குடித்துவிட்டு, நிறைய நீத்துத்தண்ணீரும், அதில் மிதக்கும் தேங்காய் பருமனில் போடப்பட்ட இரண்டு மூன்று கம்மஞ்சோற்று உருண்டைகளும், கலயத்தின் வெளிப்புறத்தில் ஒட்டிவைக்கப்பட்ட துவையலுமாக, கஞ்சிக்கலயத்தைத் தலையில் தூக்கிவைத்துக்கொண்டு, கோட்டேரைப் போட்டுக்கொண்டு போனால் சாயந்திரம் வீடு திரும்புவார்.

தங்களுடைய நாளில் அந்தத் தம்பதியர் தங்களுக்காக செய்துகொண்ட ஒரே ஒரு காரியம், தங்களுக்கு என்று அவர்கள் ஒரு வீட்டைக் கட்டிக்கொண்டதுதான். அந்த ஊருக்கு மத்தியில் ஒதுக்குப்புறத்தில் ஓர் இடத்தில் கேட்பாரற்று ஒரு சிறிய காலியிடம் இருந்தது. அந்த இடத்தை அவர்கள் தேர்ந்தெடுத்தபோது யாரும் ஆட்சேபணை செய்யவில்லை; உதவிகள் செய்தார்கள். இரண்டு நல்ல பாட்டாளிகள் தங்களோடு இருப்பதை யாவருமே விரும்பினர்.

பப்புத் தாத்தாவுக்கும், அவருடைய மனைவிக்கும். அப்பொழுது நல்ல பிராயம். நத்தத்து மண்ணை கூடைகளில் இருவருமே தலைச்சுமையாகவே கொண்டுவந்தார்கள். வேலைக்குப் போய்வந்த மிச்ச நேரத்தில் இந்த வேலை.

குளத்திலிருந்து தண்ணீரைக் கொண்டுவந்து குடம் குடமாகக் கொட்டி மண்ணை ஊறவைத்தார்கள். அப்புறம் மிதி. பப்புத் தாத்தா பாடிக்கொண்டே மண்ணை மிதிப்பார். அவருடைய மனைவி மண்ணை உருட்டி உருட்டிக் கொடுக்க அவரே படை வைத்தார். பத்தடி நீளம் எட்டடி அகலம். இப்படியாக தினம் தினம் கொஞ்சமாக மண் ஆற ஆற வைத்துக்கொண்டே வந்து, நெஞ்சு உயரம் வந்தவுடன் நிறுத்திவிட்டார்கள். அப்புறம் கூரை; பனை ஓலைகளால். இடுப்பு உயரமுள்ள வாசல். குனிந்துதான் போய்வரணும். ஜன்னல் கிடையாது. எதுக்காக வேணும் ஜன்னல்? காற்று வசதி இல்லாதவர்களுக்கல்லவா அது வேணும்? பதினாறு மணிநேரம் திறந்தவெளியிலும் காற்றிலேயும் லோலாயப்பட்டு வருகிறவர்களுக்கு காற்றே இல்லாமல் இப்படி ஒரு அமுக்கமாக முடக்கி எழுந்திருக்க ஒரு இடம் மட்டும் இருந்தாலே போதும்தானே?

கதவு மண்ணெண்ணெய்ப் பலகைகளால் ஆனது. அவர்கள் இருவராகவே சேர்ந்து அந்த வீட்டைக் கட்டி முடித்துவிட்டார்கள். இது அவர்களுடைய நீண்டநாளையக் கனவு, நான்கு கைகளின் உழைப்பின் பலன். பப்புத் தாத்தா தன்னுடைய இரண்டு கைகளையும் சந்தனத்தில் முக்கி எடுத்து அப்படியே கதவில் பதித்தார். அதில் இரண்டு மனிதக் கைகளின் முத்திரை பத்துவிரல்களோடு விழுந்தது. சந்தனம் காயக்காய அந்தக் கைகளின் பதிவு, ரேகைகள் முதல்கொண்டு மிகவும் தெளிவாகத் தெரிந்தன. அவைகள், இந்த உலகத்துக்கு ஒரு செய்தியை வற்புறுத்திக் கூற விரும்புவதுபோல் தோன்றிக்கொண்டே இருந்தது.

வீட்டில் குடிபுகும் அன்று பக்கத்து வீட்டுக்காரர்களெல்லாம் விதைப்பெட்டி நிறைய உப்பும் மஞ்சளும் தேங்காயும் வாழைப்பழங்களும் கொண்டுவந்து வைத்தார்கள். மிகவும் ஏழைகளாக இருப்பவர்கள் உப்பும் மஞ்சள் துணுக்கு மாத்திரம் கொண்டுவந்து வைத்தார்கள்.

அன்று ராத்திரி பப்புப் பாட்டி – தன் கணவனுக்கு மாத்திரம் கேட்கும்படியாக – கல்யாணப்பாட்டுப் பாடினாள். சந்தோஷம் வரும்போதெல்லாம் அவள் கல்யாணப்பாட்டுப் பாடுவாள்.

அந்த வருஷம் ஊரில் நல்ல மாசூல், விவசாயக்கூலிகள் பாடு கொண்டாட்டம்தான். பப்புப் பாட்டி ஒரு இருபது கையாட்களைத் திரட்டினாள். வேலைகளை மதிப்புப் பிடித்துச் செய்தார்கள். கைக் களைக்கே அவர்களுக்கு ஆளுக்கு மூன்றுபடி வீதம் கூலி விழுந்தது.

கம்மம் பயிரில் *ராமப்பயிர் தட்டுப்பட்டவுடன், புஞ்சையின் சொந்தக்காரரை அந்த ராமப்பயிருக்குப் பக்கத்தில் கொண்டுவந்து நிறுத்தி, காலில் விழுந்து மூன்றுதரம் குலவையிடுவார்கள். இப்படி அவர்கள் செய்யும் இந்தக் காரியத்துக்கு, தனியாக ஒரு ஆள் கூலியைப் புஞ்சைக்காரரிடமிருந்து வாங்கிவிடுவார்கள். (பருத்தியில் களையெடுக்கும் போது பட்டரைச் செடி தட்டுப்பட்டாலும் இதே மாதிரிதான்.)

★ ராமப்பயிர்: கம்மம் பயிரில், ஒரு பயிரின் சோகையில் வெண்ணிறமான கோடு ஒன்று அபூர்வமாக விழுந்திருக்கும். அந்தப் பயிரை சமுசாரிகள், ராமப்பயிர் (நாமப்பயிர்) என்று அழைப்பார்கள். ராமப்பயிர் விழுந்திருந்தால் அந்த வருஷம் நல்ல மாசூல் காணும் என்று ஒரு நம்பிக்கை!

கோடைப் பருத்தியின் கடேசி நெருங்க ஆரம்பித்தது. ஆடிமாச முடிவில் ஒரு நாள் கூலிக்காரர்கள் *பறவைப் பருத்தி எடுக்க ஆரம்பித்தார்கள்.

பப்புப் பாட்டி, அன்று கோழிகூப்பிட எழுந்திருந்து போனவள். மதியம் அடித்திரும்புகிறவரை ஓடி ஓடி பறவைப் பருத்தி எடுத்தாள்.

அன்று, அவள் இரண்டு கிலோவரை எடுத்துவிட்டாள். தான் ஏற்கனவே நிதமும் பருத்திக்குப் போய்ப் பகிர்ந்து கொண்டுவந்து வைத்திருக்கும் பருத்தியோடு இதையும் சேர்த்துக் கடையில் கொண்டுபோய்ப் போட்டு தனக்கு ஒரு சேலையும் அவருக்கு ஒரு வேட்டியும் வாங்கினாள்.

ஐப்பசி மாசம் வந்தது; அடைமழையும் வந்தது. நாப்பது நாட்கள் வீட்டைவிட்டு வெளியே வரமுடியாமல் பெய்தது. அடைமழைக்காகச் சேகரித்து வைத்திருந்த தானியம் தீர்ந்தது. வழக்கமாக வேலைசெய்யும் பெரிய சமுசாரி வீடுகளில் அதிகப்படி தானியமும் வாங்கியாகி விட்டது. பட்டினி கிடந்தார்கள். ஈரத்துணியை வயிற்றில் மடித்துப் போட்டுக்கொண்டால் பசிக்கிறது தெரியாது. பசியினால் ஏற்படும் வயிற்று வலியும் குறையும். இந்த நல்ல முறையை விவசாயக் கூலிகள் அனைவருமே அறிவார்கள். பப்புத் தாத்தா தம்பதியரும் இந்த முறையைப் பின்பற்றினார்கள்.

தாத்தா சொன்னார், "சன்னகுட்டி! (தன்னுடைய மனைவியை அவர் பிரியமாகக் கூப்பிடும்போது இப்படிப் பெயர் சூட்டித்தான் அழைப்பார்!) இந்த ஈரத்துணிதான் வயித்துக்கு எம்புட்டு இதமா இருக்கு. இதைக் கண்டுபுடிச்ச அந்தப் புண்ணியவாளன் நல்லா இருக்கணும்!"

குளிர் தாங்கமுடியாமல் இருந்தது. ராத்திரியில் விரித்துக்கொள்ள ஒன்றுமில்லை. தாத்தா தன்னுடைய வேட்டியை அவிழ்த்து விரிப்பார், அதில் இருவரும் படுத்துக்கொள்வார்கள். பாட்டியின் சேலையை அவிழ்த்து இருவரும் மூடிக்கொள்வார்கள்.

★ பறவைப் பருத்தி: பருத்தி வெடிப்பு இனி ஓய்ந்துவிடும் என்று தெரிந்தவுடன் கூலிக்காரர்கள் நிலங்களில் புகுந்து தங்கள் தங்கள் இஷ்டப்படி (சொந்தத்துக்கு) எடுத்துக்கொண்டு போய்விடுவார்கள். அவர்களை யாரும் அந்தச் சமயத்தில் ஒன்று... சொல்லக்கூடாது. அந்தநாள் அவர்களுடையது. கூலிகளுக்கு அன்று ஒரு கொண்டாட்டமான நாள்.

ஒருவருடைய உடம்பின் சூட்டில் மற்றவர் குளிர்காய்ந்து கொண்டு அயர்ந்து தூங்குவார்கள்.

தைமாசத்தில் மழை தெளிந்து விவசாய வேலைகள் ஆரம்பமாகும். பட்டினி கிடந்த உடம்பு கொஞ்சம் மக்கர் பண்ணும். அதையெல்லாம் பார்த்தால் நடக்குமா? அடைமழைக்காலம் தவிர விவசாயக்கூலிகளுக்கு தகிப்பாறும் நாட்கள் (லீவு நாட்கள்) வேறு ஏது? காலில் நகம் முளைத்த நாள் முதல் அவர்கள் தினம் தவறாமல் வேலை செய்தேதான் பிழைத்து ஆகணும்.

பப்புத் தாத்தா பிறந்ததிலிருந்து நாலு வயசுவரை பிறந்தமேனியாகத் திரிந்தார். ஐந்து வயசிலிருந்து எட்டு வயசுவரை ஒரு கோமணத்தை மட்டும் வைத்துக்கொண்டு கம்மம் பிஞ்சைகளுக்குக் காவல் காத்தார். ஒன்பது வயசிலிருந்து பன்னிரெண்டு வயசு வரை ஒரு துண்டை மட்டும் கட்டிக்கொண்டு மாடு மேய்த்தார். பதிமூணு வயசுவரை ரெட்டைக்கலப்பை பிடிக்கிறது முதலிய வேலைகளைச் செய்தார். பதினாறாம் வயசிலிருந்து அவர் தனிக் கலப்பை பிடித்து உழ ஆரம்பித்தார்.

ஏரைக் கட்டி, உழ ஆரம்பிப்பதற்கு முன்னால் மேழியைத் தொட்டுக் கும்பிட்டுவிட்டுத்தான் உழ ஆரம்பிப்பார். பரம நாஸ்திகன் ஒருவன் அந்தக் காட்சியைப் பார்த்தாலுங்கூட அதற்கு ஒரு நல்ல அர்த்தம் தெரியும். உண்மையிலேயே அது ஒரு மனசைத் தொடும் நிகழ்ச்சிதான்.

எப்பொழுதாவது அவர் தன் கூலியை தானியத்துக்குப் பதிலாகப் பணமாக வாங்கிக்கொள்ளுவார். அப்படிப் பெற்றுக்கொண்ட அந்தப் பணத்தை முதல்காரியமாகத் தலைபணிந்து இரண்டு கண்களிலும் ஒற்றிக்கொண்ட பின்னரே, வேஷ்டியின் சொறுகுமுனையில் பவ்யமாக முடிய ஆரம்பிப்பார். ஆம், அது அவ்வளவு உயர்ந்த காசுதான்; அதற்கு அந்த மதிப்பு தகும்.

பதினாறு வயசில் மேழி பிடிக்க ஆரம்பித்த அந்தக் கை அறுபத்தி ஒராவது வயசுவரையிலும் மேழியை இடறவிடாமல் அழுத்திப் பிடித்தது. போஷாக்கு இல்லாததாலும் அரைப்பட்டினியாலும் தரத்துக்கு மிஞ்சிய வேலையாலும் அவருடைய உடம்பு,

வேகமாகச் சக்தியை இழந்து, மங்கலாக ஒளிவிடும் ஒரு 'பாட்டரி'யின் நிலைக்கு வந்துவிட்டது.

விளக்குப் பொருத்துகிற நேரத்துக்குமேல் மாலைக்கண் வந்துவிடும். ஒரு குருடனைப்போல் தெருவழியே தடுமாறிக்கொண்டு செல்வார். கிராமங்களில் இது ஒரு சோகம்.

எழுபது வயசுக்குப் பிறகு அவரால் மேழி பிடிக்கமுடியவில்லை. ஆகவே, அவர் தன்னுடைய ஒன்பது வயசில் செய்த மாடு மேய்க்கும் வேலைக்குப் போனார். மாடு மேய்க்கும் வீட்டிலேயே அங்கே கஞ்சி குடித்துக்கொள்வார். மாசம் நாலு ரூபாய் சம்பளம். மாதமுடிவில் இந்த நான்கு ரூபாய்களை வாங்கிக்கொண்டுபோய் பாட்டியிடம் கொடுப்பார். அவள், அதை வாங்கி வெகுநேரம் பார்த்துக்கொண்டே இருப்பாள். இந்தப் பணத்தில்தான் அவள் ஒரு மாசத்தை ஓட்டவேண்டும். இதுவரை அவர்களுக்கு எந்தவிதமான வெத்திலை பாக்குப் போயிலை, பொடி முதலிய துர்ப்பழக்கங்கள் இல்லை. ஆயினும் பாட்டிக்கு மாத்திரம் சமீபத்தில் ஒரு பழக்கம் ஏற்பட்டிருந்தது; எல்லோரும் பொடியை மூக்கிலும் பற்களிலும், உபயோகப் படுத்துவார்கள். ஆனால் பப்புப் பாட்டி அப்படியில்லை.

அவளுக்கு கிருமித்தொல்லை அதிகம்; ராத்திரிகளில் தூங்க முடியாது. ஆகவே அந்த இடத்தில் ஒரு சிட்டிகை பொடியை வைத்தால்தான் அவளால் நிம்மதியாகத் தூங்கமுடியும். பக்கத்து வீடுகளில் பெண்களுக்கு அவள் தன்னால் இயன்ற எடுபிடி ஒத்தாசனை வேலைகளைச் செய்து ஒரு வேளைக்கு நீத்துப்பாகம், வடிதண்ணீர் முதலியவற்றை வாங்கிக் குடித்துக்கொள்வாள். சிலநாளைக்குக் கேப்பைக்கூழோ கம்மங்கஞ்சியோகூடக் கிடைப்பதும் உண்டு,

பாட்டியிடமிருந்து அவர் புறப்படும்போது, அவள் அவருடைய உடம்பைத் தடவிவிட்டுக்கொண்டே சொல்லுவாள், "பெரியவரே, நீர் என்னைக் கட்டிக்கொண்டு ஒரு சொகத்தையும் அடையலை..!" என்பாள். அவளுடைய வயோதிக முகத்தில் சோகம் நிழலிடும். பார்வை எங்கேயோ நிலைக்கும்.

"கோட்டிப் பொம்பளை! அப்படியெல்லாம் பேசாதே; உனக்குத்தான் நான் ஒரு சவுரியமும் செய்யலை" இப்படிச்

சொல்லிவிட்டு, அவர் அடக்கமுடியாமல் "நமக்கு ஒரு பிள்ளை இல்லை. இருந்திருந்தால், இந்தத் தள்ளாத வயசில் இப்படி நாம அல்லாடவேண்டாம்!"

அவர், இப்படிச் சொல்லும்போதுமட்டுமே பாட்டியால் தாங்கிக் கொள்ள இயலாது. கொஞ்சநேரம் உட்கார்ந்து அழுவாள். அப்புறம் மூக்கைச் சிந்தி எறிந்துவிட்டு, வயத்துப்பாட்டைக் கவனிக்க ஆரம்பித்து விடுவாள்.

'பப்புத் தாத்தாவின் வாழ்க்கையில் குறிப்பிட்டுச் சொல்லும்படியாக ஏதேனும் சம்பவங்கள் நடக்கவில்லையா?' என்று கேட்டால்... 'கொஞ்சம் நடந்தது' என்றுதான் சொல்லவேண்டும்.

ஒருநாள், அந்தக் கிராமத்தின் முதலாளியின் பேரன், கம்மாய்க் கரையிலிருக்கும் பெரிய நவ்வாமரத்தில் ஏறி நவ்வாப்பழம் பறித்துக்கொண்டிருந்தான். ஒரு கிளையின் நுனியிலுள்ள பழத்தை எட்டிப் பறிக்க அவன் முயற்சி செய்யும்போது அந்தக் கிளையே ஒடிந்துவிட்டது. தற்செயலாக அங்கே 'கால்' கழுவவந்த பப்புத் தாத்தா, தலைக்குமேலே கிளை ஒடிந்த சத்தம் கேட்டு மேலே பார்த்தவர், கீழே விழ தரையை நோக்கி வந்துகொண்டிருக்கும் பையனை அப்படியே தன்னுடைய வலுவான கரங்களில் ஏந்தி அணைத்துக்கொண்டார். அந்தப் பையன் உயிர் பிழைத்தது, அல்லது கால் கை எதுவும் முடமாகாமல் காப்பாற்றியது பப்புத் தாத்தாதான் என்று அந்தப் பையனின் குடும்பமும் ஊரும் சொன்னது.

ஊரில், மேல்காற்று சமயத்தில் தீவனப் படப்புகள் விரோதத்தின் காரணமாக – தீப்பற்றி எரியும் சமயங்களில், தனது உயிரைத் திரணமாக மதித்து எத்தனையோ தடவைகள் பெரு நெருப்பை அணைக்க பப்புத் தாத்தா உதவியிருக்கிறார். 'பாவிப்பயல்களா, உங்களுக்குள் விரோதம் இருந்தால் வாயில்லாச் சீவன்கள் என்ன செய்யும், அதனுடைய பாவத்தில் கொண்டுபோய் இப்படிக் கை வைக்கிறீர்களேடா; நீங்கள் விளங்குவீகளா?' என்று முணு முணுப்பார்.

ஒரு பெருந்தனக்காரரின் மகள் – கன்னிகழியாதவள் – சொல்ல முடியாத காரணத்துக்காக கிணற்றில் விழுந்து இறந்துபோனாள். அர்த்தராத்திரியில் கிணற்றினுள் மிதந்த உடம்பை எடுக்க

யாருமே முன்வரவில்லை. இவர்தான் இறங்கி எடுத்து மேலே கொண்டுவந்தார். கிராமத்தின் வழக்கப்படி உடம்பை உடனே மயானத்துக்குக் கொண்டுபோய் எரித்துவிடவும் உதவினார் இவர்.

கோடையில் அருகு எடுக்கும்போது ஒருநாள், அவருடைய மனசில் வடு ஏற்படுத்திய ஒரு சம்பவம். அவரோடு பலரும் அருகு எடுத்துக் கொண்டிருந்தார்கள். இவர் பல்கம்பி போட்டுக் கொண்டிருந்தார். இவருக்கு ஜோடியாக ஒரு இளவட்டம் மண்வெட்டி பிடித்தான். அவன் சில இடங்களில் தப்பருகு விட்டான்.

அப்பொழுது அவனை அவர், "தம்பி, பார்த்து வேலைசெய். பிஞ்சைக்குச் சொந்தக்காரன் அறுபது நாழியப்பொழுதும் நம்ம கூடவே இருக்கமாட்டான். நாம வாங்குகிற கூலி நமக்கே வத்திக்கணுமில்லே!" என்றார்.

"சரிதான்; உம்ம பேச்சைக் கேட்டு அருகை வள்ளிசா எடுத்துட்டா அடுத்த வருஷம் கோடையிலே நாம கஞ்சிக்குத் ததிகிணத்தோம் போடவேண்டியதுதான்!" என்றான்.

இந்த பதில் அவரை அதிரவைத்தது.

வேலை செய்துகொண்டிருந்தவர்கள் பல அபிப்ராயங்களைச் சொன்னார்கள், அந்த இளவட்டத்தினுடைய பதிலை ஒட்டியே.

அருகை பூசை பண்ணுகிறது விளையாட்டுக்கில்லை! அது நமக்கு அருங்கோடையிலும் சாப்பாடு போடுகிறது.

"கைநாழிக்கு மூணுபடி கூலி வாங்கினா, திரும்ப அளந்து பாக்கிற போது ரெண்டரைப் படி இருக்கு; அதுக்கு இந்த வேலை காணாதாக்கும்?"

"அண்ணாச்சி பயப்படாதிங்க; நாளைக்கு நிலமெல்லாம் நமக்குச் சொந்தமாயிடும்; அப்போ அருகைச் சுத்தமா எடுத்திருவோம்!"

அவர் முணுமுணுத்துக்கொண்டார், 'சாவ... செத்த பயல்களா, நாளைக்கு நிலமெல்லாம் நமக்கே சொந்தமானாலும் நீங்க அன்னைக்கும் இப்படித்தானிருப்பீங்கடா."

அவரை அவர்கள் சர்வ கேலி செய்தார்கள். ஊரின் முதலாளியின் மருமகன் - (அவன் சின்னப்பிள்ளையாக இருந்தபோது இவர் பிரியமாக எடுத்துவைத்து சுமந்துகொண்டு திரிவார்) பெரியவனாகிவிட்ட அவனைப் பார்த்து ஒருநாள்,

'மாப்பிளேய், சௌகரியமா இருக்கியா?' என்று அன்பாக விசாரித்தார். முதலாளி என்று கூப்பிடாமல் இந்தக் கூலிக்காரன் தன்னை முறைகொண்டாடி மாப்பிள்ளை என்று கூப்பிடலாச்சா என்று ரெம்பக் கேவலமாக - எழுதவே கைகூசும் கெட்டவார்த்தைகளால் - திட்டி அவரைத் தலைகுனிந்து செல்லும்படிவைத்தான்.

இப்படியெல்லாம், ஒரு சாதாரணமானவன் வாழ்க்கையில் நடக்கும் இந்தமாதிரியான நிகழ்ச்சிகள்தான் அவருடைய வாழ்க்கையிலும் நடந்ததேயன்றி, வேறு வீரதீரமான நிகழ்ச்சிகள் எதுவும் அவருடைய வாழ்க்கையில் நடந்துவிடவில்லை.

பப்புத் தாத்தா தம்பதியருக்கு இப்பொழுதெல்லாம் ஒரு வேலையும் செய்யமுடிகிறதில்லை. மிகவும் வயோதிகத்தினால் தவங்கிப்போய்விட்டார்கள். ஒரு நாள் பெய்த தாங்கமுடியாத கனமழையினாலும் காற்றாலும் அவர்களுடைய வீடு இடிந்து தரைமட்டமாகிவிட்டது. ஊருக்கு மேற்கே உள்ள கண்மாயை ஒட்டி ஒரு கல்மண்டபம். அவர்கள் இப்பொழுது அங்கேதான் இருக்கிறார்கள். வயிற்றுக்கு மாத்திரம் ஊருக்குள்ளே வருவார்கள். பாட்டியின் சேலை கந்தல் கந்தலாகிக் கிழிந்து, உடுத்த முடியாமலாகிவிட்டது. அதனால், அவள் ஊருக்குள் வருவதில்லை; என்னயிருந்தாலும் பொம்பிளை அல்லவா?

சாவுக்காகத்தான் இப்பொழுது அவர்கள் காத்திருக்கிறார்கள். ஆனால், சாவு வரமாட்டேன் என்கிறதே லேசில். சித்திரபுத்ரனுடைய கணக்கில் ஏதோ கோளாறாகிவிட்டதோ, என்னமோ! எப்பவாவது ஊருக்குள் சாகக்கூடாதவர்கள் திடீரென்று செத்துப்போவார்கள். அந்த வீட்டின் பக்கத்து வீட்டுக்காரர்களெல்லாம் பேசி வைத்தமாதிரி ஒருவருக்கொருவர் சொல்லிக்கொள்வார்கள்;

"இந்தச் சாவு, அந்தப் பப்புப் பாட்டி கிழடுகளுக்கு வரக்கூடாதா?"

"ஆமாம், அதுதானே!"

அந்த வங்கிழடு தம்பதியருக்கு இப்பொழுதெல்லாம் ஒரே ஒரு ஆசைதான். 'இழவு வீடுகளில் போய் உட்கார்ந்து, இலைபோட்டு, அதில் நிறைய்ய நெல்லுச்சோறு போட்டு காரமும் புளிப்புமாயுள்ள பூஷணிக்காய்க் குழம்பை தாராளமாய் விட்டு – மூக்கில் நீர் சொட்டச் சொட்ட – பெரிய பெரிய கவளமாகச் செய்து ஆசைதீரச் சாப்பிடவேண்டும்!" என்பதுதான்.

கொஞ்ச நேரத்துக்கெல்லாம், ஒருவர் முகம் ஒருவருக்கும் தெரியாத மாலைநேரம் வரப்போகிறது. எல்லா ரகப் பறவைகளும் தங்கள் பந்து இனங்களுடன் இரை தேடிவிட்டு கூடுகளை நோக்கிப் போய்க்கொண்டிருக்கின்றன.

அந்தக் கல்மண்டபத்தைத் தவிர வீடுகள் யாவற்றிலும் தீபம் பொருத்தியாகிவிட்டது. அங்கிருந்து ஒரு உருவம் மட்டும் குனிந்து, ஒரு கையால் கம்பை ஊன்றி, தலை கிடுகிடு என்று நடுங்க, தட்டுண்டு தடுமாறி ஊருக்குள் நுழைகிறதே, அது யார் தெரிகிறதா?

அதுதான் பப்புத் தாத்தா! அவர் கையில் இருப்பது என்ன என்று தெரிகிறதா? அது ஒரு மண்சட்டி.

தாமரை
ஜூலை - 1969

கொத்தைப் பருத்தி

கோனேரி செங்கன்னாவின் குடும்பத்தைப்பற்றி விசாரிக்கவா வேண்டும்; பெயரைச் சொன்னாலே சுத்துப்பட்டிகளில் 'அடேயப்பா அவுகளுக்கென்ன?' என்று சொல்லும் வாய்கள்தான் அதிகம்.

பெயருக்கு இப்பவும் குறைச்சல் இல்லைதான்.

'பெயர் இருந்து நாக்கு வழிக்கவா; ஒரு பயலும் பொண்ணு தர மாட்டேங்கானே என் பேரனுக்கு!' என்று நினைத்துத் தவுதாயப்பட்டார் கோனேரி.

இருநூறு ஏக்கர் கரிசல். அதுவும் நெய்க்கரிசல் நிலம்; நினைச்சுப் பார்க்கமுடியுமா யாராலும்?

அந்த வட்டாரத்திலேயே முதன்முதலில் காசு மாலை செய்த குடும்பம் அது ஒண்ணுதான். இன்னையத் தேதிவரைக்கும் வேற சுத்துப்பட்டிகளில், காசு மாலை செய்த குடும்பம் ஒண்ணு இருக்குன்னு யாராவது விரலை மடக்கமுடியுமா?

புஞ்சையிலிருந்து எல்லார்க்கும் பருத்திப் பொட்டணங்கள் தலைச்சுமையாகத்தான் வரும். ஆனா, கோனேரி வீட்டுக்கு மட்டும் பருத்தி தினோமும் வண்டி கொண்டுபோய்த்தான் பாரம் வைத்துக்கொண்டு வரவேணும்.

இப்பேர்க்கொத்த குடும்பத்துக்கு 'சீமையிலாம்புட்ட நாயக்கன்' வந்தான் பொண்ணு பாக்க! கோனேரிக்கு ஏழு பொம்பளைப் புள்ளைகள்; ஆறு ஆம்பளைப் பயல்கள்.

'சீமையிலாம்புட்ட நாயக்கன்' என்று, கோனேரியால் எக்கண்டமாய்ச் சொல்லப்பட்ட அந்த வந்தட்டி நாயக்கருக்கு அம்பது அம்பத்தஞ்சி வயசுக்கிட்ட இருக்கும். ஆள் 'ராஜ மோடியாய்' இருந்தார். வந்து இறங்கியவருக்கு உபசாரம் பலமாக இருந்தது.

"ஜில்லாக் கலெக்டரின் அப்பாவுக்குப் பின்ன உபசாரம் குறைச்சலாவா இருக்கும்?"

வந்தவர், கோனேரியின் வீட்டில் 'கை நனைக்க'வில்லை. வந்தவர்களுக்கு முதலில் கொடுக்கிறமாதிரி கருப்பட்டியும் மோரும் பிறகு, வெத்தலைப்பாக்கும், கருப்பட்டிப் போயிலையும்... இப்படித்தான் இருந்தது.

வந்தட்டி நாயக்கர் 'கை நனைக்க' மறுத்த செய்தி வீட்டினுள்ளே பரவியது.

வந்தட்டி நாயக்கரை ஜன்னல் வழியாகவும், கதவு இடுக்கு வழியாகவும் அந்த வீட்டுப் பெண்டுகள் கவனித்தார்கள் – அவருடைய வீட்டுப் பெயரையும் கோத்திரத்தின் பெயரையும் அறிந்துகொள்ள ஆவலாக இருந்தது அவர்களுக்கு.

அவருடைய நிறத்தையும் ஜாடையையும் உருவத்தையும் வைத்து 'அவருடைய பையன் எப்படி இருப்பான்?' என்று கற்பனை செய்து பார்த்தார்கள்.

முதல் பார்வையிலேயே அவருடைய நல்ல சிவப்பு நிறம் அவர்களுக்குப் பிடித்திருந்தது. தங்க பிரேம் போட்ட மூக்குக்கண்ணாடியும், பளிங்குபோல் மினுங்கும் அழகான வழுக்கையும்கூடப் புதுசாக இருந்தாலும், பிடித்துத்தானிருந்தது.

என்ன பிடித்திருந்து என்ன செய்ய? கோனேரி ஒரே போடாகப் போட்டுவிட்டார்.

வந்தவர் பாவம்! விக்கியவரில்லை விரைத்தவரில்லை; முகம் இம்புட்டுப் போலாகிவிட்டது.

கல்திண்ணையின் திண்டின்மேல், அந்தஸ்தாகச் சாய்ந்து கொண்டிருந்த வந்தட்டி நாயக்கர், முதலில் தமது வீட்டுப் பெயரையும், பிறகு கோத்திரத்தின் பெயரையும் சொன்னார். ('சரி; சம்மந்தக்காரர்தான் முறைக்கு' என்று நினைத்ததுமல்லாமல் சந்தோஷமாகச் சொல்லவும் செய்தார் கோனேரி.)

அப்புறம், தனது ஒரே பையன் 'சீமையில்' போய்ப் படித்துவிட்டு வந்து, இப்போ டிப்டி கலெக்டராக இருப்பதும், சீக்கிரமே ஜில்லா கலெக்டராகப் போவதைப்பற்றியும் பிரஸ்தாபித்தார்.

(ஆஹா, கலெக்டர் என்றால் சாமானியமா? ஒரு ஜில்லாவுக்கே சக்கரவர்த்தி மாதிரியில்லா; குடுத்து வைக்கணுமே இந்த வீட்டுக்கு; 'மகுந்து' போனார் கோனேரி.)

சம்பாஷணை தொயரத் தொயர உடனுக்குடன் தகவல் வீட்டுக்குள்ளே போய்க்கொண்டே இருந்தது. அந்த வீட்டின் கதவிடுக்கு, ஜன்னல்கள் முதலியவைக்கெல்லாம் 'காதுகள்' உண்டு. நடுத்தெருவில் மணல்மீது ஒரு ஊசி தவறி விழுந்தாலும் அந்த வீட்டின் காதுகளுக்குக் கேட்டிடும்போது, வீட்டின் தலைவாசலில் வைத்துப் பேசும் பேச்சு கேட்காமல் போகுமா?

கோனேரியும் விஷயத்தைத் தெளிவாக ஒன்றுக்கு ரெண்டு தரம் நன்றாகத்தான் கேட்டுத் தெரிந்துகொண்டார்.

அந்தக் குடும்பத்தில் இதுவரை நடந்த சம்பந்தங்களெல்லாம் செயலான – ஏல்க்கையான – சம்சாரி வீடுகளில்தானே தவிர இப்படி 'வேலைக்காரர்'களோடு அல்ல (வேலைக்காரர் – உத்தியோகஸ்தர்). யோசனையில் கோனேரி மௌனமானார். குறியில்லாமல் கொஞ்சநேரம் தரையை வெறித்தார்.

இப்போது வீட்டினுள் அவருடைய மூத்த பாரியாளிடமிருந்து அழைப்பு வந்தது.

"இங்க கொஞ்சம் வந்துட்டுப் போங்க."

கோனேரி எழுந்து உள்ளே போனார்.

கல்திண்ணைமேல், பவானி பட்டு ஜமுக்காளத்தில் உட்கார்ந்து திண்டின்மேல் சாய்ந்து சம்மணம்போட்டு உட்கார்ந்திருந்த வந்தட்டி நாயக்கர், சம்மணத்தை மாற்றி ரட்ணக்கால் போட்டு லேசாக அந்த பாதத்தை ஒய்யாரமாக ஆட்டிக்கொண்டே,

தமக்கு முன்னாலும் பக்கங்களிலும் மேலேயும் கவனித்துப் பார்த்தார்.

‘காட்டில் உழும் சாதாரணக் கால்நடைகளுக்கா இப்படி ஒரு கல்தொழு!’ என்று வியந்தார். ‘இந்தத் தொழுவை மட்டும் கட்டி முடிக்க இப்போ குறைஞ்சது ஒரு முப்பதினாயிரம் ரூபாவாவது வேண்டியிருக்குமே...’ என்று நினைத்தார். இந்தக் கட்டடம் மட்டும் டவுன்லே இருந்தா, இதன் பெறுமானம் ரெண்டரை லட்ச ரூபா என்று கணக்குப் போட்டார்.

தொழுவத்தில் கட்டியிருக்கிற உழவு மாடுகளை எண்ணினார். ஏழு ஜோடி. அவ்வளவும் ஜாதி உயர்ந்த காங்கேயம் காளைகள்!

அடுத்த பக்கம், பசுமாட்டுத் தொழு, அதுக்கடுத்த பக்கம், எருமை மாடுகளின் தொழு, நாலைந்து தென்னை மரங்கள். திலாப்போட்ட கிணறு. திண்ணையை ஒட்டி ‘திருமலை நாயக்கர் மகால்’ தூண்கள் மாதிரி வரிசையாகத் தானியப் பட்டறைகள். பார்க்கப் பார்க்க அதிசயம், மலைப்புத் தோன்றவே ரட்ணக்காலை நீக்கிச் சாவதானமாகச் சம்மணமே போட்டு உட்கார்ந்துகொண்டார்.

வீட்டினுள்ளே போன கோனேரி வெளியே வந்தார். நல்ல உயரம்; ஓங்கு தாங்கான ஆள். கருப்பு நிறம், முக்கால் கைச் சட்டை; முழங்கால் வரை. தோளில் ஏத்தாப்பு. கனமான மீசை உதடுகளை மறைத்திருப்பதால் புன்சிரிப்பை கண்கள் சொல்லித்தான் தெரிந்துகொள்ளவேண்டும்.

வந்து பக்கத்தில் உட்கார்ந்தார். பாக்குகளைக் கையில் எடுத்துச் சரிபார்த்து வாய்க்குள் போட்டுக்கொண்டு மௌனமாக வெற்றிலை மேல் சுண்ணாம்பைத் தடவினார்.

வந்தவர்களுக்காகத்தான் தாம்பாளத்தில் வெற்றிலைப் பரப்பப்பட்டிருந்தது. அவரோ வெற்றிலை போடுவதில்லை என்று சொல்லிச் சிரித்தபோது, மங்கலமில்லாமல் பற்கள் வெள்ளையாகத் தெரிந்தன.

பாக்குகளின் அதிதுவர்ப்பைச் சரிசெய்துகொள்ள, தொண்டையை லேசாகச் செறுமி சரிசெய்துகொண்டே,

“நமக்கு நிலம் எத்தனை குருக்கம் இருக்கும்?” என்று கேட்டார் கோனேரி.

“நிலமே கிடையாது!” என்று உள்ளதைச் சொன்னார் வந்தட்டி.

வெற்றிலையின் முதுகில் சுண்ணாம்பைத் தடவிக்கொண்டிருந்த விரல், சட்டென்று நின்றது. ‘என்ன; என்னது... இன்னொரு தரம் சொல்லு அதை’ என்று கேட்பதுபோலிருந்தது அது.

முந்தி வந்தட்டிக்கு கிராமத்தில் நிலமும் இருந்தது; ‘ரெங்க விலாசம்’ போல வீடும் இருந்தது. தமது ஒரே பையனைப் படிக்கவைக்கப் படிக்கவைக்க என்று எல்லாத்தையுமே விற்றுவிட்டார்.

இறந்துபோன தமது மனைவியின் நகைகள், தமது தாயாரின் பூர்வீக நகைகள் எல்லாத்தையுமே விற்றுத்தான், கலெக்டர் படிப்பையும் பதவியையுமே அடையவேண்டியதிருந்தது. பதவி வந்துவிட்டால் திரும்பவும் எல்லாத்தையும் சம்பாதித்துக்கொள்ளலாம் என்பதுதான் முக்கியமாகப்பட்டது அப்போ.

தமது சின்னவயசில், தம்முடைய ஊரிலும் இப்படியாப்பட்ட ஒரு பண்ணை வீடு உண்டு. அந்த வீட்டைப் போய்ப் பார்க்கும் போதெல்லாம் ‘ஏயப்பா’ என்று மலைப்புத் தோன்றும், அங்கே ஒவ்வொரு விஷயமும்.

அந்த வீட்டின் தானியப்பட்டறைகளுக்கு விரிசல் விழாமல் இருக்க வண்டிப்பட்டைகளை பெல்ட்டாக மாட்டி ‘வாங்கு’ பிடித்திருப்பதை அதிசயமாக நினைத்தவர் இவர். தமது பையன் படித்துப் பெரிய உத்தியோகத்துக்கு வந்தபிறகு இப்படியாப்பட்ட ஒரு வீட்டில் பெண் எடுக்கவேண்டும் என்று தீர்மானித்தார்.

இப்போது, என்னதான் இவர் மகன் கலெக்டர் உத்தியோகம் பார்த்தாலும், அந்த உள்ளூர்ப் பண்ணை வீட்டில் பொண்ணு கொடுக்கமாட்டார்கள்.

“ஊளை மூக்கு நல்லா நாயக்கர் பேரனைத் தெரியாதாக்கும்; பூ” என்று சொல்லிவிடுவார்கள். அதனால், அதேபோல ஒரு வீட்டில் தம்முடைய மகனுக்குப் பொண் எடுத்துக்காட்டணும் என்கிற தாகத்தில் இங்கே வந்தவராக்கும் இவர்!

நிலம் ஒரு ஏக்கர்கூடக் கிடையாது என்று தெரிந்ததுடன், ‘பையன் கலெக்டராக இருந்தாலென்ன, கவர்னராகத்தான்

இருந்தாலென்ன; கிடையாது பொண்ணு!' என்று கராலாகச் சொல்லிவிட்டார்கள்.

"என்னய்யா பையன் ஜில்லாவுக்கே கலெக்டராகப் போறான்; பொண்ணு கிடையாதுன்னு சொல்றீங்களே" என்று மலைத்துப் போய்க் கேட்டார் வந்தவர்.

"கலெக்டரா இருந்தால் அது அவன்மட்டுக்கும். நாளைக்குப் பையனுக்கு ஏதாவது ஒண்ணு ஆகிவிட்டால் எம்பொண்ணுல்ல தெருவில நிப்பா. பையனுக்கு நாலேக்கர் நிலமிருந்தால் எம்பொண்ணு அதிலே கிண்டிக் கிளறித் தன் பாட்டையாவது கழிச்சிடுவா. ஒண்ணுமில்லாதவனுக்கு உத்தியோகத்தை நம்பி யாரு கொடுப்பா பொண்ணு?" என்று, ஓங்கிக் கேட்டார் கோனேரி.

அப்போ அது சரிதான்னு பட்டது; அவருக்கு மாத்திரமில்லை; எல்லோருக்குமே, கரிசல்காட்டில் இந்தச் செய்தி ஓர் அபூர்வ விஷயமாக வியந்து வியந்து பேசப்பட்டது, எங்கே கண்டாலும்!

கவிராயர்கள் வந்து பாடுவார்கள்: "மேழி பிடிக்கும் கை, வேல் வேந்தர் நோக்கும்கை" என்று.

"சம்சாரி ராஜா; சன்யாசி நாய்..." என்றெல்லாம் பேசிச் சந்தோஷித்த காலம் அது! இப்போ நிலைமை என்ன..? இப்போ..?

காலம் மாறிப்போச்சு..!

அதே கோனேரி செங்கன்னாவின் பேரனுக்கே "பொண்ணு குடுக்கமுடியாது" என்று செவிட்டில் அறைந்தது மாதிரிச் சொல்லிவிட்டார்கள்.

பொண்ணு கேக்கப்போனது யாருமில்லை; அதே அசல் கோனேரியேதான்!

வந்தட்டி நாயக்கர் வந்து பொண்ணு கேக்கும்போது, கோனேரிக்கு நல்லா இருந்தா, அப்போ அம்பது வயசு இருக்கும். இப்போ எம்பதுக்குக் கிட்டெ.

இப்போ, அந்த கோனேரிக்கே பதில் சொன்னவர் உத்தியோகம் பார்ப்பவரில்லை; நல்ல அயனான சம்சாரி. அவர் வாயிலிருந்து வந்த பதில்தான் இது!

“அடப் பாவிப் பயலுகளா; சம்சாரிக்குச் சம்சாரி சொல்ற சொல்லாடா இது?”

‘டொக் டொக்’ என்று கம்பை ஊன்றிக்கொண்டே அங்கிருந்து புறப்பட்டுவிட்டார் கோனேரி.

செங்கன்னாவின் குடும்பம் முந்தி கூட்டுக்குடும்பமாகத்தான் இருந்தது. அப்புறம் அவர் வீட்டுக்கு வந்த ‘மகாலட்சுமிகள்’ ஒருத்தருக்கொருத்தர் பேச்சண்டை போட்டு, கூட்டுக்குடும்பத்தை உடைத்தார்கள்.

“பாத்தா ரொம்ப; பகுந்தாக் கொஞ்சம்” – அந்த மோடாமோடி அந்தஸ்திலிருந்து கோனேரியின் குடும்பம் இறங்கிவிட்டது. இப்போ அந்தப் பெரிய வீட்டுக்குள் சிறிய ஆறு குடும்பங்கள் வசிக்கின்றன. குறுக்கே மறுக்கே சுவர்களை எழுப்பி, இடமில்லாத இடத்தில் உண்டாக்கிய சமையல் பிறைகளினால் புகைபிடித்துப் போய்விட்டது அந்த வீடு.

கூட்டுக்குடும்பங்கள் உடைந்ததோடு பழைய எண்ணங்களும் உடைந்துகொண்டே வருகின்றன; முக்கியமாகப் பெண்டுகளிடத்தில். ‘வெயிலில் போய்ச் சாகவேண்டிய அவசியமில்லை’ என்று தீர்மானித்துவிட்டார்கள் அவர்கள்.

பிறந்த வீட்டிலிருந்து தளதளவென்று பசலிக் கொடியாய் வந்தவர்கள், தாங்கமுடியாத உழைப்பால், காஞ்சி கருவாடாய்ப் போவதில்லை இனிமேல் என்று தீர்மானித்துவிட்டார்கள். ‘சிவப்பு நிறமெல்லாம் மங்கி, சூரியச் சூட்டினால் கரிக்கட்டையாக ஏன் போகவேண்டும்?’ என்று கேட்க ஆரம்பித்துவிட்டார்கள். சம்சாரியைக் கட்டிக்கொண்டதனால், விவசாயக் கூலிப்பெண்டுகளுக்கு இருக்கும் ஓய்வுகூடத் தங்களுக்கு இல்லை என்று கண்டுகொண்டார்கள் அவர்கள்.

கோனேரிக்கு, பெண்களைப் பெற்ற தகப்பன்கள் சொன்ன பதில், “சம்சாரிகளுக்கு இனிமேல் நம்ப பொட்டைப்பிள்ளைகள் வாக்கப்படாது; வந்து கேக்காதீக!”

“காத்துட்டு சம்பளமானாலும் கவர்மெண்டு சம்பளம் இருக்கணும்; மாசம் இருநூறு சம்பாதிக்கிற வாச்மேனாக இருந்தாலும் சரி, அவனுகளைக் கட்டத் தயார்!”

காப்படி அரிசி பொங்க; தின்னுட்டு லாத்தலா ஒரு சினிமாவோ நாடகமோ போக, நல்லாப் படுத்து எந்திரிக்க; ஒரு பிள்ளையோ, ரண்டோ பெத்துக்கிட்டு குடும்பக்கட்டுப்பாடு செய்துக்கிட; இப்படி ஆயிட்டது பொழைப்பு...

தலைகீழாய் நின்னு பார்த்தார் கோனேரி. பல இடங்களிலும் போய், "மூத்த பேரனுக்கு முப்பத்தொரு வயசாச்சி. அடுத்த வருசம் ரட்டை வயசு வந்துரும்; அதுக்குள்ளாக முடிச்சிறணுமே கல்யாணத்தை" என்று தவுதாயப்பட்டு அலைகிறார்.

எங்கேயும் பொண்ணு கொடுப்பாரில்லை; எவளும் கட்டத் தயாரில்லை!

அவருடைய பேரன் செங்கன்னாவுக்கு 'பத்து ஏக்கர் கரிசல் இருக்கு; 'செல்' கிடையாது; நகை ஒண்ணுமே வேண்டாம் பொண்ணுக்கு; ஏல்க்கையாய் உண்டான நல்லது பொல்லது செய்தால் போதும்...' என்றெல்லாம் சொல்லிப் பார்த்தாச்சே.

கோனேரி மனம் உடைஞ்சு போனார். "என்னடா எளவாப் போச்சி; எளவுலேயும் பேரெளவா இருக்கே... கடைசியிலே இந்த சம்சாரி, கொத்தைப் பருத்தியிலும் கேவலமாப் போயிட்டானே... செ!" – சிரிப்புத்தான் வந்தது; கோணல் சிரிப்பு.

"அந்தக்காலத்துலே, 'ஜில்லா கலெக்டருக்கே பொண்ணு கிடையாதுடா போங்கடா'ன்னு சொன்ன பாவம் வந்து இப்போப் பிடிச்சிருக்கு!" என்று சொல்லிச் சிரித்துக்கொண்டார்.

கல்கி தீபாவளி மலர்
நவம்பர் 1982

வேலை... வேலையே வாழ்க்கை

தலைக்கோழி கூப்பிட்டதும் வழக்கம்போல் முழிப்புத் தட்டியது. தொழுவில் மாடுகளின் மணியோசையும், அவைகள் கூளம் தின்னும் போது காடிப்பலகையின் சத்தமும் கேட்டது.

கெங்கம்மா படுக்கையில் இல்லை; படுக்கையின் கதகதப்பு ஆறி ஜில்லிட்டிருந்தது. அவள் மாடுகளுக்குக் கூளம் போட்டுவிட்டு, இன்னேரமெல்லாம் முற்றம் தெளிக்க சாணிப்பால் கரைத்துக்கொண்டிருப்பாள்.

நாகையா புரண்டு படுத்தார். அடித்துப் போட்டதுபோல மேலெல்லாம் ஒரு அசதி போர்த்திக்கொண்டிருந்தது. கட்டிய வேட்டியைக் காதோடு சேர்த்து முக்காடிட்டுக்கொண்டு ஒருக்களித்துப் படுத்து, கைகளிரண்டையும் தொடை இடுக்கில் சொருகிக்கொண்டு, விட்ட தூக்கத்தைப் பிடிக்க முயன்றார். முற்றம் தெளிக்கும் சத்தம் கேட்டது.

ராத்திரி போடவேண்டிய நாத்துக்கூளத்தை எடுத்து, மண்போக நன்றாகத் தட்டி மாடுகளுக்கு நாகையா வைத்துவிடுவார். ரெண்டுதரம் எழுந்து அவர் கூளம் போடமாட்டார்; அதை கெங்கம்மாவே செய்துவிடுவாள். மத்தியில் இவருக்கு ஒரு தரம் ‘ஒண்ணுக்கு’ எழுந்திருப்பதே பெரிய காரியம்!

கெங்கம்மா, பாத்திரங்களைத் தேய்க்க ஆரம்பித்துவிட்டாள். ரெண்டாங்கோழி கூப்பிட்டது. இனி அவள் தன்னைத் தூங்கவிட மாட்டாள்; எழுந்துவிட வேண்டியதுதான். எழுந்து வேட்டியைக் கட்டிக்கொண்டார். சுருக்கி வைக்கப்பட்டிருந்த மண்ணெண்ணை லாந்தரைத் தூண்டினார். குழந்தைகள் அயர்ந்து தூங்கிக்கொண்டிருந்தன. ரோகிணி வழக்கம்போலப் பாயிலிருந்து உருண்டு விலகிப் போய், தரையில் ஒரு மூலையில் கொடுவாய் வழியத் தூங்கிக்கொண்டிருந்தாள். அவளைப் பிரியத்தோடு எடுத்து படுக்கையில் படுக்கவைத்தார். தூளியில் கைக்குழந்தையும் அயர்ந்து தூங்கிக்கொண்டிருந்தது.

பருத்திமார் முடியினால் தொழுவைத் தூத்த ஆரம்பித்தார். தூத்த சாணியை அள்ளி பெரிய கூடையில் எடுத்து வைத்தார். அந்தக் கைகளை தொழுவின் கல்தூணில் தேய்த்துத் துடைத்துவிட்டு, கோவணத்தை ஒரு தரம் இறுக்கிக் கட்டிக்கொண்டு, பழைய கோணிச்சாக்கை நாலாக மடித்து தலையில் போட்டுக்கொண்டார். கெங்கம்மா வந்து சாணிக்கூடையைக் கூடப்பிடித்து தலைக்குத் தூக்கிவிட்டாள்.

தொழுக் குப்பையை எடுத்து முடித்ததும், கண்டாங்கிச் சேலையில் கிழித்த துண்டை, வேட்டியின் மேல் இடுப்பில் சுற்றிக்கொண்டு, பானையில் நனையப்போட்டு வைத்திருந்த பருத்திவிதையை ஆட்டுரலில் போட்டு ஆட்ட ஆரம்பித்தார். ஆட்டும்போதே ‘இந்தப் பருத்திவிதையை ஆட்டுகிறது ஒரு பெரிய பாடு’ என்று அவர் மனசு முனங்கிக்கொண்டது. பருத்தி விதையை மெஷினில் கொடுத்து பவுடராக்கி வைத்துக்கொண்டு, இந்தத் தொல்லைப்படாமல் மாட்டுக்குக் கலக்கிவிட்டால் என்ன என்று நினைத்தார்.

மாடுகளுக்குத் தண்ணீர் காட்ட ஆரம்பித்தார். மனுசர்களில் உள்ளது போலவே மாடுகளிலும் புத்தி கெட்டதும் உண்டும்! என்ன நொறநாட்டியம் பண்ணுகிறதுகள், இந்த மாடுகள். கலக்கிவிட்டோம், குடிச்சோம் என்று உண்டுமா... சனியன்; ஒரு மாடு உப்பைப் போட்டு கலக்கிவிட்டால்தான் குடிக்கும். ஒரு மாட்டுக்கு ஊறலோடு காடித்தண்ணீர் விடவேண்டும். ஒரு மாட்டுக்குத் தவிடு. ஒரு மாட்டுக்குத் தனி பருத்திவிதைப் பால். இன்னொரு மாட்டுக்குப் புண்ணாக்கும், ஊறல் கலந்த

பருத்திவிதைப் பாலும். அடுத்த மாட்டுக்கு பருத்திவிதைத் தொக்கு கட்டியாக. மற்றதுக்கு அதோடு கம்பஞ்சோறு கலந்து பிசைந்து வைக்கவேண்டும். அதிலும் இந்தப் பால்மாடு இருக்கே; ரொம்பச் செல்லம். 'பால் கொடுக்கிறோம்' என்கிற மேட்டிமை அதுக்கு ரொம்ம்ப!

பால்மாட்டுக்கு மட்டும் தண்ணீர் காட்ட அவருக்குப் பொறுமை இருப்பதில்லை; அதை அவள்தான் காட்டி அடைக்கணும். கெங்கம்மா, பால்மாட்டுக்கு 'ஒரு அஞ்சலில்' தண்ணீர் காட்டி விடுவாள். 'பசுமாடுகளே ரொம்ப நுட்பமுடையதுகள்'. நம்முடைய ஆத்திரப்படுதல், பொறுமையின்மை இதுகளை எப்படியோ தெரிந்துகொண்டு விடுகின்றன! நிச்சயம் இவைகளுக்கெல்லாம் அவை பணிந்து போவதில்லை.

அவருடைய அம்மா இருந்தபோது அடிக்கடி சொல்லுவாள்; "ஓ நாகையா, மாடுகளுக்குக் கூளம் போட்டதும் அதுகளைத் தட்டித் தடவிக்கொடு. மனசோடு, பிரியமாய்த் தண்ணீர் காட்டு. முக்கியமாக தண்ணீர் காட்டும்போது கோபப்படாதே!" என்று, பாடிப்பாடிச் சொல்லியிருக்கிறாள். ஆனால், நாகையா தண்ணீர் காட்டும்போதுதான் மாடுகளுக்கு அடிவிழும்.

கெங்கம்மா கம்பம்புல் குத்தி, இடிக்க ஆரம்பித்தாள். அவளுடைய வலுவான ஒவ்வொரு உலக்கைப் போட்டுக்கும், வீட்டின் கதவுத் தாட்பாள் அதிர்ந்து சத்தம் கொடுத்தது. இப்படிக் கம்பம்புல் இடிக்கும் போதெல்லாம் நாகையா நினைப்பார், 'இந்த தானியத்தை மட்டும் சமைக்க இவ்வளவு கஷ்டப்பட வேண்டியதிருக்கிறதே! பேசாமல் மில்லில் கொண்டுபோய் அரைத்து வைத்துக்கொண்டால் எவ்வளவு சௌகரியமாக இருக்கும்?' இந்த அபிப்பிராயத்தை அவர் முதலில் வெளியிட்டபோது வீட்டுப் பெண்கள் சிரித்தார்கள். அம்மா மாத்திரம் அவருக்குப் படும்படி பதில் சொன்னாள். "உலையை அடுப்பில் வச்சிக் கிட்டுதானே கம்பம்புல்லை இடிக்க ஆரம்பிக்கோம். இடிச்சி, கொஞ்சநேரமாயிட்டாலுங்கூட சோறு காரல் ஆகி கசக்கவும் ஆரம்பித்து விடுமே. அரைச்சி வச்சிக்கிட்டு சமைக்கிறதாவது! அதென்ன நெல்லரிசியா!"

ஆனாலும், 'இந்த அநியாயப்பாடு வேண்டாம். ஏதாவது ஒரு மாற்றம் செய்தே ஆகணும். உடல் தைரியத்தில் இந்த மக்கள் சிந்திக்க மறுக்கிறார்கள்!' என்று எண்ணுவார் நாகையா.

குழந்தைகள் படுக்கையிலிருந்து ஒவ்வொருத்தராய் எழுந்திருக்க ஆரம்பித்தார்கள். ஆரோக்கியமான குழந்தைகள் சிரித்துக்கொண்டே எழுந்திருக்கின்றன. அனாரோக்கியமான குழந்தைகள் அழுதுகொண்டே எழுந்திருக்கின்றன. நாகையா தம்பதிக்கு இரண்டு மாதிரிகளிலும் குழந்தைகள் இருந்தன.

அடுப்பில் அவள் கம்பஞ்சோற்றைக் கிண்டிக்கொண்டே குழந்தைகளை சமாதானப்படுத்தினாள். காப்பி போட்டு எல்லோருக்கும் தந்தாள். கைக்குழந்தைக்கு பால் கொடுத்து இறக்கி கீழே விளையாடவிட்டாள்.

எரியும் அடுப்புக்குப் பக்கத்தில் விளையாடிக்கொண்டிருக்கும் கைக்குழந்தை, வேலைக்காரர்களான ஆடு மேய்க்கிறவன், மாடு மேய்க்கிறவன், குடிமகள், ஏகாலி இவர்களுக்குச் சோறு போடுதல், வீட்டைப் பெருக்குதல், ஓசி மோர் கேட்க வந்தவர்களுக்குக் கொடுத்தல், 'வெளிக்கு' போய்விட்டு வரும் குழந்தைகளுக்கு 'கால்' கழுவிவிடுதல் இப்படியாக அவள் ஒரு அட்டாவதானம் செய்துகொண்டிருந்தாள்.

காலை ஆகாரம் முடிந்து நாகையா உழவுக்குப் புறப்பட்டார். கெங்கம்மா, தலையில் தண்ணீர் செம்புடனும், கையில் செடி வெட்டும் வாச்சாத்துடனும், அவருக்கு முன்னதாகவே புறப்பட்டுப்போய், புஞ்சையில் முள்ளையெல்லாம் பொறுக்கி எடுத்துக்கொண்டு வந்து ஒரு இடத்தில் போட்டு தீ வைத்துப் பொசுக்கினாள். கற்களைப் பொறுக்கி தண்ணீர் போகும் தத்துகளில் போட்டாள். முள்செடிகளையும், மஞ்சணத்தி, சாரணத்தி முதலிய செடிகளையும் வாச்சாத்துவால் தோண்டி வெட்டினாள்.

நாகையா வந்து கலப்பைக்கட்டி உழத் தொடங்கினார். அதற்கு முன்னால் இருவரும் ஒருவாய் வெற்றிலை போட்டுக்கொண்டார்கள். கஞ்சிக்கலயத்தை காக்காய் வந்து உருட்டிவிடாமல் இருக்க, ஓர் இடத்தில் கொஞ்சம் மண்ணைப் பறித்து, அதில் கலயத்தைப் பதித்து, மேலே ஒரு சின்ன கல்லையும் வைத்தாள் அவள். இனி அவள் அவசரமாய்ப் புறப்பட்டுப்போய் ஆட்களை சத்தம் காட்டி கூட்டிக்கொண்டுபோய், தோட்டத்தில் அவர்களோடு சேர்ந்து களை வெட்டவேண்டும். மதியத்துக்கு வீட்டுக்குவரும் சாப்பாட்டு வேளையில், ராத்திரிக்குக் கிண்ட வேண்டிய களிக்கு, கேப்பை திரித்து வைத்துவிட்டுப்

போகவேண்டும். நாகையாவுக்கு அவள் செய்யும் வேலையும் அதன் நேரங்களும் அத்துபடி. நாளில் கொஞ்சநேரம்கூட 'உஸ்' என்று உட்காரமாட்டாள்: தூங்கும் நேரம்தவிர மற்ற நேரமெல்லாம் வேலைதான். தூக்கமும்கூட அவள் ஒரு வேலையாகத்தான் செய்கிறாள்! இப்படி ஏன் செய்ய வேண்டும்; எதுக்காகச் செய்யவேண்டும் என்று கேட்டால் அவளுக்குப் பதில் சொல்லத் தெரியாது. ஒன்றுமட்டும் தெரிகிறது; வினாடிகூட வேலை செய்யாமல் இருக்கமுடியாது அவளால்.

சித்திரை மாசத்தின் கரிசல் காட்டு ஏறுவெயில் தாங்கமுடியாததாய் இருந்தது. வியர்வைப் பெருகி வழிந்தது. மாடுகள் இளைத்தன. தூரத்தில் கானல்நீராகத் தெரிந்தது. இந்த வேணாவெயிலில் அவள் மற்ற பெண்களோடு நிறை போட்டுக்கொண்டு வேகமாய் களை வெட்டிக்கொண்டிருப்பாள். மாடுகளின் வாயிலிருந்து சொங்கு நுரையாக வழிந்தது. காரணமில்லாமல் அவர் வலவனைத் தூண்ட தார்க்கம்பால் குத்தினார்; அடித்தார். இடவனும் குதித்து முன்னேறினான்.

தூரத்தில் ஓர் அண்டங்காக்கை கரைந்தது. அவர் எதிர்பார்த்த படியே அது கலயத்தைப் பார்த்து வந்தது. கோபத்தோடு ஒரு மண் கட்டியை எடுத்து அதை நோக்கி எறிந்தார்.

உழுதுவிட்டு அவர் சாயந்திரம் வீட்டுக்கு வந்தபிறகு கெங்கம்மா வரவில்லை. "அம்மா எங்கலே?" என்று கேட்டதற்கு, "களை கொஞ்சந்தான் பாக்கி இருக்காம்; செதுக்கீட்டுத்தான் வருவாளாம்; சொன்னா!"

மாடுகளுக்குத் தண்ணி காட்டி கூளத்தைப் போட்டார். விளையாடச் சென்றிருந்த குழந்தைகளும் பள்ளிக்கூடம் போயிருந்த குழந்தைகளும் ஒவ்வொன்றாக வந்தன. கடையில் வாங்கித் திங்க, ஏதாவது – தானியமோ பருத்தியோ – கொடுக்கச்சொல்லி கேட்டு, குழந்தைகள் சிணுங்கின. நாகையா முகத்தை 'உம்' என்று வைத்துக்கொண்டார்.

கொஞ்சநேரத்துக்கெல்லாம் கெங்கம்மா, களை சுரண்டியுடன் சிரித்துக்கொண்டே வீட்டுக்குள் நுழைந்தாள். சிரிப்புக்குக் காரணம், அவள் தெருவில் வரும்போதே வீட்டில் குழந்தைகளின் சிணுக்கட்டத்தையும் புருஷனின் எரிச்சலான சத்தத்தையும் கேட்டதுதான். கைக்குழந்தை அவளை நோக்கி பறந்துகொண்டு

வந்தது. அவசரமாக முகம் கைகால் கழுவிக்கொண்டு வந்தவள், முகத்தைத் துடைத்தும் துடைக்காமலும் குழந்தையை வாங்கிக்கொண்டாள்.

எல்லாக் குழந்தைகளுக்கும் வாங்கித் திங்க பருத்தி கொடுத்தனுப்பினாள். குத்துக்காலிட்டு முழங்காலைக் கட்டிக்கொண்டு உட்கார்ந்திருந்த புருஷனின் முதுகுப்புறமாக அருகே வந்து உட்கார்ந்துகொண்டு, குழந்தைக்குப் பால் கொடுத்தாள். நாகையாவின் மௌனம் அவளுள் புன்னகையை வரவழைத்தது. மெதுவாக புருஷனின் முதுகின் மேல் ஒருக்களித்துச் சாய்ந்துகொண்டு திரும்பி, அவருடைய முகத்தைப் பார்த்துச் சிரித்தாள். பதிலுக்கு அவர் நறுக்கென்று அவளை ஒரு கிள்ளு கிள்ளி வைத்தார். வலியால் முகத்தைச் சுளித்துக்கொண்டு அவருடைய புஜத்தைப் பிடித்துத் தள்ளினாள்.

அவர் லம்பி, கீழே சாயாமல் கையை ஊன்றிக்கொண்டார். தாயார் தகப்பனாருக்கு இடையில் நடக்கும் இந்த விளையாட்டை என்ன என்று தெரியாமல், காம்பிலிருந்து முகத்தைத் திருப்பி அதிசயத்தோடு அவர்களைப் பார்த்தபோது, குழந்தையின் தோளின் மேல் பால் சொட்டியது.

குழந்தையை இறக்கி விளையாட விட்டுவிட்டு, கெங்கம்மா திரும்பவும் பம்பரமாக இயங்க ஆரம்பித்தாள். கேப்பைக்களி கிண்டி, கருவாட்டுக்குழம்பு செய்தாள். ஊர்ப் பொதுக்கிணற்றிலிருந்து தண்ணீர் சுமந்துகொண்டு வந்து பானைகளிலும் தொட்டிகளிலும் ரொப்பினாள். ஒரு நாளைக்குத்தான் கிராமத்தில் சம்சாரி வீட்டுக்கு எத்தனை குடங்கள் தண்ணீர் எடுக்க வேண்டியிருக்கிறது. எருமை மாடுகளுக்கும், பசுமாடுகளுக்கும், உழவுக்காளைகளுக்கும் நாளைக்கு ரெண்டுதரம் குடிக்க, தொட்டிதொட்டியாய் தண்ணீர் வேண்டும். குழந்தைகள் பெரியவர்கள் குளிக்கணும். குடிக்க, கைகால் முகம் கழுவ, பண்டபாத்திரங்கள் கழுவ, சை; சன்னத் தண்ணீரா சுமக்க வேண்டியதிருக்கிறது. நாகையாவுக்கு வேலை இல்லாத நாட்களிலும் மனசு ஆரோக்கியமுள்ள நாட்களிலும், அவளோடு சேர்ந்து தண்ணீர் சுமப்பார். கோடை நாட்களில் – கடும் தண்ணீர் தட்டுப்பாடு உள்ள காலத்தில் – சுமந்தே தீரவேண்டும். இதனால் அவருக்கு உச்சந்தலையில் ஒரு ரூபாய் அகலத்தில் பொட்டல் விழுந்துவிட்டது.

அனைவரும் குளிக்க பெரிய மடாவில் வெந்நீர் காய்ச்சி முடிந்தது. கூட்டில் அடைய வந்த கோழிகளுக்கு தவிடு போட்டுப் பிசைந்த கம்மஞ்சோற்றை வைத்தாள். நாய்க்கு சோறு போடப்பட்டது. கறவை மாடுகளில் பால் கறந்தாள். பூனைக்கு பாலும் சோறும் கலந்து வைத்தாள். குழந்தைகளைக் குளுப்பாட்டி, புருஷனுக்கு முதுகில் அழுக்குத் தேய்த்துவிட்டு, வேலைக்காரர்களுக்கெல்லாம் சோறு படைத்து, பிச்சைக்காரர்களுக்கும் போட்டு, யாவரும் உண்டு படுத்தபிறகு கெங்கம்மா குளித்து, சாப்பிட்டு அடுப்பங்கூடத்தை ஒதுங்க வைத்து காய்ச்சி ஆறிய பாலை இதம் பார்த்து உரைகுத்தி, மாடுகளுக்கெல்லாம் ஒருதரம் கூளம் போட்டுவிட்டு... படுக்க வர ஊர் அரவம் ஒடுங்கிவிட்டது.

புருஷனுக்குப் பக்கத்தில் வந்து படுக்கையை விரித்தாள். லாந்தரை சுருக்குவதற்குமுன், நாகையா அவளை ஒரு தரம் பார்த்தார். அந்த முகத்தில் துளிகூட களைப்போ ஆயாசமோ இல்லை. ‘எப்படி அவளால் இப்படித் திகழமுடிகிறது?’ அந்தக் கணத்தில் அவருக்குப் பளிச்சென்று மனசில் ஒன்று தட்டுப்பட்டது.

லாந்தர் விளக்கைச் சுருக்கினார்.

“நாம், வாழ்க்கை வேறு, வேலை வேறு என்று நினைக்கிறோம்; இவளோ வேலையே வாழ்க்கையாக விளங்குகிறாள்!”

தன் அருகே தலைசாய்த்த தன் மனையாட்டியை இறுகப்பற்றி முகர்ந்தார். பூசுப் பொடியோ, சோப்பு வாடையோ முதலிய எதுவும் இன்றி, சுயம்பான, தனீ மனுஷி வாடைதான் அவளிடம் இருந்தது!

நீலக்குயில்
டிசம்பர் 1974

ஒரு வெண்மைப் புரட்சி

மாடு ஈனப்போகுதுன்னு தெரிஞ்சதும் குழந்தைகளுக்கும் பெரியாட்களுக்கும் குதூகலம் பொங்கி வழிஞ்சது.

பாலுக்கு ஆலாப் பறக்கவேண்டாம். இனிமெ, ஒருவாய் மோருக்கு ஊரெல்லாம் சுத்தவேண்டாம். மந்திரியே வந்து, ஆரம்பிச்ச திட்டமில்லா இது. பக்கத்துவீட்டு நாணம்மாளுக்கும் பால்மாடு வாங்கப் பணம் கொடுத்தாங்க. ஒரே ஓட்டமாப் போயி ஒரு கறவைப் பசு பிடிச்சிக்கிட்டு வந்தா.

என்ன பிரசணம்? பசுமாட்டுப் பாலை கிராமக் கூட்டுறவு டெப்போவிலெ வாங்கமுடியாதுன்னு சொல்லிட்டாங்க. அதுலெ கொளுப்புச் சத்து இல்லையாமே, பின்னெ, பசுமாட்டுப் பாலைக் குடிக்க டவுண்லெ இருக்கிறவங்களுக்கு கோட்டியா பிடிச்சிருக்கு.

பசுமாட்டுப் பாலு உடம்புக்கு நல்லதுதான்; யாரு இல்லேன்னு சொன்னா; எருமைமாட்டுப் பால்லெ இல்லாத தாது உப்புச் சத்தெல்லாம் பசுமாட்டுப் பால்லெதான் இருக்கு; அதை யாரு இல்லேன்னு சொன்னா. இதெல்லாம் எடுபடுமா?

நாணம்மாளுக்கு வருத்தமும் கோவமும் வந்தது. "பசுவைப் பேணி நாட்டைப் பேணு"ன்னு

சொன்னதெல்லாம் வெறும் மந்திரம் தானான்னு கேக்கத் தோணலை அவளுக்கு.

“அடியாத்தோவ்... இது என்னடியம்மா கூத்து; சீதேவி கொடுக்கிற பாலை வேண்டாம்னு சொல்லுராகளே...”ன்னுதான் சொன்னாள். பால் சொசைட்டி பிரசண்டுக்கு கோவம் வந்துட்டது. பதிலுக்கு இது கோவப்படமுடியுமா?

சர்க்காரு கொடுத்தக் கடனை பாலா ஊத்திக் கழிக்கணுமே!

அழுதுக்கிட்டே போயி, அந்தக் கறவைப்பசுவை ஒண்ணுக்கு முக்காலா வித்துப்போட்டு ஒரு செனை எருமையெப் பிடிச்சிட்டு வந்திருக்கா. அது ஈன இன்னும் நாளாகும்.

அந்த எருமை மாடு, நாணம்மாளைப் படுத்துறபாடு... மொதநா ஒரு ஓட்டம் விட்டது! கட்டுலேயே கிடந்திருக்கும்போல.

நாணம்மா பாவம் அதுக்குப் பின்னாலேயே ஓடித் தவிச்சி, “ஜென்மம் எடுத்தது போதும்டா அப்பா”ன்னு சொல்லி அழுதா.

இந்த வீட்லெ அதெல்லாம் இல்லெ. பதப்பற... தேடி அலஞ்சி நாலு ஊரை சுத்திப்பாத்து, நல்ல வவ்வாத்தொலி மாடா, கழுத்திலெ ஆரம் இருக்கிற மாடாப் பாத்து வாங்கிவந்தது.

எருமைமாடுன்னா தெனோம் லாந்தவிடணும், ஊர்மந்தையிலெ. மூக்கை ஒரு கையாலே பொத்திக்கிட்டு அது இஷ்டம்போல் மேயவிடணும். – களுதெ பன்னிப்பிறவி! – பிறகு, தண்ணிக்குள்ளே இறங்குனா அவ்வளவுதான்; குளுந்த நீரிலே படுத்துகிட்டு கண்ணை மாத்திரம் தெரியும்படியா முகத்தைத் தூக்கி வச்சிக்கிட்டு கம்மாய்க் கரையிலே நடக்கிறதெல்லாத்தையும் கவனிச்சிக்கிட்டே இருக்கும்! சாணி, மோத்ரம் எல்லாம் தண்ணிக்குள்ளறதான். மணிக்கணக்காக் கிடக்கும், அப்பிடியே. பாலுக்கு நேரமாச்சென்னு கிளப்பமுடியாது. கரையிலிருந்து கல்லுகளை எடுத்து வீசணும். கொண்டிக்காவல்காரரு சத்தம் போடுவாரு. ‘ஏ களுதைகளா, ஊருலாப்பட்ட கல்லூகளையெல்லாம் எடுத்துப்போட்டு குளத்தெ ரொப்பிருங்க!’

சடையன் பயலைத் தாங்கணும்; ‘ஏலேய் உள்ளற இறங்கி மாட்டைக் கொஞ்சம் பத்திவிடு’ன்னு, சடையன் பயலைக் காணாதன்னக்கி, கல்லுகளை எடுத்து விட்டெறியிறப்பொ

பெரிய முதலாளி வந்து கையைப் பிடிச்சிக்கிடுவாரு. குளம் ஒண்ணும் அவருது இல்லேன்னாலும் கோடையிலே தண்ணி வத்துனப்பெறகு அவருதான் மண்ணை ஏலம் எடுப்பாரு. "இப்படிக் கல்லாக் கிடந்தா நாந்துட்டுக் கொடுத்து ஏலம் எடுக்கிறது, கல்லையா மண்ணையா..?" ம்பாரு.

மாடு ஈன ஆரம்பிச்சன்னைக்கு ராத்திரி வீட்லெ யாருமே தூங்கலெ. சாய்ந்திரமே சுப்பையக் கவுண்டரு வந்து பாத்துச் சொல்லிட்டாரு 'தட்டுக்குழி இறக்கிட்டது; தொப்பிள் பாலு இறக்கிட்டது; ராத்திரிக்குள்ளெ கண்ணு போட்டுரும்'ண்ணு.

படுக்கவும் எந்திரிக்கவுமா மாடு அவஸ்தைப்பட்டது. கன்னிக்குடம் வெளிவந்த உடனே குட்டித் தங்கச்சி சத்தம் போட்டுச் சொன்னா, 'கண்ணுக்குட்டி வந்திருச்சி'ன்னு! பெரியாட்கள்ளாம் சிரிச்சாங்க.

கொஞ்சநேரம் கழிச்சிப் படுத்து மாடு நாலுகாலையும் நீட்னது. முத்துவெள்ளை நிறத்திலெ குளம்புகளும் பளபளப்பான ஈரக்காலுக ரெண்டு வெளியே தெரிஞ்சது. மாடு எந்திரிச்சதும் அந்த ரெண்டு கால்நுனியும் உள்ளுக்குப் போய்ட்டது. மாடு திரும்பவும் படுத்து நாலுகாலையும் நீட்டி முக்கிச்சி. பிறகு அந்த ரெண்டுகால் நுனியோட சேந்து கண்ணுக்குட்டி கருப்புமூக்கு தெரிஞ்சது. மாடு எந்திரிச்சி நின்னதும் கண்ணுக்குட்டி உள்ளுக்குப் போயிருச்சு.

அம்மா, பக்கத்துவீட்டு ராமப்பாட்டியெக் கூட்டீட்டு வந்தா பண்டுகம் பாக்க, ராமப்பாட்டி கைராசிக்காரி. பாட்டி வந்ததும் எல்லாரும் அவ முகத்தையே பாத்தாங்க. பாட்டி, அவசரமில்லாம நிதானமா வெத்திலைப்பையைப் பிரிச்சி ஒரு இணுக்குப் போயிலை எடுத்து வாய்க்குள்ளெ போட்டு ஒதுக்கிக்கிட்டு, சேலையெத் தெரைச்சி சொருகிக்கிட்டா. தொழுவைத் தூக்குற பருத்திமார் முடியெ எடுத்து, சரசரண்டு தூத்து இடத்தெ சுத்தப்படுத்துனா. காடியிலே இருந்து கழி கூளத்தை எடுத்து ஈரத்தை மறைக்க விரிச்சா.

மாட்டைப் பாத்து, 'என்ன இப்படிச் செய்தெ; கண்ணுக்குட்டி 'ஐ' குடிச்சிருமே'ன்னு சொன்னா. மாடு திரும்பவும் படுத்து, காலை நீட்டி முக்க ஆரம்பிச்சது. கண்ணுக்குட்டியோட முகம் வெளியே வந்ததும் பாட்டி அதோட மூக்கையும்

வாயையும் அழுத்தித் துடைச்சி 'ஐ'யெ வழிச்சு உதறிட்டு, முன்னத்தங்காலோட முகத்தையும் சேத்து பதனமாப் பிடிச்சி கோளாரா ஆட்டி இழுத்தா. சரட்டுன்னு வழுக்கி வந்த மாதிரி கண்ணுக்குட்டி வெளியே வந்துட்டது.

கண்ணுக்குட்டியெக் கண்டதும் மாட்டுக்கு நிலைகொள்ளலை; நக்குறதுக்கு ஆராட்டப்பட்டது. 'அவுத்து விட்டுருவமா'ன்னு அய்யா கேட்டாரு. 'கொஞ்சம் இருங்க'ன்னு சொல்லி கண்ணுக்குட்டியெ எடுத்து மாட்டுக்கு முன்னாலெ போட்டா. மாடு கண்ணுக்குட்டி மேலே படந்திருந்த 'ஐ'யெ ஆவலா நக்க ஆரம்பிச்சது.

'என்ன கண்டு?'ன்னு அய்யா கேட்டாரு. எல்லாம், 'ஆம்பிளைப் பிள்ளைதான்; குத்தமில்லை'ன்னு சொல்லி பாட்டி சிரிச்சி அம்மாவைப் பார்த்து கண்ணைச் சிமிட்டினா. அவ சிரிச்சி கண்ணைச் சிமிட்டுறதைப் பாத்து பொய்தான் சொல்லுதாளாக்கும்ன்னு நெனைச்சாங்க எல்லாரும். நெசமாதான்!

பாட்டி கம்பரக் கத்தியாலெ – நகம் வெட்டறமாதிரி – குளம்புகள்ளெ நீண்டு படிஞ்சிருந்த பொய்க்குளம்புகளெ அறுத்து அறுத்து கண்ணுக்குட்டி மேலே வச்சா. அவ்வையார் – கொழுக்கட்டை மாதிரி இருந்த அதை மாடு பிரியமாகத் தின்னது, 'இதுதான் ஒனக்கு காயம் மருந்து, சாப்பிடு'ன்னு சொன்னா பாட்டி.

கண்ணுக்குட்டி ஆரோக்யமா இருந்திச்சி. பாட்டி அதும் வாயில விரலைக் கொடுத்ததும் சப்பிச்சி. 'பாலு வருதா?'ன்னு கேட்டுச் சிரிச்சா.

கண்ணுக்குட்டி எந்திரிச்சி நிக்க ஆரம்பிச்சது. பாட்டி மாட்டோடெ மடிக்காம்பைப் பிடிச்சி அழுத்திப் பிழிஞ்சா. காதுத் துளை தூர்ந்து போகாம இருக்க சொருகிவச்ச வேப்பம் துரும்பு மாதிரி காம்புலெ இருந்து ஒண்ணுவந்ததும் சீம்பால் மஞ்ச நூலா தரையெத் தொட்டது. 'பூமா தேவீ... முதல்லெ குடிச்சிக்கோ'ன்னா பாட்டி.

இளங்கொடி போடுகிறவரைக்கும் தூங்காம காத்துக்கிட்டே இருந்தாங்க, விடியிற நேரத்திலெதான் போட்டது. கருப்பட்டிச் சிப்பம் கொண்டுவந்த ஓலைப்பெட்டியிலே அதைக்கட்டி

பால்மரத்திலே கொண்டுபோயி கட்டச்சொன்னா பாட்டி தர்மர்கிட்டே.

வென்னிவச்சி இளஞ்சூடா மாட்டைக் குளிப்பாட்டி, சுண்ணாம்பாலெ தட்டுக்குழிக்குமேலே வலதுபக்கம் ஒண்ணு, இடதுபக்கம் ஒண்ணு, ரெண்டு வட்டம் போட்டுட்டு 'நா போறேம்மா வீட்டுக்கு, கண்ணுக்குட்டி குடிச்சதுபோக மிச்சம் சீம்பாலைக் காய்ச்சி சீனியைப் போட்டுக்கொடு பிள்ளைகளுக்கு; பாவம், பிரியமாய்ச் சாப்பிடும்'ன்னு சொல்லி ராமப்பாட்டி போயிட்டா.

தம்பி தருமரு, இளங்கொடி பொட்டணத்தை எடுத்துகிட்டுப் போயி கம்மாக்கரை ஆலமரத்து உச்சியிலெ கட்டீட்டு வந்தான்.

பிள்ளைகளுக்கு மூணுநாளும் சீம்பால்லெ காய்ச்சின 'சொன்னு' கிடைச்சது. அம்புட்டுதான்; நாலாம்நாள் பால் பண்ணைக்கார வெண்டர் வந்துட்டான். அவனைப் பாத்ததும் தர்மரு, அவனை மாதிரியே வாயை 'ஓ'ன்னு வச்சிக்கிட்டு, வலிச்சாங் காமிச்சான், வெண்டரு பால் பிள்ளைக்கு பல்லுக நீளம்; வாயை மூடமுடியாது.

டான்னு மணி பன்னெண்டு அடிக்கவேண்டியதுதான் தாமசம்; காலவீரன் மாதிரி, பால் பிள்ளை தெருவழியே மணியை ஆட்டிக்கிட்டே போவான். சித்தேசிக வச்சுருக்க மாதிரி மணி ஒண்ணை வாங்கிக் கொடுத்திருக்கிறாக அவனுக்கு.

ஒருநா பால் பிள்ளை தெருவழியே மணியை ஆட்டிக்கிட்டே போறான்; அவனுக்குப் பின்னாடியே தருமரு வேட்டியெத் தெறச்சிக்கிட்டு இடுப்பெ ஆட்டிக்கிட்டே போனான். ஒட்டைப்பல்லு நாயக்கரு இதெப்பாத்துட்டு 'சர்தாம்லே; அதாஞ்சரி...'ன்னு சொல்லிச் சிரிச்சாராம். அக்கா இதை அம்மாட்டெச் சொல்லி 'தம்பியெ சண்டை பிடிம்மா; அசிங்கம்' அப்பிடீன்னா. 'என்ன தெரியும் பச்சைப் புள்ளைக்கு; இதெப்போயி நீ பெரிசுபடுத்தாதே'ன்னு சொன்னா. 'ஆம பச்....செப் புள்ளை; வயசு பதினொன்னு பன்னெண்டு ஆகப்போகுது; தடிமாடுமாதிரி வெக்கமில்லாமெ...'

இப்படி தருமரு செய்யிறதுக்கு ரெண்டு நாளைக்கு முன்னாடி, அம்மாவும் அவனும் பண்ணைக்குப் பால்கறந்து ஊத்த

மாட்டைப் பத்திக்கிட்டு போனஙக, திரும்ப வாரப்ப, அவன் கொண்டுபோன பால் கறக்கிற ஈயச்சட்டியெ தலையிலே கவுத்திக்கிட்டு வந்தான். சின்னத் தம்பியும் குட்டித் தங்கச்சியும் ‘பாலு எங்கே?’ன்னு ஆசையாக் கேட்டாங்க, ‘பின்னாலே வருது’ன்னு சொல்லி ஈயச்சட்டியை நங்குன்னு வீசி எறிஞ்சுட்டுப் போயிட்டான். அம்மா ஒண்ணுமே பேசாமெ மாட்டைக் கட்டுத்தறியிலே கொண்டுபோயிக் கட்டுனா.

மறுநா தருமரு, ‘நா பண்ணைக்கு மாடு பிடிச்சிக்கிட்டு கூடப் போகமுடியாது’ன்னு கராலாச் சொல்லிட்டான். மாட்டெ மேய்ச்சி, தண்ணியிலெ போட்டுக்கொண்டாறதுதான் அவன் சோலியாம். என்னைக்காவது அபூர்வமா பண்ணைக்கு ஊத்தின பாலுலெ மிஞ்சினதை வீட்டுக்குக் கொண்டுவருவாங்க, அதைக் காய்ச்சி உறையூத்தி பிள்ளைக ஆசையா மோர்விட்டுச் சாப்பிடும். ஒருநா தருமருக்கு மோரு இல்லாம ஆயிட்டது. அவனுக்கு வந்த கோவமானா சொல்லிமுடியாது, மோர்ச்சட்டியெ ஒடைச்சிட்டான். அய்யா, அவனை அடி சதப்பி எடுத்துட்டாரு. ‘முளைச்சி மூணு இலை போடுறதுக்கு முன்னாலெ வருதாலெ கோவம்?’ன்னு கேட்டு அடப்புலெ எத்தீட்டாரு பலமா. ஒருநா பூராவும் சாப்பிடாமெ ஊருமடத்திலெ படுத்துக்கிடந்தான். அம்மாதாம் போயி அவனை தாங்கித் தடுக்கிக் கூட்டீட்டு வந்தா.

மாடு பால் எறக்குனதும் அய்யாதான் கண்ணுக்குட்டியெ இழுத்துப் பிடிச்சிக்கிடுவாரு, கறந்து முடியிறவரைக்கும் கண்ணுக்குட்டி மாட்டோட தாடைச்சதையை சப்பிக்கிட்டே இருக்கும்.

கொஞ்சநாளைக்கெல்லாம், குதியாளம் போட்டுக்கிட்டே நடந்துபோன கண்ணுக்குட்டியெ தூக்கிட்டுத்தான் வரும்படி ஆயிட்டது, மெலிஞ்சி நடக்கமுடியாம ஆயிட்டது.

கண்ணுக்குட்டியோட இருப்பைப் பார்த்து, ஒருநா தருமரு, மாடு பண்ணைக்குக் கறக்கிறதுக்குப் போகிறது முன்னாடி கண்ணுக்குட்டியெ அவுத்துவிட்டுட்டான். தற்செயலா வந்த அம்மா அதைப் பாத்து ஓடி கண்ணுக்குட்டியெ இழுத்துக்கட்டுனா. ‘ஒனக்கு என்னடா வந்தது? பாலே குடிக்காத கண்ணுக்குட்டி அவ்வளவு பாலையும் குடிச்சா என்னத்துக்கு

ஆகும். செமிக்காம மண்டையெப் போட்டும் அவ்வளதான்'னு சொன்னாள். அன்னிக்கும் அய்யாட்டெயிருந்து அவனுக்கு அடி வசமாக் கிடைச்சது. பாலே விடாதனாலே கண்ணுக்குட்டி கொஞ்ச நாள்ளெ மண்டை வீங்கி செத்துப்போச்சி. கண்ணுக்குட்டி செத்துப்போன அன்னிக்கு உறவுக்காரங்களும் வேண்டியவங்களும் வந்து துக்கம் விசாரிச்சாங்க. வெண்டர் பால் பிள்ளையும் வந்தான்.

"இதுக்கென்ன இம்புட்டு மலைப்பு வேண்டியிருக்கு; பால் பண்ணைக்கு கறக்க வர்ற முக்காவாசி மாடுக கண்ணுக்குட்டி இல்லாம கைப்பாலுதாங் கொடுக்கு. இதையும் அப்படிப் பழக்கிறலாம். கவலையை விடுங்க" அப்பிடீன்னு ஓங்கிச் சொன்னான், வச்ச கண் வாங்காம தருமரு அவனையே பாத்துக்கிட்டிருந்தான்.

ஊர் பகடைக வந்து செத்துப்போன கண்ணுக்குட்டியெ தூக்கிட்டுப் போறப்பொ குடும்பத்துலெ அத்தனை பேரு மனசையும் என்னவோ செஞ்சது, தருமருக்கு அழுகை வந்திட்டது.

மேய்ச்சல் தரையிலெ மாடுகள்ளாம் மேஞ்சிக்கிட்டிருந்தது. மரத்தடியிலெ தருமரு யோசனையோட உக்காந்துக்கிட்டிருந்தான்; அவனைச் சுத்தி மாடுமேய்க்கிற அவன் சோட்டுப் பிள்ளைக உக்காந்திருந்தாங்க. கண்ணுக்குட்டி செத்துப்போன விஷயத்தை அப்பதான் பேசி முடிச்சிருந்தாங்க. கொஞ்சநேரங்கழிச்சி சீனி சொன்னான். "அந்த வெண்டரு பால் பிள்ளையெ ஒருநா ஒரு பொழுதாலும் மண்டையெக் கல்லுட்டுக் கீறணும்!"

பளிச்சின்னு தருமரு சீனி முகத்தெ ஆச்சரிமா பார்த்தான்; தான் நினைச்சதையே இவனும் சொல்லிட்டானே!

அந்தநேரத்லெ வெண்டரு பால் பிள்ளை கோவில்பட்டிக்கு சைக்கிள்ள பாலைக் கொண்டுக்கிட்டு புறப்பட்டு வந்தான். தூரத்திலே அவன் வரும்போதே மாட்டுக்கார பிள்ளைக அவனைப் பார்த்திட்டாங்க.

"ஏலேய்! நீங்கள்ளாம் அந்தப் பக்கம் போயி பதுங்கிக்கிடுங்க; இல்லென்னா இங்கேருந்து ஓடிப்போயிருங்க..!" தருமரும்

சீனியும் தவிர மத்த மாட்டுக்காரப் பிள்ளைகள்ளாம் ஓடிப்போயி ஓடைக்குள்ளே பதுங்கிக்கிட்டாங்க. சில பிள்ளைகளுக்கு இந்தக் காரியம் சரியாப் படலெ; சொல்லமுடியாம ஒரு பயம். அவங்க தூரமா ஓடிப் போயிட்டாங்க.

நல்ல கதிமையான சீனிக்கல்லா கைக்கு ஒண்ணுவீதம் எடுத்துக்கிட்டு கள்ளிப்பொதரு மறைவிலே மறைஞ்சிக்கிட்டாங்க. வெண்டரு, அந்த மேட்டு ஏத்தத்திலே முக்கி மிதிச்சிட்டு, வாயெ ஒன்னு வச்சிகிட்டு வந்தான். வந்திட்டான்... இந்தா வந்திட்டான் கிட்டெ. பிள்ளைகளுக்கும் கண்ணுக்குட்டிகளுக்கும் பால் கிடைக்காமல் செய்யிற மாபாவி... இந்தா வந்துட்டான்!

“இந்தாலெ வாங்கிக்கோ..!”ன்னு ஒரு கல்லை விட்டான் தருமரு. கல்லு குறிதப்பி அந்தப் பெரிய அலுமினியக் கேன்லே பட்டு பொத்துப்போய் பால் வடிய ஆரம்பிச்சது. சீனி ஒரே ஓட்டமா ஓடியே போயிட்டான்!

வெண்டரு தெகச்சி, சைக்கள்ளெயிருந்தமானைக்கே காலை ஊனி சுத்துமுத்தும் பார்த்தான். தருமரு இன்னொரு கல்லெ அவன் மேலே விடறதைப் பார்த்துக்குன்னு, திரும்பி இறக்கத்திலே வேகமாக ஊரைப் பார்த்து மிதிச்சான் வெண்டரு.

கொஞ்சநேரத்துக்கெல்லாம் ஊர் கொண்டிக்காவல்காரங்க வந்து தருமரைப் பிடிச்சி ஊருக்குள்ளே கொண்டுபோனாங்க. தருமரு நெசத்தை ஒத்துக்கிட்டான். ‘ஆமா, நாந்தான் எறிஞ்சேன். அவன் மண்டையெக் குறிவச்சேன்; அது கேன்லே விழுந்திட்டது’ன்னு ஊக்கமாச் சொன்னான்.

அவன் அப்படிச் சொன்னதைப் பாத்து அம்பலகார நாயக்கருக்கு சிரிப்பு வந்திட்டது. சின்னப்பிள்ளையிலே அவரும் இப்படித் துடியான காரியங்க செஞ்சவரு ஆனதாலெ இதைக் கேட்டு அவனைப் பார்த்துப் பார்த்துச் சிரிச்சாரு. அவன்மேலே ஒரு பிரியமே உண்டாயிட்டது!

பால்பண்ணை பிரசண்டுக்கானா கோவம் அண்டகடாரம் முட்டீட்டு வந்தது!

“இந்தப் பயலை சும்மாவிடப்படாது; பைசல் பண்ணுங்க. வகையாத் தீட்டுங்க ஆயுசுக்கு ஞாபகம் இருக்கும்படியா”ன்னாரு.

அம்பலகார நாயக்கரு, தருமரை தனியாக் கூட்டிட்டுப் போயி, "எதுக்குடா அவனை அப்பிடி கல்லெவிட்டு எறிஞ்சே"ன்னு அணைச்சிக் கேட்டாரு; தர்மரு ஒண்ணுவிடாமச் சொன்னான்.

வீட்டுப் பிள்ளைகளுக்கு பால் மோரு இல்லாமச் செஞ்சது, பிரியமான கண்ணுக்குட்டியெ பாலே விடாம சாகடிச்சது எல்லாத்தையும் சொன்னான். அவன் சொன்னதையும் சொன்ன விதத்தையும் கேட்ட அம்பலகாரருக்கு மனசு இளகிக் கண்ணுலெ நீர்கோர்த்துட்டது.

'இந்த அநியாயம் இந்த பச்சைப்பிள்ளை கண்ணுலெ பட்டிருக்கே'ன்னு நினைச்சாரு. இருந்தாலும் மேலுக்கு 'அவன் என்னடா பண்ணுவான் பாவம்; இதெல்லாம் அவனா செய்யிறான்'னு சொல்லி சண்டை பிடிச்சி கூட்டத்திலெ வந்து, பிள்ளையார் கோயிலுக்கு ஒரு தேங்கா விடலை போடும்படியா தருமரோட அய்யாவைப் பாத்துச் சொல்லீட்டு, துண்டை உதறி தோள்ளெ போட்டு தலையெக் கவுந்துக்கிட்டு நடந்துபோனாரு.

தருமரும் பால் பிள்ளையும் ஒருத்தருக்கொருத்தர் முறைச்சிப் பார்த்துக்கிட்டே இருந்ததை அவரு பார்க்கலை.

தாமரை
ஜூன் 1980

கனிவு

மல்லம்மாவுக்கு கண்ணைக் கட்டிக் காட்டில் விட்டமாதரி இருந்தது. தன் புருஷனை, அவள் அதற்கு முன்பு பார்த்ததே இல்லை; அவன் குரலைக்கூடக் கேட்டதும் இல்லை. அவள் பிறந்த வீடு, வளர்ந்த ஊர், பழகிய சூழல் எல்லாமே வேறு.

கழுகுமலைச் சந்தையிலிருந்து அவர்கள் தொழுவுக்கு மாடு பிடித்துக்கொண்டு வந்தமாதரி, கழுகாசலப் பெருமான் சன்னதியில் வைத்து, கழுத்தில் மாலை போட்டு, இவளை வீட்டுக்கு அழைத்துக்கொண்டு வந்துவிட்டார்கள்.

மல்லம்மாவின் தகப்பனார் நாலும் படித்தவர். மகளை அந்த வீட்டில் விட்டுவிட்டுப் புறப்படும்போது அவளைப் பார்த்து, "அம்மா, பொயிட்டு வாரேன்..." என்று சொல்லும்போது தொண்டை கட்டிக்கொண்டது. இந்த நாக்கு இருக்கே... சமயத்தில் வம்பு பண்ணிவிடும். மல்லம்மாவாலும் பேசமுடியவில்லை. தான் பிறந்ததிலிருந்து தன்னோடு கொண்ட அனைத்தும் இப்பொழுது தகப்பனாரோடு போய்விடப்போகிறது என்பதுபோல் விசும்பினாள். அவருக்கு மகரிஷி கண்வரின் வாக்கியம் ஞாபகத்துக்கு வந்தது.

மல்லம்மா தனியாள் ஆனாள்.

தனது துக்கத்தைக் கொஞ்சம் ஆற்றிக்கொள்ளட்டும் என்று அந்தக் குடும்பத்தார் சிறிது விலகியிருந்தார்கள். ஆனால், தனிமை அவளை மேலும் அழுத்தவே செய்தது.

மூக்கைச் சிந்தி உதறிவிட்டு கண்ணையும் மூக்கையும் முந்தானையால் துடைத்துக்கொண்டபோது அந்த வீட்டுப் பூனை அவளது கால்களில் வந்து முதுகை உயர்த்தி உராய்ந்து குரல் கொடுத்தது. அந்தப் பூனை அவளுக்குச் சொன்ன செய்தி என்ன?

அது மீண்டும் மீண்டும் குரல் கொடுத்து தன்மீது பிரியத்தோடு ஒட்டி உராய்ந்தது. அவளது முகத்தில் உடனே ஒரு மலர்ச்சியை உண்டாக்கியது. துக்கத்தின் ஒரு கோடியிலிருந்து, குதூகலத்தின் மறு கோடியை உடனே எட்டித் தொடமுடிவது பெண்மைக்கே உரிய பாங்கு!

அந்தச் சிரிப்பில் அனைவருமே பங்குகொண்டு அவளிடமிருந்து அந்தப் பூனையை அழைத்தார்கள்.

"பாஸ்... பாஸ். சங்கு பாஸ்"

அந்தப் பூனையின் பெயர் பாஸு!

அது அவளைவிட்டு நகராமல் மேலும் மேலும் அவளை உராய்ந்து 'மியாவ் மியாவ்' என்றுகொண்டேயிருந்தது. புன்னகைகள் இப்போது உரத்த சிரிப்பாணிகளாக ஒலித்தன. இப்படியாக மல்லம்மா, அந்தக் குடும்பத்தோடு முதல் ஒட்டுதலுக்கு அந்தப் பூனை துணை செய்தது.

அவள் புருஷனுக்கு குளிக்க வெந்நீர் எடுத்துவைத்தாள். அவன் குளிப்பதைப் பார்த்துக்கொண்டிருந்தாள். அந்தமாதரி கிராமங்களில் குளிப்பதற்குத் திறந்தவெளி 'அங்கணம்' என்று உண்டே தவிர, குளியல் அறை என்று கிடையாது. புருஷனுக்கு முதுகு தேய்த்துவிட வேண்டும். அதைச் செய்ய அவளுக்குத் தயக்கமாகவும் நாணமாகவும் இருந்தது. முகூர்த்தத்தின்போது அவர்கள் இருவரின் கைகளையும் சேர்த்து வைத்தார்கள். உழைத்துக் காய்ப்பேறிய முரட்டுக்கை பற்றிய ஸ்பரிசம்

ஒன்றைத்தான் அறிந்திருந்தாள். அவனுடைய ஒவ்வொரு வினாடி எதிர்பார்ப்பும் அவளுக்குக் கூச்சத்தை அதிகப்படுத்தியது. அந்தப் புதுமணப்பெண்ணின் காதுமடல்களில் ஜிவ்வென்று சூடான இரத்தம் பரவ, நாணத்தோடு அவனுடைய பரந்த முதுகைத் தொட்டு அழுக்குத் தேய்த்தாள்.

தேய்ப்புக்குத் தக்கபடி கொண்டையாவின் முதுகு அவனை அறியாமலேயே வளைந்து இணைந்து கொடுத்தது. பிடரியின் பக்கங்களில் காதுகளின் கீழே அவள் சொறிந்து தேய்க்கும்போது அவன் கூச்சமும் புளகிதமும் அடைந்தான்; அப்படி அடைவதை அவளும் உணர்வது மாதிரிப் பட்டது.

ஒவ்வொரு சமூகத்திலும் ஒவ்வொருமாதரியான பழக்க வழக்கங்கள் நிலவி வருகிறது. இவர்களுடைய சமூக முறைப்படி கல்யாணம் முடிந்தவுடன், ஒரு நாள் பார்த்து 'முதலிரவு' என்ற ஏற்பாட்டைப் பெரியவர்கள் செய்விப்பது இல்லை. இங்குள்ள பெரியவர்களிடம் அதைப்பற்றிக் கேட்டால், "சை! அது என்னஙகெ அசிங்கம்; பசுமாட்டைக் கொண்டுவந்து நிறுத்தி காளையை அவுத்துவிடுகிற மாதரி... நாம்பள்ளாம் மனுசனில்லையா?" என்று கேட்பார்கள்!

கனிந்தவுடன் மணமக்கள் தாங்களாகவே ஏற்பாடு செய்துகொள்ள வேண்டியதுதான்! ஆனால், இப்படி உண்டாக அவர்களவர்கள் மனப்பக்குவத்தின்படி வாரக்கணக்கு மாசக்கணக்கு என்று நாட்களாகி விடும்.

அதோடு, சீக்கிரம் இணங்கிவிடுகிற பெண்ணுக்கு சமூகத்தில் மதிப்பில்லை. பெண்ணுக்கு ஆணும் இளைத்தவனில்லைதானே?

இந்த விளையாட்டைக் குடும்பத்தின் 'நடுவர்கள்' பார்க்காதது போல் பார்த்துக்கொண்டிருப்பார்கள் என்பதை இவர்கள் அறிவார்கள்.

அது பெரிய குடும்பம்; சிறிய வீடு.

மாடுகள்; எருமைகள், பசுக்கள் என்று. ஆடுகள்; செம்மறி, வெள்ளாடு என்று. கோழிகள் பலவகை. இதுதவிர, நாய், புனுகுப்பூனை, வாத்து, புறா, புள்ளிமான், வெள்ளை முயல்கள் இப்படியாகக் குடும்பத்தை ஒட்டிய ஜீவன்கள் நிறைய.

கலகலப்பான அதிகாலை நேரம். மல்லம்மா இடுப்புயர மடாவில், ஆள் உயர மத்தினால், நின்றுகொண்டு தயிர் கடைந்துகொண்டிருக்கிறாள். இரண்டு கைகளிலும் கயிற்றைப் பிடித்து இழுத்துக் கடையும் பொழுது அவளுடைய இடுப்பு அசையும் அழகை கொண்டையா பார்த்து அனுபவிக்கிறான். குடும்பத்தைச் சேர்ந்த மற்ற குழந்தைகள் வெண்ணெய் வாங்கித் தின்பதற்காகக் காத்துக் கொண்டிருக்கிறார்கள். கடையும்போது மேலே தெறித்து விழும் துமி அவர்களிடையே ஒரு குதூகலச் சிரிப்பை உண்டாக்குகிறது.

கிடாரங்காய் அளவுள்ள பெரிய வெண்ணெய் உருண்டை அவளது உள்ளங்கையில் குதித்துக் குதித்து உருள்கிறது. அதைத் தண்ணீரில் மிதக்க விட்டுவிட்டு மத்திலிருந்து வழித்த வெண்ணெய் உருண்டைகளை, நீட்டிக்கொண்டிருக்கும் கைகளில் வரிசையாக வைத்துக்கொண்டு வருகிறாள். குழந்தைகளின் கைகளுக்கு மத்தியில் ஒரு பெரிய கனமான கை வெண்ணெய்க்காக நீளுகிறது. நீட்டிய அந்தக் கைக்கு மல்லம்மா வெண்ணெய் தராமல், அதன் கருஞ்சதையில் நறுக்கென்று பலமாக ஒரு கிள்ளு கிள்ளித் தருகிறாள். குழந்தைகள் குதித்து ஆரவாரமாகச் சிரிக்கின்றன. பெரியவர்கள் ஏதும் அறியாதவர்கள் மாதரி முகத்தை வைத்துக்கொண்டு அவர்கள் பாடு பார்த்துக்கொண்டிருக்கிறார்கள்!

உணவு படைக்கும்போது மல்லாம்மாவிடம் மௌனமாக தன் கையை நீட்டிக் காண்பிக்கிறான், கொண்டையா. கையில் இரத்த விளாறுகளாக நகங்களினால் சீய்ச்சப்பட்ட காயங்கள். இரவில் அவள் படுத்திருந்த திசையில், அவனுடைய கை நீண்டதற்கு, அவள் கொடுத்த பதில்கள் அவை. அதைப் பார்த்தும் பார்க்காததுபோல அவனுக்கு நெய் வடிக்கிறாள். ‘வேண்டாம்... போதும் போதும்!’ என்று அவன் கை தடுக்கிறது; அப்போது அந்தக் காயங்களின்மேல் சொட்டுகிறது நெய்!

தாங்கமுடியாத வேலைப் பளுவின்போது அவளுக்குக் கொண்டையா வந்து உதவுவான். அவள் அதை வேண்டாம் என்று தடுப்பதில்லை; விரும்பி ஏற்றுக்கொள்வதும் இல்லை. அவனுடைய சரசமும் அவளது ஊடலும் பல வண்ணங்களில் தொடராக நீளுகின்றன. பல கோணங்களிலும் பல விதங்களிலும் அவர்கள் ஒருவரை மற்றவர் அறிந்துகொள்ள இந்தக் கெடு உதவியது.

இப்போது அவர்கள் முன்புபோல் பேசக் கூச்சப்படுவதில்லை. சொந்த நிலத்தில் நிறை பிடித்துப் போட்டி போட்டுக்கொண்டு களை செதுக்கினார்கள். வியர்வையால் குளித்ததுபோல் தெப்பமாக நனைந்தார்கள்.

மதிய உணவுக்காக கருவமரத்தடிக்கு வந்தார்கள். அந்த முள் மரத்தைக் கடந்து காற்று செல்லும்போதெல்லாம் அது தனது மொழியில் கிசுகிசுக்கும். பலமாகக் காற்றடிக்கும்போது எதையோ ஒன்றைத் தெரிவித்துவிட்டுக் குனிந்து சிரித்துவிட்டு நிமிரும். அந்த மண்ணைப் போலவே அந்த மரம் கறுப்பு நிறம் கொண்டது; அந்த மரத்தைப் போலவே அந்த மக்கள் கரிய நிறம் கொண்டவர்கள்.

நிழலில் உட்கார்ந்து, தலையில் கட்டியிருந்த துணியை உதறி முகத்தையும் உடம்பையும் துடைத்து வியர்வையை ஆற்றித் தகிப்பாறினார்கள். சுகமாக வீசிய உப்பங்காற்று ஆனந்தத்தைக் கொடுத்தது. தனது அருகே அமர்ந்திருக்கும் மல்லம்மாவின் வியர்வை வாடை அவனுக்கு அவள்மீது மோகம் உண்டுபண்ணியது. அவள் அந்த மரத்தடியில் இருந்த தொட்டாமடக்கியைத் தொட்டு விளையாடிக்கொண்டிருந்தாள். அந்தச் செடி, தொட்டவுடன் தனது விரிந்த இலைகளை நாணத்தோடு மடக்கிக்கொள்ளும்.

சோற்றுக் கலயத்தை அவள் அவனுக்கு முன்னால் கொண்டுவந்து வைத்து நெருங்கி அமர்ந்தாள்.

பெண்மை ரொம்பவும் வினோதமானதுதான். கலயத்தை வைத்தவள் அவனை அப்படி ஒரு பார்வை பார்த்திருக்க வேண்டியது இல்லைதான்!

சில பெண்கள், ஒரு அசைப்பில் அழகாகத் தெரிவார்கள். சிலரைப் பார்த்ததுமே பிரமாத அழகாய்த் தெரியும். ஆனால், பார்க்கப் பார்க்க அழகு விட்டுக்கொண்டே வரும். மல்லம்மாவின் அழகு அப்படிப் பட்டதல்ல. முதல் பார்வையில் அவள் அழகாகத் தெரியமாட்டாள். கவனித்துக்கொண்டே இருந்தால், பார்க்கப் பார்க்க அவளுடைய ஒவ்வொரு அழகும் தனித்தனியாக அதிகமாகிக்கொண்டே வரும். கொண்டையாவுக்கு ரொம்பவும் பிடித்தது அவளுடைய பவழநிற உதடுகள்தான். கீழுதட்டில்

அழகான கரும்பச்சை நிறத்தில் ஒரு சிறிய மச்சம் விழுந்திருந்தது. பார்த்துக்கொண்டே இருந்தவன், அதைத் தொடப்போனான். தொடவந்த கையை அவள் தட்டிவிட்டு விலகிக்கொண்டாள்.

அவன் உண்ணப்போகும் முதல் கவளத்தை அவளுக்கு நீட்டினான். அவள் மறுக்காமல் மௌனமாக இருக்கவே அவளுடைய வாயருகே கொண்டுபோனான். முகத்தைத் திருப்பி அவள் எழுந்துவிடவே அவனும் கவளத்தை கலயத்தில் இட்டுவிட்டு எழுந்து விட்டான். திகிலுடனும் ஆச்சரியத்துடனும் அவள் பார்த்ததை அவன் லட்சியம் செய்யாமல் நேரே போய் களை சுரண்டியை எடுத்து பாக்கி நிறையைச் செதுக்கத் தொடங்கிவிட்டான். மல்லம்மாவுக்கு மனம் கூம்பிவிட்டது. தன்னைப் பேதை என நொந்து கொண்டாள்.

'அவன் திரும்பவும் வருவான்' என்று கலயத்தின் அருகே காத்திருந்தாள். அதை அறிந்து அவன் வர நினைத்தும் அவனுடைய 'தான்' அதற்கு இடம் கொடுக்கவில்லை. குறிப்பிட்ட அளவு நேரம் கடந்த பிறகு, 'இனி வரமாட்டான்' என அறிந்து அவளும் பசியோடு, அவனுக்குச் சமமாக முன்னிலும் வேகமாக களை செதுக்கலானாள். இருவரும் பேசிக்கொள்ளாமல் போட்டியில் களை செதுக்கினார்கள்.

அவள் நெருங்கும்போது அவன் ஊடி விலகுவதும், அவன் நெருங்கும்போது அவள் ஊடி விலகுவதுமாக சென்றது காலம்.

பறவைகள் கூடு திரும்புகிற நேரம்.

பொழுது வேகமாக இருட்டிக்கொண்டு வந்தது. அது சிறிய பகல்களைக் கொண்ட உழைப்பாளிகளின் பொழுது. இயற்கை அன்னை பருவ காலங்களை அந்தமாதரி அமைத்திருக்கிறாள்; உழைத்துக் களைத்தவர்கள் சீக்கிரம் உறங்கச் செல்லட்டுமே என்று.

கொண்டையாவின் களைசுரண்டியையும் சேர்த்து எடுத்துக் கொண்டு, மரத்தடியிலுள்ள கலயத்தை எடுத்துவரப் போனாள் மல்லம்மா. அவளது காலடி விரிவுக்குழிக்குள் பதிந்தது. பதிந்த இடது பாதத்தைத் துள்ளி விழுந்து பதறிப்போய் வேகமாய்

உதறினாள். உதறிய வேகத்தில் அவளுடைய காலணி தொலைவில் போய் விழுந்தது. "என்ன, என்ன!?" என்று கேட்டுக்கொண்டே ஓடிவந்தான் கொண்டையா. விரிவுக்குழிக்குள் பார்த்தவளுக்கு ஏதோ நெளிந்து மறைகிறமாதரி தெரிந்தது.

அந்த ஒரு கணத்தில் அவள் தன் முடிவை உணர்ந்தாள். அந்த மௌன வினாடிக்கு முன்னால் அவளுடைய அத்தனை பிகுத்தன்மைகளும் கழன்று விழுந்தன. தனது புருஷனை இதுவரை அத்தனை வாஞ்சையோடு பார்த்ததில்லை. கைகளால் அந்தக் காலை இறுகப் பிடித்துக்கொண்டு அவள் பார்த்த அந்தப் பார்வையை அவனால் செரிக்க முடியவில்லை .

மரணத்துக்குமுன் மனிதன் துரும்பிலும் கேவலம். தாங்கள் இதுவரை நடந்துகொண்ட விதமெல்லாம் எவ்வளவு பைத்தியமான போலித்தனம் என்று பட்டது. இந்த எண்ணம் தோன்றிய உடனே அவர்கள் ஆன்மா நெருங்கி ஒட்டிக்கொண்டது.

வேட்டி நுனியைக் கிழித்து, கடிவாயின் மேலே காலில் இறுக்கிக் கட்டினான்.

கடிவாயில் அவன் வாயை வைத்துக் கடித்து உறிஞ்சி விஷத்தைத் துப்பினான். தன்னை அவன் காப்பாற்றத் துடிக்கும் வேகமும் ஆர்வமும் அவள் இதயத்தைத் தொட்டன. தன்னைக் காக்கும் ரட்சகன் அருகே, மரணம் அவளுக்குத் துச்சம் என்று பட்டது.

அவளை அப்படியே வாரி எடுத்துக்கொண்டு வைத்தியனின் வீட்டைப் பார்க்க ஓடினான். அவன் கழுத்தைச் சுற்றிக்கொண்ட அவளுடைய கைகள் இறுகின. அந்த இறுக்கத்தில் அவளுடைய 'தானு'ம் அழிந்தது.

வைத்தியர் கொஞ்சம் மிளகு எடுத்துக்கொடுத்து மல்லம்மாவை வாயில்போட்டு மெல்லச் சொன்னார். "மிளகின் காரம் தெரியிதா?" என்று கேட்டார். "தெரியிது", என்றாள். கொஞ்சம் அரப்பு எடுத்துக் கொடுத்து மெல்லச் சொன்னார். கசப்பதாகச் சொன்னாள். வைத்தியர் முகத்தில் மகிழ்ச்சி தெரிந்தது. "பயப்படவேண்டாம்" என்றார்.

கடிவாயிலிருந்த காந்தல், பாதம் பூராவும் பரவிப் பற்றி எரிந்தது. எரியும் அடுப்புக்குள் கால் இருப்பதுபோல் தீயாகப் பற்றி

எரிவதாக அவள் சொன்னதை வைத்து 'சேடா கடித்திருக்கிறது!" என்று தீர்மானத்துக்கு வந்தார் வைத்தியர்; புகையிலைச் செடியின் பச்சை இலையைக் கொண்டுவந்து அரைத்துப் பூசினார். வேப்பங்குலையை அடித்து மந்திரித்தார். ஒரு சிறிய உருண்டை மை கொடுத்துச் சாப்பிடச் சொல்லி, "உப்பில்லாப் பத்தியம் இருக்கவேண்டும்" என்று சொல்லிவிட்டு, "விஷ முறிவு சாப்பிட்டிருப்பதால் அகப்பத்தியம் காக்கவேண்டும்!" என்று கொண்டையாவைப் பார்த்துச் சொன்னார்.

'அகப்பத்தியம்' என்று அவர் சொன்னது அவனுக்குப் புரியவில்லை. "இவளைப் பிறந்தவீட்டில் கொண்டுபோய் விட்டுவிட்டு இருபது நாள் கழித்துத்தான் கூட்டிக்கிட்டு வரணும். சொல்றது புரியுதா?" என்று அவர் சொல்லிச் சிரித்தபிறகுதான் அவன் தெரிந்துகொண்டான்.

மல்லம்மாவின் தகப்பனார் வந்து அவளைக் கூட்டிக்கொண்டு போனார்.

குணமாகி உடம்பு தேறிக்கொண்டு வந்தாலும், மனசில் சதா கொண்டையாவின் முகம் வந்து வந்து நிற்கும். நெஞ்சில் பாரம்போல் அழுத்தும் ஒரு வேதனை. தொண்டையில் வலியோடு கூடிய ஒரு வறட்சி, பிரிவால் மெலிந்து தனிமையில் வாடி அவனை நினைத்து ஏங்கி யாருக்கும் தெரியாமல் மௌனமாகக் கண்ணீர் வடிப்பாள். 'திங்களோடு திங்கள் எட்டு, செவ்வாய் ஒன்பது, புதன் பத்து...' என்று நாட்களை அடிக்கடி எண்ணுவாள். ராத்திரிகளில் கனவுகளோடு குழப்பமான அரைகுறைத் தூக்கம், ஏக்கமும் தவிப்பும் அவளைப் பேயாக அலைத்தன. இருபது யுகங்களைப்போல் இருபது நாட்கள் ஊர்ந்தன.

அவள் எதிர்பார்த்தபடியே கொண்டையா திடீரென்று வந்தான். அப்போதுதான் அவள் குளித்து தலையாற்றிக்கொண்டிருந்தாள். கறுப்பு அருவி தலையிலிருந்து பொங்கி வழிவதுபோல் ரோமக்கற்றை உடம்பை உராய்ந்து தரையை நோக்கிச் சென்றுகொண்டிருந்தன. கண்டதும் எழுந்து நின்று, இரு கைகளையும் அவனை நோக்கி நீட்டத்தான் முடிந்தது. கண்கள் பளபளத்தன. பேசமுடியாமல் உதடுகளில் மட்டும் ஒரு துடிப்பு.

“மல்லம்மா...” என்று வாய் நிறைய அழைத்துக்கொண்டே ஓடிவந்து அவன் அவளைக் கட்டிக்கொண்டான். வாழ்க்கையில் இப்படிக் கணங்கள் ஒப்பற்றவை; உயிரோடு உயிர் ஒட்டும் நேரம் மிகவும் கொஞ்சம்.

அவ்வளவு ஈடுபாட்டிலும்கூடப் பெண்மை உஷாராய் இருக்கிறது! திடீரென்று அவனிலிருந்து பின்வாங்கி விலகிக்கொண்டாள். அவனுடைய ஆச்சரியம் விரிவதற்குள், முற்றத்தைக் கடந்து மல்லம்மாவின் தகப்பனார் வீட்டுக்குள் நுழைவது அவனுக்குத் தெரிந்தது. ‘பாம்புக்காதுகள்தான் உனக்கு’ என்பதைப்போல பார்த்தான் அவளை.

மாமனார், அவனை வரவேற்று முகமன் கூறினார். சுற்றுமுற்றும் பார்த்து அவன் மட்டுமே வந்திருப்பதை நினைத்து முகம் ஆச்சரியப்பட்டாலும் மனம் சிரித்துக்கொண்டது. தனியாக வந்ததுக்கு அவன் ஒரு காரணம் சொன்னான். பூரணமாக அது உண்மை இல்லை என்பது. அந்த நரைத்தலைக்குத் தெரியும்! அதுவும் ஒரு காலத்தில் அவர்களைப்போல “சிறுசு‘ஆக இருந்ததுதானே?

வருடத்துக்கு ஒருதரம் வசந்தம் வந்தாலும், வாழ்க்கையில் மட்டும் ஒரே தரம்தான் என்பதை அது அறியும்.

ஆனாலும், மல்லம்மாவையும் கொண்டையாவையும் பிரித்து வைப்பதற்குக் காரணங்களா கிடைக்காது இந்த உலகத்துக்கு. சில்லுண்டிக் காரணங்கள் போக, மலைபோல் ஆடிமாசம் குறுக்கிட்டது. இளம் தம்பதிகளுக்கு இது ஒரு கொடுமையான மாசம். ‘என்ன காரணத்துக்காக ஆணும் பெண்ணும் இந்த மாசத்தில் மட்டும் பிரிந்திருக்கவேணும்?’ என்று அவளுக்குத் தெரியவில்லை.

பாவம், அவர்கள் இதைக் கேட்டதும் ரொம்பவும் சோர்ந்து போனார்கள். ஆடிமாதம் தனது இரண்டு கைகளையும் ஒன்று சேர்த்து, அவர்களுக்கு ஊடே புகுத்தி, அகலப்படுத்தி, அவளை அந்தப் பக்கமும் அவனை இந்தப் பக்கமும் தள்ளிவிட்டது. அந்தச் சிறிசுகள் திரும்பவும் நாட்களை எண்ண ஆரம்பித்தார்கள்.

ஆண்டு பாதி ஆடி பாதியாகத் தெரிந்தது அவர்களுக்கு.

வந்தது ஆவணி மாசம். வானத்தில் சூல் கொண்ட மேகங்கள் படைபடையாக நகர்ந்து வர ஆரம்பித்தன. தோட்டக்காரன் குடத்தை ஏந்திச் செடிகளுக்கு நீர் வார்ப்பதுபோல் வேண்டிய இடங்களுக்கெல்லாம் பெய்தது மழை. தேன் கூட்டைப்போல் கரிசல் காடு சுறுசுறுப்படைய ஆரம்பித்தது.

மல்லம்மாவின் தகப்பனார், பலகாரப் பெட்டிகளுடன் ஒரு நாள் அவளைக் காடிவண்டியில் ஏற்றிக்கொண்டு காலைப்பொழுதில் வந்தார். விளைந்த மக்காச்சோளக் கதிரின் மணிகளைப்போல் நிறைந்த சிரிப்புடன் பற்களைக் காட்டிக் கொண்டையாவைப் பார்த்து பரவசத்துடன் சிரித்தாள் மல்லம்மா.

'பத்துக்குறுக்கம்' என்று அவர்களுக்கு ஒரு பெரிய விஸ்தாரமான புஞ்சை. மல்லம்மா தவிர, குழந்தை குட்டிகள் உட்பட எல்லோருமே அங்கே போயிருந்தார்கள். வீட்டில் அவள் சமையல் காரியங்களைக் கவனித்துக்கொண்டிருந்தாள்.

கற்களைப் பொறுக்குகிறது, முட்களைப் பொறுக்கிக் குவித்துத் தீயிட்டுப் பொசுக்குகிறது, செடிகளை வெட்டுகிறது, கரடுகளைத் தோண்டி கட்டாப்புகளைச் சரி பண்ணுகிறது, அரளைக் கற்களை ஒழுங்குபடுத்தித் தத்துக்களை பலப்படுத்துகிறது, இப்படியாக அங்கே வேலைகள் மும்முரமாக நடந்துகொண்டிருந்தன.

உழுதுகொண்டிருந்த கொண்டையா மேழியைத் தகப்பனாரிடம் கொடுத்து ஏதோ ஒரு சாக்குச் சொல்லிவிட்டுத் தப்பி வீட்டுக்கு வந்துவிட்டான்.

திடீரென்று முன்னால் போய்நின்று, அவளை ஆச்சரியப்பட வைக்கவேண்டுமென்று நினைத்து வந்தான். வீட்டுக்குள் நுழையும் போதே புத்துருக்கு நெய்யின் மணம் வந்தது.

பூனைமாதரி அடிமேல் அடிவைத்து மெல்ல நுழைந்து எட்டிப்பார்த்தான். அவள் அடுப்புக்கு முன்னால் உட்கார்ந்து பானையின் வாய்க்குள் வடிமாரைச் செருகிச் சோற்றை வடித்துக்கொண்டிருந்தாள் கவனமாக. இவனைக் கண்டும் ஆச்சரியப்படவில்லை அவள்; இவன் இப்படி வரவில்லையென்றால்தான் ஆச்சரியப்பட்டிருப்பாள்!

அவள் பக்கத்தில்போய் இவன் நின்றவிதமும் பரபரத்ததையும் குறுஞ்சிரிப்புடன் கவனித்துக்கொண்டிருந்தாள். அவளது நாடியைக் கைகளால் தாங்கி முகத்தை நிமிர்த்தினான். அவளது மூக்கிலும் மேலுதட்டிலும் வியர்வை முத்துக்கள் பூத்திருந்தன.

அவள் பானையை நிமிர்த்தி வைத்துவிட்டு, திடீரென்று எழுந்து அவனை அப்படியே ஆவிசேர்த்துக் கட்டிக்கொண்டாள். அவன் வாயில், தன் வியர்வை நனைந்த உதடுகளைப் பதித்து மிருதுவாக இடமும் – வலமுமாகத் தேய்த்தாள். மூக்கினால் மூச்சை பலமாக முகர்ந்து, அழுத்தி ஓசை எழ முதன்முதலில் அவனுக்கு ஒரு உப்பு முத்தம் கொடுத்தாள்.

கொண்டையா தம்பதியின் 'முதல்பகல்' இப்படியாகத்தான் ஆரம்பித்தது.

•

வட்டிலில் நெய்விட்டுப் பிசைந்த முதல் கவள அன்னத்தை, துவண்ட அவள், அவனுடைய தோளில் சாய்ந்துகொண்டு திருப்தியோடு பெற்றுக்கொண்டாள்.

குமுதம்
25.2.1975

இல்லாள்

விடிகாலை நேரமாகத்தான் இருக்கும். அவளுடைய இடதுகை, அவருடைய பரந்த புஜங்களைத் தடவி, "என்னங்க..?" என்றாள்.

"ம்..." என்றுகொண்டே, அவர் நெளிர்விட ஆயத்தமானபோது, அதை நிறுத்த முற்படுவதுபோல அவருடைய உடம்போடு பிணைந்து பின்னிக்கொள்வது ஒரு சுகம்.

"என்ன இது, சின்னப் பிள்ளைபோல..?" என்றார்.

"இன்னிக்கும் ஒரு கனவு கண்டேன்!" என்றாள்.

"சொல்லு சொல்லு... கேப்போம்?" என்றார்.

ஜானு சொல்லத்தொடங்கினாள். இரண்டாம் சாமக்கோழி கூவியது. போர்த்திக்கொண்டு இருந்த வேட்டியை உடுத்திக்கொள்வோமா என்று நினைத்தார்.

"அம்மாவும் நானும், எங்க வீட்டு அடுப்பங் கூடத்துக்கு மேற்கே உள்ள தரையில் ஈச்சம் பாய்களை விரித்துப் படுத்திருக்கோம். பகல் மாதிரி நிலா காயுது. ராப்பாடியின் குரலும் உடுக்குச் சத்தமும் கீழத்தெரு மூலையில இருந்து கேக்குது. எனக்கு மெனா (முழிப்பு) வந்துட்டது. பக்கத்தில் கட்டிப்போட்டு இருந்த பள்ளை ஆடு

கலைஞ்சி எந்திரிச்சு நின்னது. அம்மா குறட்டைபோட்டுத் தூங்கிக்கிட்டு இருக்கா. வழக்கமா வர்ற அதே பாம்புதான் வந்தது. நேரெ வந்து அம்மாவோட சேலையெக் கடிச்சி இழுக்கு. அதெ விரட்டுறதுக்குக் கையெ ஓங்க நினைக்கேம்; கையி வர மாட்டேங்கு. சத்தம் போட நினைக்கேம்... தொண்டையில இருந்து சத்தம் எழும்ப மாட்டேங்கு. ஆடு சத்தம் கொடுக்கு. பாம்பு ஆட்டெப் பாத்துப் படமெடுத்து சீத்தடிக்கி! மாட்டுத்தொழுக் கதவெத் தட்டுற சத்தம் கேட்டது. நா முழிச்சிட்டேம்; நீங்கதாம் இங்கெ குறட்டைவிட்டுத் தூங்கிக்கிட்டு இருக்கீக!"

சிரிப்பு வந்தது அவருக்கு; அடக்கிக்கொண்டார்.

அவளோடு இந்த வீட்டுலேயே குப்பை கொட்டி இருபத்தி அஞ்சி வருசத்துக்கும் மேலெ ஆகப்போகுது. அவளோட பாம்புக் கனவுகள் கேட்கச் சுவாரஸ்யமாக இருக்கும். ஆனால், ஒரு கனவுகூட இந்த வீட்டில் நடந்ததாக இருக்காது. இதை, அவர் ஒருநாள்கூட அவளிடம் சொல்லிக் காட்டியது இல்லை.

அதுக்குக் காரணம் இருந்தது. அவளாகவே அந்த வீட்டைவிட்டு இந்த வீட்டுக்கு விரும்பி வந்தவள். எப்பவாவது அவசியம் கருதி 'அந்த வீடு' என்று வாய் தவறி, அவர் வாயில் இருந்து பேச்சு வந்தாலே, "வேண்டாம்; அந்த வீட்டுப் பேச்சு" என்று முகத்தில் அறைந்ததுபோலச் சொல்வதே அவள்தான். கனவைச் சொல்லும்போது மட்டும் அவளுடைய வீடு வரும். கனவுக்குக் கனவு அந்த வீடுதான் வரும்!

ஒருநாள்...

நடுச் சாமம் இருக்கும். சோமய்யா தொழு வீட்டின் உள் திண்ணையில் படுத்திருந்தார். கனமான கதவு. தாழ்ப்பாள் உண்டு என்றாலும், பூட்டுவது இல்லை. திறக்கும்போதே அந்தக் கதவு திண்ணையை உரசிக்கொண்டுதான் திறக்கும். அதோடு, அதன் குடுமி மெல்லியராகம் இசைக்கும். சின்ன அலுக்கட்டம் என்றாலே சோமய்யாவுக்கு மெனா வந்துவிடும்.

அப்போதுதான் அவர் 'சோத்துத் தூக்கம்' முடிந்து எழுந்து, உழவு மாடுகளுக்கு எல்லாம் கூளம் போட்டுவிட்டு வந்து

திண்ணையில் சாய்ந்தார். ஒரு வித்தியாசமான மெல்லிய மணம் மூக்கைத் தொட்டது.

விடலைப் பிள்ளைகள் தனித்துப் படுத்திருந்தால், 'மோகினிப் பேய் தேடி வரும்' என்று சோமய்யா கேள்விப்பட்டு இருக்கிறார், கதைகளில்.

இப்போது நிஜமாகவே யாரோ வந்து இருக்கிறார்கள். ஒருவேளை அவளாக இருக்குமோ?

அப்போது, மேல்காற்றுப் பருவம். பெரும்பாலான வீடுகள் மட்டுமல்ல... தொழுவங்கள் அத்தனையும் கூரைகளால் வேயப்பட்டவையே. எப்படித் தீ எழுந்து பரவியது என்று தெரியவில்லை. சோமய்யா தன்னுடைய மாடுகள் அனைத்தையும் அவிழ்த்து, தெருவில் கொண்டுபோய் நிறுத்திவிட்டு, உழவுக் காளைகள், வண்டி மாடுகளையும் அவிழ்த்துக் கொண்டுபோய், கம்மாக்கரை மரங்களின் வேர்களில் கட்டிவைத்துவிட்டு, ஊருக்குள் ஓடி வந்தார். மொத்த இருட்டும் மறைந்து, ஊருக்குள் அப்படி ஒரு வெளிச்சம். கூரை வீட்டுக்காரர்கள் அத்தனை பேரும் கையில் ஈரச் சாக்குடன் அவரவர் வீட்டைச் சுற்றி வருகிறார்கள். ஓலைக்கூரை வீட்டுக்காரர்களுக்குத்தான் பதைபதைப்பு அதிகம். தட்டைக் கூரைக்காரர்களுக்கு அவ்வளவு பயம் இல்லை. சீகைக் கூரைக்காரர்களுக்குப் பயமே இல்லை. நெருப்புப் பிடித்தாலும் பற்றி எரியாது. ஜானுவின் வீட்டு மாட்டுத்தொழுவில் அப்போதுதான் நெருப்புத் தொற்றியது. கம்மந்தட்டையால் நிறைந்த கூரை. அங்கே அந்த வீட்டு ஆண்களில் முக்கியமானவர்களைக் காணோம். வீட்டுக்குள் சாமான்களை ஒதுங்கவைத்துக்கொண்டு இருப்பார்கள்போல் இருக்கு. அது இவர்களுக்குப் பகையாளிகளின் வீடு. பேச்சுவார்த்தை கிடையாது. ஒருத்தருக்கு ஒருத்தர் பார்த்தால் பார்க்காததுபோலப் போவார்கள். இதுக்கும் அவர்கள் தாயாதிகள் இல்லை... சம்மந்தக்காரர்கள்தான். வெறும் சம்மந்தக்காரர்கள் என்று சொல்லுவது இல்லை. கொழுத்த சம்மந்தக்காரர்கள்.

இந்தப் பகை, ரெண்டு தலைமுறையாக இருந்து வருகிறது. இதனால், இவர்களுக்குள் நடந்திருக்க வேண்டிய நல்ல சம்மந்தங்கள் எல்லாம் தட்டிப்போயிருக்கின்றன.

ஊர்களில் இப்படி இருப்பது வழக்கம்தான். இவன் மிதித்துச் சென்ற காலடித்தடத்தில் அவன் மிதிக்கமாட்டான். மாட்டுச் சந்தையில் அவன் பார்த்த மாட்டை, இவன் பார்க்க மாட்டான்!

ஆனால், களத்தில் விதை தானியங்கள் மழையில் நனைகிறது என்றால், பகையாளியாக இருந்தாலும் ஓடிப்போய் உதவுவார்கள் என்றாலும், அதன் பிறகும் பேசிக்கொள்ளமாட்டார்கள்!

சோமய்யா, ஓட்டமும் நடையுமாகத் தெரு வழியாக வந்துகொண்டு இருந்தார். தெரு எல்லாம் அவிழ்த்துவிடப்பட்ட மாடுகள். ஜானுவின் தொழுவாசல் கதவு மூடப்பட்டு இருந்தது. காலால் ஓங்கி உதைத்துத் தள்ளினார். அந்தக் கதவுக்கு கல் அடைதான் உண்டு, பூட்டு இல்லை.

உள்ளே போன பிறகுதாம் தெரிந்தது... பாய்ச்சல் உழவுக்காளை மட்டும் கயிற்றை அத்துக்கொண்டு, மருண்டு அங்கும் இங்கும் திரிந்துகொண்டு இருந்தது. மற்ற மாடுகளும் அவிழ்த்துவிடப்படாமல் கலைந்த பார்வையில் திகைத்துக் கொண்டு இருந்தன. ஜானு வீட்டார், என்ன செய்ய என்று பார்த்துக்கொண்டு இருப்பது தெரிந்தது.

யோசிக்க நேரம் இல்லை. அவர்களோடு பேசிக்கொள்ளவும் முடியாது. முறிந்துபோன நீண்ட வண்டிவாரி ஒன்று கிடந்தது. அதை எடுத்தார். வாகாக அமைந்ததால் அதை கண் இமைக்கும் நேரத்தில் அதன் கழுத்தில்வைத்தார். உடனே ஓர் அதிசயம் நிகழ்ந்தது! என்னதான் பாய்ச்சல் மாடாக இருந்தாலும், அதையும் மூக்கணாங்கயிறு பூரி வேலையில் கட்டி வசத்தியாச்சே. கழுத்தின் மேல்வைத்த அந்த வண்டிவாரி அதுக்கு மோக்கால் (நுகந்தடி) போல் தெரிந்தது போலும். கடமை ஞாபகம் வந்துவிட்டது போலிருக்கு!

அப்படியே கிட்டத்தில் போய் கபக் என்று மூக்கணாங்கயிற்றைப் பிடித்துக்கொண்டார். வேடிக்கை பார்த்துக்கொண்டு இருந்த ஜானு வீட்டுக்காரர்களின் பதைப்பான முகம் மாறி சிரிப்பாக ஆனது. மற்றவர்கள் ஓடிவந்து கட்டு மாடுகளை அவிழ்த்து தெருவுக்கு ஓட்டினார்கள். அதுவரைக்கும் சோமு மூக்கணாங்கயிற்றைப் பிடித்துக்கொண்டு இருந்தார். அப்போதுதான் அந்தக் காட்சி கிடைத்தது.

தொழுவையும் வீட்டையும் இணைக்கும் ஒரு சிறிய அறையில், அப்போதுதான் சடங்கான அந்தச் சின்னப் பொண்ணு ஜானு, சோமுவையே வைத்த கண் வாங்காமல் பார்த்துக்கொண்டு இருந்தாள்.

அவள் முகம் அப்போதுதான் அரைத்த மஞ்சள் உருண்டைபோல் இருந்தது. அவள் பார்வை மின்னல் இறங்குவதுபோல அவருக்குள் இறங்கியது. வீட்டார்கள் அங்கே இல்லை என்றால், இன்னொரு தடவை பார்க்கலாம். அந்தச் சிரிப்பு முகம் மனசில் இருந்து அழிய மாட்டேங்கு.

ஊரில் பற்றிய தீ அணைந்த பிறகும், இந்தத் தீ அணைவேனா என்கிறது.

அன்று அவர்களின் தொழுக் கதவை இவர் ஓங்கி மிதித்துத் தள்ளித் திறந்துகொண்டு வேகமாகப் புகுந்தார். இன்று, இவள் மொள்ளத் தொட்டு கதவைத் திறக்க, ராகம் பாடிக்கொண்டே திறந்தது. கண்டுகொண்டார் உடனே, இவள்தான் என்று. அப்படியே அலேக்காகத் தூக்கித் திண்ணையில் வைத்துக்கொண்டார். அதன் பிறகு என்ன என்று தெரியவில்லை; கை கால் இயங்கவோ வாய்கள் பேசவோ மாட்டேன் என்கிறது.

இந்த நேரத்தை எப்படி உடைப்பது. ஜானு சத்தம் இல்லாமல் அழ ஆரம்பித்தாள். கண்ணீரைத் துடைக்க நினைத்து கை நீண்டால், நீட்டிய கைக்கு அடி கிடைக்கிறது!

பாய்ச்சல் மாட்டை அடக்கிய கை இது. நேரம் நகர்ந்துகொண்டு இருக்கிறது. இருட்டு காணாமல் போய் முகம் தெரிய ஆரம்பித்தது. திறந்து இருந்த கதவு வழியாக வாசல் தெளிக்க சாணி எடுக்க முதல் ஆளாக வந்தது சோமய்யாவின் அம்மாப் பாட்டி.

பேராண்டியின் இருப்பு பாட்டியைத் திடுக்கிடவைத்தாலும் பிறகு சிரிப்பை வரவழைத்தது. கதவு திறந்துகிடந்ததால் கள்ளம் இல்லே என்று அறிந்துகொண்டாள். பக்கத்தில் வந்து, தொங்கிய முகத்தின் நாடியைத் தொட்டுத் தூக்கி, அடையாளம் கண்டாள். பேரனைப் பார்த்துச் சத்தம் இல்லாமல் சிரித்தாள். "இனி, இங்கே வேண்டாம்; வா வீட்டுக்கு. எந்திரிரா நீயும்" என்று சொல்லி, ரெண்டு பேரையும் பக்கத்திலேயே உள்ள இவர்கள் வீட்டுக்கு அழைத்துச் சென்றாள். உள்ளே நுழையும்போதே,

“சீதா கல்யாணமே
சீராமன் கல்யாணமே”

என்று உரத்துப் பாடினாள் பாட்டி.

“பைசா செலவு இல்லாமல் பொண்ணைக் கொண்டுவந்துட்டெடா சோமா” என்றார் தாத்தா.

உடனே, அம்பலக்காரரைக் கூப்பிட்டு அனுப்பி, இன்ன மாதிரி சங்கதி, பெண்பிள்ளையைத் தேட வேண்டாம் பத்திரமாக இங்கே இருக்கிறாள் என்று சொல்லி அனுப்பினார்கள் என்றாலும், அங்கே மவுனமே பதிலாக இருந்தது.

‘மவுனம் சம்மதத்துக்கு அடையாளம்’ என்று இதை வைத்துத்தான் பெரியவர்கள் சொல்லியிருப்பார்கள் போலிருக்கு’ என்று பேசிக்கொண்டார்கள். வீட்டிலேயே வைத்து ‘கட்டுத்தாலி’ கட்டிக்கொள்ளப்பட்டது. சோமுவின் வீட்டில் பெரியவர்கள், ஜானுவின் அழகைக் கண்டு மெச்சவில்லை; அவளுடைய திடமான உடம்பைக் கண்டுதான் திருப்திப்பட்டுக்கொண்டார்கள். விலை கொடுக்காமல், சந்தையிலிருந்து அரும்பாடுபட ஒரு நல்ல மாடு கிடைத்துவிட்டதெ.

வாய் திறந்து சொல்லாவிட்டாலும், உள் மனசு சொல்லிக் கொண்டது.

கோடை உழவுக்காலத்தில் ஒருநாள்...

கம்மாய்கரை நிழலில் உழவர்கள் ஓய்வு எடுத்துக்கொண்டே பலதும் பேசுவார்கள். அப்போது, பாய்ச்சல் மாடுகளைப் பற்றிப் பேச்சு வந்தது.

“மாடுகளுக்கு நாம எவ்வளவு சவுகரியம் செய்து கொடுத்திருக்கோம். நமக்கு இருக்கிறதைப்போலவே மழையில் நனையாமல் இருக்க வீடு... நேரங்கண்டு கூளம்வைக்கிறது, பருத்திக்கொட்டை புண்ணாக்கு, தவிடு, பச்சைப் புல்லு, சத்துள்ள நாத்துக்கூளம்... எப்பிடி எல்லாம் கவனிச்சிக்கிடுதோம். பிரியமா தட்டித் தடவிக்கொடுக்கோம். என்ன செய்தும் என்ன... பாய்ச்சல், கள்ளப் பாய்ச்சல் அதுகளை விட்டுப் போகமாட்டேங்குதெ”

இப்படிச் சொல்லிக்கொண்டு இருக்கும்போதே, இதுகளைக் கேட்டுக்கொண்டே பாப்புத் தாத்தா வந்தார், "என்ன சொல்றாம் பேராண்டி?" என்றுகொண்டே.

பாப்புத் தாத்தா கரையின் மரத்தடிக்கு வந்துவிட்டாலே கலகலப்பு வந்துவிடும். கொரு பேசுவதில் சமர்த்தன்.

"என்னத்தடா சவுகரியம் பண்ணிக்கொடுக்கீக? பேப்பய புள்ளைகளா. உயிர் ராசிகளுக்கே உண்டான சொகத்தை அனுபவிக்கவிடாம காயடிச்சிப் போடுதீக. சவுகரியம் பண்ணிக்கொடுக்கீகளா... சவுகரியம்..!"

சிரிப்புப் பரவியது.

இன்னும் சொன்னார், "டேய், பாய்ச்சல்ங்கிறது அதோட உரிமைடா. அதெக் கூடாதுன்னு சொல்ல நீ யாரு? கள்ளப் பாய்ச்சலும் அப்படித்தாம். மனுசர்கள்ளெ தீவிரவாதிகள், பயங்கரவாதிகள்னு இருக்காங்கள்லெ அதுபோலத்தாண்டா" என்றார்.

பின்னொரு நாள் சொன்னார்,

"சம்பளம் இல்லாத வேலையாள், வேலை நிறுத்தம் பண்ணாத வேலையாள் என்கிறதெல்லாம் இந்த மாடுகள்தாம். நம்ம வீட்டுப் பொம்பளைக எப்படியெல்லாம் ராவாப் பகலா வேலை செய்யுதுக; சம்பளமா கொடுக்கோம். அப்பிடித்தாண்டா!" என்றார்.

பொம்பளைகளை மாட்டோடு சேர்த்துச் சொன்னது அங்கே சிலருக்குச் சம்மதம் இல்லை.

ஜானு இந்த வீட்டுக்கு வந்த பிறகு, அவளுடைய அம்மா அங்கே 'சட்டடியாக'ப் படுத்துவிட்டாள்.

மகளைப் பிரிந்த ஏக்கம்; கொஞ்ச நாளைக்கு அப்படித்தான் இருக்கும், பிறகு சரியாயிரும் என்றுதான் நினைத்தார்கள். காய்ச்சல், மண்டையடி என்று ஒருநாள்கூடப் படுத்த உடம்பு இல்லை. விழுந்தால் காடு... அடைந்தால் வீடு என்று மாடாய் உழைத்த உடம்பு. முரட்டுப் பாசமும் முரட்டு விரோதமும்தான் தெரியும். அவரவர் வீட்டுப் பெரியவர்கள் சொன்னதும்

செய்ததும்தான் இவர்களுக்கு வழிகாட்டி. அபூர்வமாக ஜானு போன்ற யாராவது ஒரு மனுஷி தோன்றித்தான் வழக்குகளை உடைப்பார்கள். மற்றவர்கள் தங்கள் தங்கள் மனசுக்குள் நிகழ்த்திப் பார்த்து மகிழ்ந்த பகல் கனவை, இப்படி ஒரு பெண் வந்து நிறைவேற்றிக்கொண்டாளே என்கிற உள் பொறாமை இருந்தாலும், வாய் திறந்து மெச்ச மாட்டார்கள். திட்டிக்கொண்டே இருப்பார்கள்.

பெரிய குடும்பங்களில், எந்த விசயங்களும் தாமதமாகத்தான் வெளியே தெரியும். அவற்றை முதலில் தெரிந்துகொள்கிறவர்களும், சொல்கிறவர்களும் தினமும் காலை மாலை வேளைகளில் பனைநார்ப் பெட்டியில் கஞ்சி, சோறு என்று வாங்க வரும் குடிமகள்களும் ஏகாலிகளும்தான். ஜானுவின் அம்மா படுத்ததும் இறந்ததும் அப்படித்தான் இவர்களுக்குத் தகவல் தெரிந்தது.

அம்மாவின் சாவுச்செய்தி கேட்டதும் நடுநடுங்கிப் போனாள். அடுத்து அவளைத் தாமரிக்க முடியவில்லை. சுவரில் முட்டி மோதுகிறதும் தூணைக் கட்டிக்கொண்டு அழுவதும்...

பலர் இவளிடம் துக்கம் விசாரிக்க வந்தார்கள். யாருக்கும் இவள் சரியா 'இளவுகொடுக்க'வில்லை. அளகம்மா வந்த பிறகுதான் சேர்த்துப் பிடித்துக் கதறினாள். அளகம்மா இவளுக்கு சித்தி முறை. வராதவ வந்திருக்கிறாள். இளவு விசாரிக்க வந்தவர்களை 'வா' என்று சொல்லுவது இல்லை. போகும்போதும் 'போயிட்டு வர்றேம்' என்றும் சொல்லுவது இல்லை.

ஒருநிலையில், அழுகை அமர்ந்த பிறகு பேச்சுத் தொடங்கியது. "சித்தி, அம்மாவுக்கு இவ்வளவுக்கு ஆன பிறகும் எனக்குச் சொல்லி அனுப்பணும்னு யாருக்குமே தோணலையா?"

கேள்வி சரியானதுதாம். ஆனால், பதில் சொல்ல முடியாது. பிறகு சித்தி சொன்னாள், "ஆத்துமா பிரியிறதுக்கு முன்னாடி கண்ணுக பறவையாடுனது ஆரையோ தேடுதுன்னாங்க. எனக்குத் தெரியும். ஆறு பொட்டப் பிள்ளைக பெத்தாலும், கடைக்குட்டி நீதாம். ஒம்மேலெதாம் அவளுக்கு உசுரு! அய்யோன்னு இருந்தது எனக்கு. ஜானகி எந்திரி. எடுக்கிறதுக்கு முந்தி பெத்த தாயோட முகத்தெ ஒரு தடவ வந்து பாத்துக்கோம்மா" என்றாள், தலையைக் குலுக்கி.

"வேண்டா... சித்தி; இனி அங்கெ எனக்கு என்ன இருக்கு, அம்மாவே போன பிறகு..!" என்று சொல்லி கொஞ்சம் நிறுத்தி, "அம்மா எங்கனவுல வருவா... நா பாத்துக்கிடுவேம்..." என்று தேம்பினாள்.

அப்போது பிடாங்கு வேட்டின் சத்தம் கேட்டது. தன்னை அறியாமலேயே ஜானு எழுந்தவள், மீண்டும் உட்கார்ந்தாள்.

சோமய்யா சொன்னார், "ஜானு எந்திரி... போயி அம்மா முகத்தெப் பாத்துட்டு வந்துரு!"

அதைத் தொடர்ந்து பெரியவர்களும் அவளை வற்புறுத்தினார்கள்.

சித்தி, ஜானகியின் கையைப் பிடித்தாள். எல்லோருமே அவளை அனுப்ப எழுந்திருந்தார்கள். திரும்பவும் ஒரு அழுகை அலை வந்துபோனது.

ஜானுவுக்கு அடி எடுத்துவைக்கத் தயக்கம், ஆயாசம். சித்தி கைத்தாங்கலாகப் பிடித்துக்கொண்டாள்.

எல்லோரும் வீட்டுத் தலைவாசலோடு நின்றுகொண்டார்கள். சித்தியும் ஜானுவும் படி இறங்குவதற்கும், அங்கே பெருத்த அழுகையோடு 'தேர்' நகர்வதற்கும் சரியாக இருந்தது. சித்திக்குத்தான் அதிகம் அதிர்ச்சியாக இருந்தது. எப்படியும் கூட்டிக்கொண்டு வந்துவிடுவதாகச் சொல்லிவிட்டு வந்தும், இப்படிப் புறப்பட்டுப்போனால் என்ன அர்த்தம்?

தெரு நடுவில் நின்ற ஜானு,

"நீ போ சித்தி!" என்று சொல்லிவிட்டாள்.

சித்தி போய்விட்டாள்.

தேர் மறையும்வரை பார்த்துக்கொண்டே இருந்த ஜானு, முகம் திருப்பி வீட்டைப் பார்த்தாள். (அவர்கள் உள்ளே போயிருந்தார்கள்) இனி, இது நம்முடைய வீடா என்பதுபோல் இருந்தது அவள் பார்த்தது!

ஆனந்த விகடன்
19.12.2010

அங்கணம்

அடுப்பங்கூடத்தின் வடமேற்கு முக்கில் சூரிய வெளிச்சம் படாத ஈரப்பரப்பில் அமைந்திருந்தது, அங்கணம்; சாப்பிட முன்னும், சாப்பிட்ட பின்னாலும் கைகழுவுகிறது, முகம், கைகால் கழுவுகிறது, கொப்பளித்துத் துப்புகிறது, ஏனங்கள் கழுவுகிறது, சர்க்கஸ் கம்பெனிபோல பெரிய்ய எங்கள் குடும்பத்தின் நபர்கள் சங்கிலித் தொடராய்க் குளிக்கிறது, கொள்கிறது எல்லாமே அதில்தான். இருபத்திநாலு மணி நேரத்தில், ஒரு ஆறு அல்லது அஞ்சி மணி நேரமே ஓய்வாக இருக்கும் அங்கணம்.

பிறந்ததிலிருந்தே எங்களை அங்கணத்துக்கும், அங்கணத்தை எங்களுக்கும் ரொம்பப் பழக்கம். அதில் எந்த இடத்தில் கால் வைக்கிறது என்று எங்களுக்கு மட்டுமே தெரியும்.

விருந்தாளிகள் வந்துவிட்டால் பட்டக சாலையில் அவர்களோடு உட்கார்ந்து பேசிக் கொண்டிருப்போம்.

அடுப்பங்கூடத்திலிருந்து அழைப்பு வந்தாலுங்கூட, பேசிக்கொண்டேதான் இருக்கத்தோன்றும்; அம்மாவின் 'அவசரநிலைப் பிரகடனம்' வந்தபிறகுதான் எழுந்திருக்கிறது. அப்பவும் பேசிக்கொண்டே விருந்தாளிக்கு கைகால் கழுவ சொம்பில் தண்ணீர் மொண்டுபோய்

கொடுப்போம். எங்களுடன் பேசிக்கொண்டே அங்கணத்தில் விருந்தாளி கால்வைக்கப் போகும்போது "வழுக்கும், பார்த்து..." என்று சொல்வதற்கு வாய் திறப்பதற்கும், விருந்தாளி சரட்டென்று ஒரு பொம்மைபோல் விழுந்து கிடப்பதற்கும் சரிய்யாய் இருக்கும்.

இந்த அங்கணத்தில் ஒரு கஷ்டம். விழுந்தவர் எழுந்து நிற்க முடியாது; எழுந்து அடியெடுத்து வைத்ததும் திரும்பவும் 'சரட்'! எழுந்திருக்க எழுந்திருக்க அதே வேகத்தில் விழுந்துகொண்டே இருப்பார்.

விருந்தாளிக்கு அப்படிக் கஷ்டம்னா... நமக்கு, அவரது நிலைமையைக் கண்டு சிரிக்கமுடியாத கஷ்டம்!

இப்படித்தான் ஒருநாள், வந்த விருந்தாளி அங்கணத்துக்குள் விழுந்துகிடக்கிறார். விழுந்தவர் அப்பாவுக்கு ரொம்ப சிநேகிதர்; அதோடு கௌரவமானவர். வேகமாய் எழுந்திருக்க முயன்றபோது அதைவிட வேகமாய் கீழே விழுந்ததோடு ஆடையத்தனையும் பாழாகியது. பெரியண்ணா, அவரது நிலை கண்டு அவசரமாய் உதவிக்குப் போனார். போன வேகத்தில் அவரும் அந்தப் பிரமுகர் பேரில் விழுந்தார்.

மின்சார 'ஷாக்'கில் சிக்கிக்கொண்டிருப்பவர்களுக்கு உதவப்போனால் அவர்களையும் சேர்த்து இழுத்துக்கொள்ளும் என்று கேள்வி. அப்படிக்கண்டு இதுக்குள் என்னமும் இருக்குமோ என்னவோ?

இப்போது இருவராலும் எழுந்து நிற்கமுடியலை. யார் உதவிக்குப் போகிறது? ஒன்றும் செய்யமுடியலை. எங்கள் குடும்பத்தில் அதை ஒரு 'கருப்பு நாள்' என்றுதான் சொல்ல வேணும்.

அந்தச்சமயத்தில், ஒரு விஷயம் அம்மாவுக்குப் பளிச்சென்று ஞாபகத்துக்கு வந்தது. வேலையாளை சத்தம் காட்டி, "சீக்கிரம் வண்டிக் கயிறு எடுத்துட்டு வா" என்று கூப்பாடு போட்டாள்.

இந்த வண்டிக் கயிறு யோசனை அம்மாவுடையதல்ல. எங்க வீட்டுக்கு ஒருநாள், தனது மருமகளோடு கோவித்துக்கொண்டு கிணற்றில் விழுந்து சாகப்போவதாகச் சொல்லிவிட்டு வந்த ஒரு அத்தையம்மாவுடையது.

அது ஒரு சாயந்திரநேரம். அவளுக்குக் குளிப்பதற்கு வெந்நீர் எடுத்து வைத்திருந்தது. வீட்டில், அங்கங்கே பல வேலைகள் காரணமாக வெளியே போயிருந்தார்கள். சின்னத் தங்கச்சி மட்டுமே இருந்தாள். மாடியில் பெரியண்ணா மட்டும் எழுதிக்கொண்டோ படித்துக்கொண்டோ இருந்தார்.

கோவித்துக்கொண்டு வந்த அத்தையம்மா வந்ததிலிருந்து பேசிக்கொண்டே இருந்தாள்; பேசிப் பேசித் தீராது போலிருந்தது. அவள் கதை பேசிக்கொண்டே. அங்கணத்துக்குள் இறங்கினாள்.

எங்களுக்கும் புத்தி கிடையாது என்பதை ஒப்புக்கொண்டுதான் ஆகவேண்டும். விருந்தாளிகள், அங்கணத்துக்குள் இறங்குவதற்கு முன்னாடியே சொல்ல, ஒருநாளும் எங்களுக்கு ஞாபகம் வந்ததே இல்லை. அது என்னவோ, அங்கணத்துக்குள் அவர்கள் கால் வைப்பதும் நாங்கள் எச்சரிக்க வாய் திறப்பதும் அதற்குள் அவர்கள் விழுந்துகிடக்கவும் சரியாய் இருக்கும்.

அப்புறமென்ன, வழக்கம்போல்தான்.

கீச்சுக் குரலில் தங்கச்சி சொன்னாள்;

“அத்தையம்மா எழுந்திருக்காதீங்க!”

எழுந்திருந்து எழுந்திருந்து சோர்ந்துபோன அத்தையம்மா,

“என்னடி பொண்ணே, என்னை இப்படியே கிடக்கச் சொல்றயா?”

விழும்போதே விருந்தாளி ஆஸ்திகராய் இருந்தால் பகவான் பெயரைச் சொல்லிக்கொண்டேதான் விழுவார்கள். அந்த அத்தையம்மா பழுத்த பக்தை என்பதோடு தீவிர வைஷ்ணவி என்பதை சொல்லத் தேவை இல்லை இங்கே, அப்படி அவள் மட்ட மல்லாக்கக் கிடந்தது பார்க்கப் பாவமாய் இருந்ததாக, பிறகு சின்னத் தங்கச்சி சொன்னாள்.

“யண்ணா, யண்ணா” என்று பெரியண்ணாவைக் கூப்பிட்டபோது, “அட பைத்தியக்காரப் பொண்ணே புத்தியிருந்தா என் நிலையில் ஆண் பிள்ளைகளைக் கூப்பிடுவாயா!” என்று கேட்டதும் தங்கச்சிக்கும் தெரிந்தது.

ஒன்றும் செய்யமுடியாத இந்நிலையில் அத்தையம்மா, "ஆதிமூலம்; ஆதிமூலம்" என்று உருக்கமாக கஜேந்திரக் குரலில் அழைக்க மட்டுமே முடிந்தது.

அப்புறம் என்ன தோன்றியதோ "வண்டிக் கயிறு இருக்கா?" என்று சின்னத் தங்கச்சியிடம் கேட்டாள். கையைப் பிசைந்துகொண்டு இருந்த சின்னத் தங்கச்சி, கயிறு எடுத்துவர ஓடினாள். அப்போது எதிரே வந்துகொண்டிருந்த அம்மாவிடம் ஓடி நடந்ததைப் பதைபதைப்போடு சொல்லி முடித்தவுடன் அம்மா மாடியைப் பார்த்து, "ஒரெய்! பெத்தாண்டா; பெத்தாண்டா" என்று கூப்பாடு போடவும், படப்பில்தான் யாரோ தீ வைத்துவிட்டார்களோ என்று வேகமாக இறங்கி பெரியண்ணா ஓடி வந்தார்.

விஷயத்தைக் கேட்டுத் தெரிந்துகொண்டதும், பளிச்சென்று கைகளைப் பின்பக்கமாகக் கட்டிக்கொண்டு நிமிர்ந்து ஒரு புன்னகை செய்தார்.

பிறகென்ன! வண்டிக்கயிற்றின் ஒரு நுனியை அண்ணா மறைவில் இருந்துகொண்டு பிடித்துக்கொள்ள, மறுநுனியைக் கொண்டுபோய் அத்தையம்மாவின் யோசனைப்படி அவளிடமே கொடுக்கப்பட்டது. எல்லோரும் பிடித்து இழுக்க, அத்தையம்மாள் 'கரை சேர்ந்தாள்'!

இதுக்குள் காட்டில் வேலைக்குப் போயிருந்த குடும்பத்தார் வந்து என்ன, என்ன என்று கூடிவிட்டார்கள். அவிழ்த்து வைத்திருந்த சேலையை எடுத்துக் கட்டிக்கொண்ட அத்தையம்மா, எவ்வளவு மன்றாடியும் கேட்காமல், சொல்லாமல் கொள்ளாமல் இங்கிருந்து கோவித்துக்கொண்டு போயே போய்விட்டாள்.

'கிணற்றில் விழுந்து சாகப்போவதாகச் சொல்லிவிட்டு வந்தவள்; இங்கிருந்தும் கோவித்துக்கொண்டு போகிறாளே!' என்று சின்னத் தங்கச்சிக்கும் அம்மாவுக்கும் பயமும் திகிலும்; பெரியண்ணாதான் 'அவர்களுக்கு அப்படியெல்லாம் ஏற்படாது' என்று தைரியம் சொன்னார்.

அப்போதுதான் அம்மா சொன்னாள் கோபத்தோடு: "இது என்ன அங்கணம்ன்னு உங்க அப்பா வச்சிட்டிருக்கார்..? இடிச்சித் தள்ளச் சொல்லு இதை. எப்படியெல்லாம் புதுமாதிரியாக்

குளிப்பறைகள் வந்திருக்கு, இந்த நாப்பதாமாண்டு அங்கணத்தைக் கட்டி அளுதுக்கிட்டு..!"

இதைக் கேட்டதும் சின்னண்ணா கோபத்தோடு கடப்பாரையை எடுத்துக்கொண்டு வந்து அங்கணத்தை இடிக்கப் போனபோது, தாத்தா கைத்தடியை ஊன்றிக்கொண்டு வேகமாய் வந்து,

"ஒரேய், ஒரேய்!" என்று சொல்லித் தடுத்து, "இந்த அங்கணம் என் தகப்பனார், பிரியமான என் அம்மாவுக்குக் கட்டிக்கொடுத்தது. அந்தக்காலத்தில், கிராமத்தில் பெண்டுகள் குளிப்பதற்குப் படுகிற அவஸ்தையே தனி. திறந்த வெளிமுற்றத்தில் பெண்டுகள் குளிக்கணும்ன்னா, இருட்டுகிறவரை காத்திருக்கணும். அதன்பிறகும், மூடாக்கு இல்லாத கம்மந்தட்டை மறைசலில் நிம்மதியாக அழுக்குத் தேய்த்துக் குளிக்கமுடியாத நிலைமை. என் தகப்பனார், அம்மாவுக்கு அடுப்பங்கூடத்தின் கதவை மூடிக்கொண்டு நிம்மதியாகக் குளிப்பதற்கென்றே கட்டிக்கொடுத்ததாக்கும் இது. குளிப்பறை வேணுமானால் தனியாகக் கட்டிக்கொள்வோம். அதுக்காக இதை இடிக்கணும்ன்னு எந்த சாஸ்திரத்தில் சொல்லி இருக்கு?" என்று சொல்லி நிறுத்தினார்.

அந்த ஆண்டு குடும்பப் பட்ஜெட்டில் ஒரு குளியல் அறை கட்டுவது என்று தீர்மானம் செய்து, வீட்டுக்கு வருகிற விருந்தாளிக்கு நிகழும் ஒரு பரம்பரை அவமானம் துடைக்கப்படும் என்று கருதப்பட்டது. புதிய குளியல் அறை 'ஜிஞ்சாமிர்தமாக' அமைந்துவிட்டது. அதன் அமைப்பு அப்படி, நுழைந்தவர்கள் சீக்கிரம் வெளியே வர மனசு வருவதில்லை. அந்த மொசைக் செங்கல் பதித்த தரையில் உட்கார்ந்துகொண்டே குளித்தால், ராக ஆலாபனை, பல்லவி எல்லாம் வரும்!

எங்கள் அங்கணத்துக்கு இத்தனை தலைமுறைகள் ஆயிற்றே, அதில் நாங்கள் யாரும் கால் வழுக்கினோம், விழுந்தோம் உண்டா? இந்தச் சண்டாளக் குளியல் அறை வந்தது; ஒரு சில மாசங்களுக்குள் எங்கள் தாத்தாவின் இடுப்பு எலும்பை முறித்துவிட்டது. அதில் படுத்தவர் தேறவே இல்லை .

இந்தச் சம்பவம் எங்களையும் முக்கியமாக அம்மாவை ரொம்ப பாதித்துவிட்டது.

தாத்தா இருக்கும்போது கடேசியாகச் சொன்ன வார்த்தை;

"அடேய், அங்கணத்தை இடிச்சிராதிங்கடா..!"

இப்போ நாங்கள் யாருமே குளியலறைப் பக்கம் போகிறது கிடையாது.

வருகிற விருந்தாளிகளுக்கே அதை நிரந்தரமாக்கிவிட்டோம். எங்களுக்கு எங்கள் அங்கணம் இருக்கிறது.

அமுதசுரபி
அக்டோபர் - 1981

ஒரு செய்தி

நாலுமணி; அதிகாலை.

ஆழ்ந்த தூக்கத்திலிருந்த கிராமத்தின் காதுக்குள்ளே குடைக்கம்பியை விட்டுத் திருகியதைப்போல நாராசமான 'ஹாரன்' பிளிறல்; வடக்குத்தெருவில் ஒன்றும் தெற்குத்தெருவில் ஒன்றுமாக.

முன்னாலெல்லாம் அதிகாலை வேளைகளில் பட்சிகளின் இனிய ஒலிகளைக் கேட்டுத்தான் கிராமம் விழித்தெழும். கோழி கூப்பிடும் குரல்கூட இப்பொழுது மறந்துபோய்விட்டது!

பரத்வாஜம் என்கிற கரிச்சான், ஆக்காட்டிக்குருவி, அக்காக்குருவி என்றெல்லாம் பெயர் சொல்லி அழைத்த பறவைகளின் ஒலிகளெல்லாம் இப்போதும் ஒலிக்கத்தான் செய்கிறது. என்றாலும், அதையெல்லாம் மறந்து ரொம்ப நாளாச்சு.

நாலு மணி ஆகவேண்டியது; பயிராவதற்குக் கத்துமே எருமை; அதுபோல் தீப்பெட்டி ஆபீஸ் பஸ்கள் வந்து கத்தத் தொடங்கிவிடும்.

சுருண்டு படுத்து, துடைகளின் இடுக்கில் கைகளை செருகிக்கொண்டு கொடுவாய் வழிய அசந்து தூங்கிக்கிடக்கும் பெண்குழந்தைகள், சூட்டுக்கோலால் ஈரலில் சூடுபோட்டதுபோலப் பதறி எழுந்திருந்து, கொஞ்சநேரத்துக்கெல்லாம்

ஒரு கையில் எவர்சில்வர் தூக்குச்சட்டியும் மறுகையில் ஒரு சிறிய டப்பாவுமாக புற்றுக்குள் எறும்புகள் நுழைவதுபோல வரிசையாக பஸ்ஸுக்குள் போய் அடைவார்கள்.

தீப்பெட்டிக்குள்ளே குச்சிகளை அடுக்குகிறதைப்போல அந்தப் பிள்ளைகளைத் தனக்குள்ளே அடுக்கிக்கொண்டு, வயிறு புடைக்கத் தின்று முடித்த ஒரு ராட்சசன் விடும் ஏப்பம்போல ஹாரன் ஒலியை எழுப்பிக்கொண்டே நகரத்துக்குப் போகும் அந்தப் பஸ்கள்!

அடுத்தக் காட்சி...

வீடுகளிலிருந்து எருமைகளைப் பால்பண்ணைக்கு ஓட்டிக் கொண்டு போகும் சத்தங்கள். எழுதமுடியாத – எழுத்தில் வராத சொல்லத்தான் முடிகிற சப்தங்கள் அவர்கள் வாயிலிருந்து வருகின்றன. சக மனிதர்களை நோக்கி வைவதைப்போலவே அவர்கள் மாடுகளையும் வைகிறார்கள்.

இளம் பால்மாடுகளுக்குக் கன்றுகள் இருக்கின்றன. முதிர் பால்மாடுகளுக்கு மனுசக்கைகள்தாம் கன்றுக்குட்டிகள்! கூட்டுறவுப் பால்பண்ணை டெப்போவும் தனியார்ப் பால்பண்ணையைச் சேர்ந்தவர்களும் பால்மாடுகளில் ஓடி ஓடிக் கறக்கிறார்கள். இங்கே உள்ள பாலையெல்லாம் டவுனில் கொண்டுபோய்ச் சேர்ப்பதில் அவர்களுக்குள் அப்படி ஒரு போட்டி.

இப்போது வேகமாக விடியல் ஒளி பரவிக்கொண்டு வருகிறது. கிராமத்தின் பரம்பரைத் ‘தொள்ளாளி’களான தச்சாசாரிகளும், கொல்லாசாரிகளும் தூக்குச்சட்டிகளில் சோற்றை எடுத்துக்கொண்டு டவுன் பஸ்ஸைப் பிடிக்கத் தயாராகிறார்கள். அவர்களோடு விறகு வெட்டுகிறவர்கள், கொத்தனார்கள், சித்தாள்கள் இதுபோக மற்ற கூலிவேலை செய்கிறவர்களும் நகரத்தில் போய் தினப்படி வேலை பார்த்து வர டவுன் பஸ்ஸுக்காக காத்திருக்கிறார்கள். நகரத்தில் அவர்களுக்குக் கிடைக்கும் கூலித்தொகை கிராமத்தில் கிடைக்காது – கொடுக்கக் கட்டாது – ஆகவே, அவர்கள் கிராமத்தில் வசித்தாலும் கிராமத்தைக் கைவிட்டு அநேக வருஷங்கள் ஆகின்றன.

காலையில் எழுந்ததும் தெருவில் 'வெளிக்கு' இருக்கும் சிறு குழந்தைகளைத் தவிர, இப்பொழுது தெருவே காலியாகிவிட்டது. தெருக்களில் பாண்டி விளையாடக்கூட ஒரு பெண்பிள்ளையைக் காணோம்.

வயசுக்கு வந்த பெண்கள் மட்டுமே வீட்டுக்குள் உட்கார்ந்துகொண்டு உடம்பை முன்னும் பின்னும் ஆட்டிக்கொண்டே வேகமாகத் தீப்பெட்டி ஒட்டிக்கொண்டிருக்கிறார்கள்.

இவர்கள்மீது வெயில் பட்டுப் பல வருஷங்கள் ஆகின்றன. அரங்கு வீட்டின் இருட்டில் வளர்க்கப்பட்ட முளைப்பாரிப் பயிர்கள்போல வெளுத்துக் காணப்படுகிறார்கள்.

காலையிலிருந்து, மாலையும் கடந்து, இருட்டுகிறவரை உள்ளே உட்கார்ந்து ஒட்டுகிற இவர்கள், வெளிச்சத்துக்காகத் தெருவிளக்கடிக்கு வந்து உட்கார்ந்து ஒட்டும்போது மட்டும் அவர்கள் மீது கொஞ்சம் வெளிக்காற்று படும்.

அந்தக் கிராமத்தில், மீதி இருக்கும் இளைஞர்கள்... அதாவது வெளிநாடுகளுக்கும், வெளிமாநிலங்களுக்கும் போனவர்கள் போக – மற்ற இளைஞர்களின் கால்கள் இந்த மண்ணின் மீதுதான் இருந்தாலும் மனசு 'வெளியே'தான் இருக்கிறது.

அவர்களுடைய கனவுகளும் கற்பனைகளும் துபாய், குவைத் முதலிய அரபு நாடுகளில்தான் சஞ்சரித்துக் கொண்டிருக்கின்றன. அந்த அராபிய மோகினி தூக்கத்தில்கூட வந்து அவர்களை 'வா வா' என்று கண்சிமிட்டி அழைத்துக்கொண்டே இருக்கிறாள்.

அவர்கள் ஒவ்வொருவரின் பாக்கெட்டுகளிலும் பாஸ்போர்ட்டுகள் தயாராக இருக்கின்றன. ஒரு விஸாவுக்காக மட்டுமே காத்துக்கொண்டிருக்கிறார்கள். இவர்கள் நிலத்தின் பக்கம் போய் அநேக நாட்களாகிவிட்டன.

ஆனாலும், இன்னும் சில பைத்தியக்கார விவசாயிகள் இருக்கத்தான் செய்கிறார்கள். ஒன்றிரண்டு பேர்! விடிந்ததும் 'களையெடுக்க ஆட்கள் கிடைக்கமாட்டார்களா, பருத்தி எடுக்க ஆள் கிடைக்கமாட்டார்களா?' என்று ஊருக்குள் தட்டுத் தட்டாய் ஆட்களைத் தேடி அலைகிறார்கள். இவர்களுக்கு என்ன பைத்தியமா? வெயிலில் போய்ச் சாக இங்கே

தேர்ந்தெடுத்த சிறுகதைகள் ☙ 229

யாருக்காவது கோட்டியா பிடித்திருக்கிறது! நிலங்களெல்லாம் உறங்க ஆரம்பித்து பல வருஷங்கள் ஆகிவிட்டன. சும்மா ஒண்ணு ரெண்டு கிழடுகெட்டைகள்தாம் மனசு பிடிக்காமல் லபோ லபோ என்று அலைந்துகொண்டிருக்கின்றன.

இன்னும் சில வருஷங்களில் இந்தக் கரிசல் காடு பூராவும் நிஜமாகவே ஒரு வனம்போல் ஆகிவிடும். ஆயிரம் வருஷத்துக்கு முன்னால் எப்படி இருந்ததோ அப்படி ஆகிவிடும். பழையபடி ஓநாய்கள், கரடி, புலி என்று உண்டானாலும் உண்டாகலாம்.

பருத்தி விளையும் காடுகளெல்லாம் வனங்கள் ஆகிக்கொண்டு வருவதால் வித்தியாசமான ஒரு வனமகோத்ஸவம் கொண்டாடலாம். வனப்பெருக்கினால் மாதம் மும்மாரி கட்டாயம் மழை பெய்யும். இப்படி மும்மாரியாகவும் பெருவாரியாகவும் தொடர்ந்து மழை கொட்டிக்கொண்டே இருந்தால்... தீப்பெட்டி ஆபீஸ் வேலை பாதிக்கப்படுமே; 'அப்போ என்ன செய்கிறது?' என்று ஒரு கேள்வி. 'அதை அப்பொ பாத்துக்கிடலாம்; அதெப்பத்தி என்ன இப்போ?' என்பது அதுக்குப் பதில்.

அந்தக் கிராமத்தில் பள்ளிக்கூடத்துக்குப் படிக்கப்போகிற குழந்தைகளின் எண்ணிக்கை ரொம்பவும் குறைந்துவிட்டது; அதிலும் முக்கியமாகப் பெண் குழந்தைகளின் எண்ணிக்கை ரொம்பக் குறைந்துவிட்டது.

"படிச்சி என்ன செய்ய; மண்டகப்படி கணக்கு எழுதப்போறாகளா?" முன்னெல்லாம் இப்படியே கேட்டுக்கொண்டிருந்தார்கள்.

பிறகு,

"படிச்சி என்ன செய்ய; கலைக்டர் வேலைக்கா போகப் போறாங்க?" என்று கேட்டார்கள்.

இப்போ, "என்ன படிச்சி என்ன செய்ய; எவன் வேலை கொடுக்கான்?" என்று பைசல் செய்துவிட்டார்கள்.

சிறு விவசாயிகள், மிகச் சிறு விவசாயிகள் மேம்பாட்டுத் திட்டங்கள் என்றெல்லாம் வந்திருக்கின்றன.

பெயருக்குக் கொஞ்சம் நிலம் இருந்தால் போதும்.

நிலம் கிடைக்கிறதும் இப்போ ஒன்றும் கஷ்டமில்லை; சாகுபடி நிலங்களெல்லாம் தரிசு விழுந்துகொண்டு வருகிறபோது, நிலம் பெறுகிறதா கஷ்டம்?

இந்தத் திட்டங்களின்கீழ் பால் மாடுகளும், ஆடுகளும் வந்து கிராமத்தில் லாரி லாரியாக இறங்கிக்கொண்டிருக்கின்றன.

ஒரு காலத்தில் மனிதன், கலப்பையைக் கண்டுபிடிப்பதற்கு முன்னால் ஆடுகளையும், மாடுகளையும் மேய்த்துக்கொண்டுதான் திரிந்தானாம். அந்தக் காலம் திரும்பிவிட்டது. விவசாயம் நின்றுபோய் விட்டது அல்லது வேகமாய்க் குறைந்துகொண்டே வருகிறது.

மேழியைப் பிடித்த கைகள், எருமைமாடு மேய்க்கிற கம்பைப் பிடிக்க ஆரம்பித்திருக்கிறது.

விளைநிலங்களெல்லாம் தரிசுநிலங்களாகவும், மேய்ச்சல் நிலங்களாகவும் மாறிக்கொண்டிருக்கின்றன.

அந்தக் கிராமத்தின் மாலைநேரக் காட்சிகளை நாம் இப்போது பார்க்கிறோம்.

முன்பெல்லாம் இந்த மாலைநேரத்தில் தெருக்களிலும் அம்மன் கோவில் மைதானத்திலும் குழந்தைகள் ஓடி ஆடும் விளையாட்டுக் கூச்சல்கள் கேட்டுக்கொண்டே இருக்கும். எத்தனை வகைவகையான கிராமிய விளையாட்டுகள்! கற்பனைச் சம்பாஷணைகளோடு கூடிய விளையாட்டுகள், பாடிக்கொண்டே விளையாடும் விளையாட்டுகள். இப்படி அவர்கள் பரம்பரை பரம்பரையாக விளையாடிக்கொண்டு வந்தார்கள்.

அந்தக் குழந்தைகளெல்லாம் இப்போது என்ன ஆனார்கள்? தீப்பெட்டி ஆபீஸ் வேலைக்காக டவுனுக்கு பஸ்ஸில் போன குழந்தைகளைத் தவிர இங்கேயும் கொஞ்சம் பாக்கி குழந்தைகள் இருக்கத்தான் செய்தார்கள்.

குழந்தைகள் இருக்குமிடங்களில் ஒரு கலகலப்பு இருக்குமே, அது இல்லாததால் நமக்கு இந்தச் சந்தேகம் வந்தது.

இதோ அவர்கள்!

தேர்ந்தெடுத்த சிறுகதைகள் ஊ 231

உட்கார்ந்து காலை நீட்டிக்கொண்டோ மடக்கிக்கொண்டோ, உடம்பை முன்னும்பின்னும் ஆட்டிக்கொண்டோ தீப்பெட்டியை ஒட்டி ஒட்டி எறிந்துகொண்டே இருக்கிறார்கள். சதா உட்கார்ந்தே இருப்பதாலும் பெருங்கால் பிடித்துக்கொள்வதாலும் அவசரத்துக்கு அவர்களால் எழுந்திருக்கமுடியாது! இதுமட்டும் இல்லை; அவர்களால் பேசமுடியாது; சிரிக்கமுடியாது; கதைகள் சொல்லி மகிழமுடியாது. மனம் திறந்து பாடமுடியாது.

அவர்கள் எல்லாரையும் தீப்பெட்டி ஆபீஸ்காரன், பைசாவினால் தரையோடு தரையாக அறைந்து வைத்துவிட்டான்!

அவர்களால் செய்யமுடிந்ததெல்லாம் பிசுபிசுக்கும் கஞ்சிப் பசையை விரல்களால் தடவித்தடவி தீப்பெட்டிகளை ஒட்டுவதும், டிரான்சிஸ்டரில் அதிகபட்சம் எவ்வளவு சத்தம் வருமோ அவ்வளவுக்கு இரைச்சலாக சிலோன் ரேடியோவில் ஞானமில்லாத சினிமாப் பாட்டுகளைக் கேட்டுக்கொண்டே இருப்பதுந்தான்.

பொழுது நன்றாக இருட்டிவிட்டது இப்பொழுது.

வீட்டுக்குள் தீப்பெட்டி ஒட்டிக்கொண்டிருந்த பெரியவர்களும் குழந்தைகளும், ஒரு மின்னல் வேகத்தில் உடம்பையும் வயிற்றையும் கழுவிக்கொண்டு, தெருவிலுள்ள டியூப்லைட் வெளிச்சத்தை நோக்கி வந்து உட்காருகிறார்கள், மீண்டும் தீப்பெட்டி போட,

அதிகாலை நேரத்தில் இங்கிருந்து புறப்பட்டுப்போன தீப்பெட்டி ஆபீஸ் பஸ்கள் ஒவ்வொன்றாய்த் திரும்பி வருகிறது. களைப்போடு வந்து நிற்கிறது.

கரும்புத்துண்டை மென்று, சாறை விழுங்கிவிட்டு, சக்கையைத் துப்புவதுபோல அந்த பஸ்கள் வெளியே தள்ளுகின்றன. குழந்தைகளை. சில குழந்தைகள் சந்தோஷமாகச் சிரித்துக்கொண்டே கையிலுள்ள காலித் தூக்குச்சட்டிகளை வீசிக்கொண்டே பஸ்ஸிலிருந்து குதிக்கிறார்கள். இன்னும் அவர்களிடம் பால்யமும் சந்தோஷமும் மிச்சமிருக்கின்றன. இப்போது அவர்களெல்லாம் சீக்கிரம் குளித்துச் சாப்பிட்டுவிட்டுப் படுக்கவேண்டும். அவர்களுடைய ஒவ்வோர் அசைவிலும்

அவசரம், வேகம் தெரிகிறது. கிராமத்தின் மொத்த முகமும் இப்போது தீவிர மௌனமாகிவிட்டது.

நேரம் வேகமாகப் போய்க்கொண்டிருக்கிறது. போர்க்களத்துச் சவங்கள்போல விழுந்தது விழுந்தபடி, கிடந்தது கிடந்தபடி அலங்கோலமாக அப்படி அப்படியே கிடக்கிறார்கள். மூச்சுப்பரிதல் ஒன்றே அவர்களை வித்தியாசப்படுத்துகிறது பிரேதத்திலிருந்து!

ஆயிற்று, இதோ ஆயிற்று. எந்த நிமிஷத்திலும் எந்த விநாடியிலும் அந்தத் தீப்பெட்டி ஆபீஸ் பஸ்கள் வந்து உரத்த ஒலியில் இவர்களை உலுக்கி எழுப்பலாம்.

பாவம்; கொஞ்சநேரமாவது அவர்கள் அயர்ந்து தூங்கட்டும்!

அமுத சுரபி - தீபாவளி மலர்
நவம்பர் 1982

சாவஞ்செத்த சாதிகள்

ராமக் என்பது அவருடைய முழுப்பெயர் இல்லை. என்றாலும், அதுதான் அவருடைய பெயர். என்ன வயசு என்பது அவருக்குத் தெரியாது. கேட்டாலும் அப்படித்தான் சொல்லுவார்.

கஞ்சி குடிக்க கும்பாவுக்கு முன்னால் வந்து உட்கார்ந்ததும், குழந்தைப் பிள்ளைகளாகிய நாங்கள் அவரைச் சுற்றிலும் அரைவட்டமாக உட்கார்ந்துவிடுவோம்..

பாட்டி எங்களை ஒரு பொய் அரட்டுப்போட்டு, "சாப்பிட விடுங்களேம்!" என்பார். தாத்தா, தனது கைக்கம்பை கும்பாவுக்குப் பின்னே ஒழுங்கு படுத்திக்கொண்டே, "அவங்க இருக்கட்டும், இருக்கட்டும்" என்பார்.

கட்டிலில் உட்கார்ந்திருக்கும் பெரிய பாட்டிக்கும் ஒரு சந்தோசம்.

ராமக் தனது அம்மாவின் வயித்திலிருந்து வெளியே வந்தபோதே, கையில் பிடித்துக்கொண்டிருந்தது இதே கம்பைத்தான்! முதலில் அது களைக்குச்சிபோலத்தான் இருந்தது. இப்போது கம்பாக ஆகியிருக்கிறது.

ராமக் வீட்டாரின் பிறப்புத் தொழிலே மாடு மேய்ப்பதுதான். குச்சியாக இருந்தபோது களை

எடுத்தார். அந்தக் களைகளைக் கொண்டுவந்து, வீட்டிலுள்ள கன்றுக்குட்டிகளுக்குப் போட்டார், திங்க.

அந்தக் குச்சி வளர்ந்து பெருசாகியதும், மாடுகளை மேய்த்தார்.

அந்தக் கம்பை வைத்துக்கொள்வதே ஒரு அழகுதாம்! பிடரியில் வைத்துக்கொண்டு, இரண்டு கைகளையும் அகலித்து நீட்டமாக வைத்துக்கொண்டு, கால்களை ஒய்யாரமாக அகலித்து நிற்பார்! கம்பை ஒருச்சாய்த்து நிறுத்திவைத்து அதில் சாய்ந்து நிற்பதே ஒரு ஜோர். அப்போது அவர் விடலைப்பிள்ளை. எப்போது பார்த்தாலும் கம்பும் கல்லுமாக இருப்பார்!

மனுசனின் ஆதி ஆயுதம் கல்லும் கம்பும்தான். சமயத்தில் கல்லு கிடைக்காது. அதனால், இருக்கட்டுமே என்று வசமான ஒரு கல்லை எடுத்து மடியில் கட்டி வைத்துக்கொள்வார்.

கல்லை வீசிவீசிப் பழகி, ஒரு இம்மிகூட குறி தப்பாது. கையில் கல்லை எடுத்ததும், எந்த வேகத்தில் விடணும் என்று ஒரு கணக்கு இருக்கிறது, தூரத்தையும், தாக்கப்படும் இனத்தையும் பொறுத்து இருக்கும்.

"ஒற்றே எறி, பொட்டில் அடிச்சுச் சாய்ச்சிறணும்!" என்பார்.

'பொட்டு' என்பது, நெற்றியில் பொட்டு வைக்கும் அதே இடந்தான்.

மாடு, பச்சையைப் பார்த்துத் தப்பான நினைப்பில் திரும்புது என்றால், அந்த எறி, மாட்டின்மேல் விழாமல், இரைச்சலுடன் மாட்டு முகத்தை உரசிக்கொண்டு போகும். உருண்டைக்கல் ஓசை எழுப்பாது... சப்பட்டைக்கல்தான் சரி!

காட்டில் அவரை நாங்கள் பார்த்தால், ஏதாவது ஒரு பறவைமீது வீசச் சொல்லுவோம்.

"ச்செ, பாவம்!" என்று மறுத்துவிடுவார்.

கேட்ட புளியங்குறடாவை எறிந்து, அது தரையில் விழும்முன்னே கையில் பிடித்து, நம் கையில் வைப்பார்.

மாடுகளோடு அவர் பேசும்போது கேட்டிருக்கிறேன்;

"தாத்தா, நாம பேசுறது அதுகளுக்குப் புரியுமா?"

"ஓ, நல்லா புரியும் ராசு" என்பார்.

"எப்படி..?" என்று கேட்டால்,

"நாம சொல்றதையெல்லாம் கேட்டு நடக்கெ!" என்று சிரிப்பார்;

"நம்மிட்டெ எதிர்ப் பேச்சுதாம் அதாலெ பேசமுடியாது. அப்படிப் பேசீட்டா, பிறகு, அதுக்கும் நமக்கும் என்ன வித்தியாசம்?" என்பார்.

ஒருசமயம், அவருக்கு உடம்புக்கு ரொம்பவந்து, நடக்கமுடியாம ஆயிட்டது. தொழுவத்திலேயே படுத்துக்கிடந்தார். அப்போதான் அவர், மாடுகளோடு அழுதுகொண்டும் பேசிக்கொண்டும் இருந்தார். அதை பாட்டியிடம் வந்து சொன்னேன்.

நா... சொன்னது பாட்டிக்கு அதிசயமாகத் தோணவேயில்லெ:

"அது அவருக்கு வழக்கம்தாம்!" என்று மட்டும் சொல்லி நிறுத்திக்கொண்டார்.

மனுசர்கள், உசுர்ப்பிராணிகளிடம் சொல்லவும் கூப்பிடவும் போகச்சொல்லவும் ஒலிச்சொற்கள் வைத்திருக்கிறார்கள் என்பது எல்லாருக்கும் தெரிந்ததுதான். ஆனால், நம்முடைய எழுத்தில் அவற்றை எழுதிக்காட்ட முடியாது.

எங்கள் ஊர்வழியாக எப்பவாவது யானை போகும். பிறத்தாலேயே ஓடுவோம். எவ்வளவு நேரம் பார்த்துக்கொண்டிருந்தாலும் செலிக்காது. "குழந்தைகள் பார்த்து ஆனந்தப்பட என்றே கடவுள், யானைகளைப் படைத்திருக்கிறாராம்!" பாட்டி சொல்லுவார். அதேபோல "குழந்தைகளுடைய கடவுள், பிள்ளையார்சாமி!" என்று சொல்லியிருக்கிறார்.

ராமக் தாத்தாவுக்கு ரொம்ப வயசு ஆகிவிட்டது. மாடுகளுக்குப் பின்னால் நடக்க முடியலை. என்றாலும் போகாமலும் இருக்கமாட்டார். பள்ளி விடுமுறை நாட்களில் நாங்களும் கூடவே போவோம்.

அவருக்கு ஒரே கதைதான் தெரியும். திரும்பத்திரும்ப அதே கதையத்தான் சொல்லுவார்;

"தயரத ராஜாவுக்கு நாலு பிள்ளைகளாம். மூத்தவன் பெயர் லாமர், அடுத்தவன் பெயர் லங்கர், அதுக்கடுத்தவன் பெயர்

சரதர், கடைக்குட்டிப் பிள்ளையின் பெயர் பத்ருக்கன்..!" என்று நாலாவது விரலையும் மடக்குவார். எத்தனை வருசங்கள் கழித்துக் கேட்டாலும் இப்படிச் சரியாகச்சொல்லுவார். நாங்களும் சிரித்துக்கொண்டே தலையாட்டுவோம்.

பாட்டியிடம் இதைச் சொன்னோம்;

"அதுக்கென்ன... தயரதனுக்கு தன் பிள்ளைகள் பேரில் அப்படி ஒரு பிரியமாம். அவர்களுடைய பெயர்களை எப்படிச் சொன்னாலும் கோபித்துக் கொள்ளமாட்டார்!" என்று சொல்லிவிட்டார் பாட்டி.

ராமக் தாத்தாவுக்கு கடேசியில் வயசு ரொம்பவும் அதிகமாகி, காடிக்கூளத்தின் மேலேயே படுத்துக்கிடந்தார். மாடுகள் அவரை நக்கிக்கொடுக்கும், பிரியமாக. ராத்திரியெல்லாம் மாடுகளோடு அவர் பேசிக்கொண்டே இருந்தார். தலைக்கோழி கூப்பிடவும் செத்துப்போய்விட்டார். அவருக்கு ஒப்புச்சொல்லி அழ யாருமில்லை. பாட்டிதான் கொஞ்சம் அழுதார்.

அப்பா, நாவிதப் பண்டிதரைக் கூப்பிட்டுவிட்டு,

"ராமக்குக்கு கொள்ளிபோட யாருமில்லை. குடிமகன் நீதான் கொள்ளிபோடணும்!" என்றார்.

நாவிதர், அவரைக் குளிப்பாட்டி, சிங்காரித்து, மீசையை ஒதுக்கிவிட்டு, நெற்றியில் ஒரு அரை ரூபாயை ஒட்டவைத்து, வெற்றிலையை இடித்து சிவப்பாக ஒட்டவைத்து, புதுவேட்டி கட்டவைத்து, அங்கவஸ்திரத்தை தலைப்பாகக் கட்டினார்.

பாட்டி சொன்னார், "பச்சைமரக்கிளைகளை வெட்டி பாடை கட்டுங்கோ!" என்றார். அப்படியே செய்தார்கள்.

பொதுச் சுடுகாட்டின் ஒரு ஓரமாகவே எரித்தார்கள். துக்கம் விசாரிக்க வந்தவர்களில் ஒரு பெண் மட்டும் பாட்டியிடம்,

"ராமக் என்ன சாதி..?" என்று கேட்டாள்.

"தெரியிலே அம்மா" என்றார் பாட்டி.

அந்தப் பெண் சொன்னாள், "அவன் கீழ்ச்சாதி!" என்று.

"எப்படிச் சொல்றே?" என்றார் பாட்டி.

“நீங்கள் அவனை வீட்டுக்குள்ளேயே விடாமல், வெளியேதானே வைத்திருந்திருந்தீர்கள்?”

“அவர்தான் சொன்னார், ‘நான் மாடுகளோடுதான் இருப்பேன்’னு. நாங்க ‘சரி’ன்னு சொல்லிட்டோம்...” என்றார் பாட்டி.

“சும்மா சமாளித்துப் பேசறீங்க...” என்றாள் அந்தப் பெண்.

இருந்தவர்கள் சிரித்தார்கள்.

“மாட்டோடு சேர்ந்து வாழ்ந்தால் கீழ்ச்சாதியா?”

“பின்னே, இல்லையா?”

பாட்டி ஆற அமரச் சொன்னாள்:

“நம்ம ஊரு ஆத்தியப்பான், கீழ்ச்சாதின்னு நம் எல்லாருக்கும் தெரியும். அவம் வீட்டில ஒரு பசுமாடு ஈன்டு வளர்ந்துச்சு. அது பெரிய்ய மாடு ஆகி, சினைபிடித்து, அது ஈனப்போகும்போது அதை நாங்க நல்ல விலை கொடுத்து வாங்கினோம்.

நம்ம ஊர் பெரிய முதலாளி, புதுவீடு கட்டி பால் காச்சினார். அதுக்கு, ஆத்தியப்பனோட அந்தப் பால்மாட்டையும், கன்னுக்குட்டியையும் ராமக்தான் கூட்டிக்கொண்டுபோய் வீடுமுழுக்க உள்ளே நடத்திக்காட்டி கொண்டுவந்தார். வீடு புனிதமானதுன்னு உலகம் சொல்லுச்சு!

ஆத்தியப்பனோட வீட்டிலெ பிறந்து வளர்ந்ததாலெ, அந்தப் பசுமாடு கீழ்ச்சாதி ஆனதா?

மாடுகளோடு வளர்ந்ததாலெ ராமக், கீழ்ச்சாதி ஆகிவிட்டாரா?

ராமக்குக்கு கொள்ளிபோட்டதாலெ பண்டித நாவிதர், கீழ்ச்சாதி ஆகிவிட்டாரா?”

கூட்டத்தினரால் பதில் சொல்லமுடியவில்லை!

‘ஈ...’ என்று இளித்தார்கள்!

புதிய சிறப்புச் சிறுகதை
06.06.2020